இரட்டை வாக்குரிமை

(சில ஆய்வுகள்)

அ.ஜெகநாதன்

நீலம்

நீலம்

இரட்டை வாக்குரிமை (கட்டுரை)

ஆசிரியர் : அ.ஜெகநாதன்
நீலம் முதற்பதிப்பு : டிசம்பர் - 2023

நீலம் பப்ளிகேஷன்ஸ்,
முதல் தளம், திரு காம்ப்ளக்ஸ்,
மிடில்டன் தெரு, எழும்பூர், சென்னை - 600008.

அட்டை வடிவமைப்பு : ஆதித்தியன்
நூல் வடிவமைப்பு : நெகிழன்

விலை ரூ.180

IRATTAI VAAKKURIMAI KURITHTHAANA SILA AAYVUGAL (NON-FICTION)

Author : A.Jeganathan © A.Jeganathan
Neelam First Edition : December - 2023

Published by : NEELAM PUBLICATIONS,
1st floor, Thiru Complex, Middleton street,
Egmore, Chennai - 600008.

Email : editor@neelampublications.com
Mobile : +91 98945 25815

INR : 180
ISBN : 978-93-94591-96-7

Neelam Monthly Magazine & Subscription - www.theneelam.com
Neelam Online Store - www.neelambooks.com

நட்பாய், உறவாய்
உடன் வரும்
மைத்துனன் ஜீவானந்தம் - லலிதா
தங்கை ஜெயபூர்ணிமா,
அண்ணன் ஹமீம் முஸ்தபா
ஆகியோர்க்கு...

பொருளடக்கம்

	முதல் பதிப்பின் முன்னுரை	5
	இரண்டாம் பதிப்பின் முன்னுரை	11
1.	இரட்டை வாக்குரிமையும் தனித்தொகுதி முறையும்	12
2.	புனா ஒப்பந்தமும் சிறுபான்மையினரும்	41
3.	தனித்தொகுதியும் சுயமரியாதை இயக்கமும்	61
4.	தனித்தொகுதியும் தமிழகப் பத்திரிகைகளும்	90

பகுதி II

1.	இரட்டை வாக்குரிமை: தமிழக ஆய்வாளர்களின் மதிப்பீடு குறித்த விமர்சனம்	110
	பின்னுரை : நழுவிப்போன நம்பிக்கையும் தழுவி நிற்கும் கனவும்	124

முதல் பதிப்பின் முன்னுரை

இரட்டை வாக்குரிமை என்ற கோரிக்கை, அதைத் தொடர்ந்த புனா ஒப்பந்தம், அதன் விளைவாக நிகழ்ந்த அணிமாறல்கள், அந்த ஒப்பந்தத்தின் போது தரப்பட்ட உறுதிமொழிகள், அவற்றைப் பின்னாளில் கண்டு கொள்ளாமல் விட்டது என இந்திய வரலாற்றில் மிக முக்கியமான தருணமாகக் கருதப்படும் இருபதாம் நூற்றாண்டின் முற்பகுதியில் நிகழ்ந்த பல்வேறு வகையான அரசியல் நிகழ்வுகளை மையமிட்டு எழுதப்பட்டுள்ள இப்புத்தகம், ஜெகநாதன் வெவ்வேறு தருணங்களில் வெவ்வேறு தளங்களில் எழுதி, வாசித்த கட்டுரைகளின் தொகுப்பு.

தற்கால தலித் அரசியலில் அவ்வப்போது எழுப்பப்படும் கோரிக்கையாக இரட்டை வாக்குரிமை விளங்குவதும், இத்திட்டம் குறித்துத் திராவிட இயக்கத்தவர்கள் விதவிதமாகப் பேசுவதும், மார்க்சியர்கள் 'வெற்றுக் கோஷமாகவே' பார்ப்பதும் போன்ற மேலோட்டமான சலசலப்புகளைத் தாண்டி இரட்டை வாக்குரிமை என்ற கோரிக்கையின் வரலாற்று யதார்த்தம், நாம் பல தருணங்களில் கவனியாது விட்டுவிடுகிற சங்கதிகளைச் சொல்ல வல்லவையென்றே எனக்குப் படுகிறது.

இந்தியா என்ற ஜனநாயக நாட்டை வடிவமைப்பதில் தவிர்க்க முடியாதவோர் அத்தியாயமாகவே 'இரட்டை வாக்குரிமை' என்ற கோரிக்கை முன்வைக்கப்படுகிறது. இருபதாம் நூற்றாண்டின் துவக்க வருடங்களில் அங்கொன்றும் இங்கொன்றுமாய் ஒலித்துக்கொண்டிருந்த இந்து மதப் புனருத்தாரண கோஷம், தனக்குப் பெருந்திரளான மக்களை ஈர்க்கக்கூடிய வல்லமை இன்னமும் வந்திருக்கவில்லை என்பதைக் கண்டுகொண்டபோது, இந்தியத் தேச விடுதலையாகத் தன்னை உருமாற்றிக்கொண்டு, தேசம், தேசியம், ஜனநாயகம் போன்ற இரவல் கருத்தாக்கங்களால் நெய்யப்பட்ட சொல்லாடலை உற்பத்தி செய்யத் துவங்கிய காலகட்டத்தில் 'காந்தி' என்ற கற்பனைக்கும், அம்பேத்கர் என்ற யதார்த்தத்திற்கும் இடையிலான உரையாடலின் உச்சபட்சமே இரட்டை வாக்குரிமையும் அதனைத் தொடர்ந்த புனா ஒப்பந்தமும்.

நமது வரலாற்றாசிரியர்கள் பலரும் கற்பனை செய்வது போல் இருபதாம் நூற்றாண்டின் மத்தியில் இந்தியாவெங்கிலும் விடுதலைக்கான வேட்கையும் ஆவேசமும் கொழுந்து விட்டு எரிந்துகொண்டிருக்கவில்லை என்பதை நாம் கவனத்தில் கொள்ள வேண்டும். மேலும் கீழும், குறுக்கும் நெடுக்கும் விதவிதமான ஏற்றத்தாழ்வுகளைக் கொண்டிருந்த இந்தியச் சமூகங்களில், ஆங்கிலேயரின் அருகமையைச் சாதகமாக்கிக் கொண்டு, ஐரோப்பியக் கல்வி கற்றுத் திரும்பியிருந்த மிகச் சொற்பமான கனவான்களுக்கும், உள்ளூர் பிராமணர்களுக்கும் வெள்ளை ஆட்சியதிகாரம் பெருஞ்சுமையாகத் தோன்றத் துவங்கியது. தாங்கள் அடிமைப்பட்டுக் கிடப்பது போன்ற பிரமைக்குள் ஆட்பட்டார்கள். இதனால், புதிதாய் விழிப்புணர்வு பெற்ற சுதேசி குடிகளாய் தங்களை நினைத்துக்கொண்டு அரசியல் ரீதியான நடவடிக்கைகளில் ஈடுபட்டார்கள்.

இவ்வாறு இவர்கள் திடீரென்று தடம்புரண்டு நடந்துகொண்டதற்குக் காரணங்கள் இல்லாமல் இல்லை. பத்தொன்பதாம் நூற்றாண்டில் ஐரோப்பிய நாடுகளில் கிளம்பிய மரபு மீதான காதல், இந்தியச் சமூகங்களின் மரபையும் பேணுதல் என்பதாகக் கிளைவிரித்தபோது, இங்கிருந்த பிராமண பூசகர்களும், எழுத்தர்களும் பழமையைத் தேடி வந்த ஐரோப்பியர்களிடம் இந்தியச் சமூகங்களின் ஒட்டுமொத்த மரபிற்கான காரணகர்த்தாக்களும் தாமே என்று கட்டிவிட்ட கற்பனை வெகு விரைவில் சிதையத் துவங்குவதை அவர்கள் அவ்வளவாக இரசிக்கவில்லை. ஆரிய மரபு, சமஸ்கிருத மரபு என்ற பெயரில் பிராமண மேலாண்மை மறுநிர்மாணம் செய்யப்பட்டபோது, இது தங்களின் மறுமலர்ச்சிக் காலமெனக் குதூகலிக்கவே செய்தனர் மேற்கூறிய பிராமண சமூகத்தினர். ஆனால், கால்டுவெல், ஜி.யு.போப் போன்றோர் முன்வைத்த தமிழிலக்கிய வளங்களும், திராவிட நாகரிகம் என்ற மாற்று மரபையும், பிராமணக் கலப்பற்ற மண்ணின் மரபுகளும் ஆரிய வாதத்திற்கு எதிராகவே விடிந்தன.

மரபை மறுநிர்மாணம் செய்யப் புகுந்த செயல் இவ்வாறு தடாலடியாய் மாறிப்போனதோடு, சாதியப் பிடிமானத்தின் மீதும் வலிமையான குற்றச்சாட்டுகள் முன்வைக்கப்படுவதைப் பிராமணர்களும் உயர்சாதி இந்துக்களும் கலவரத்தோடு கவனித்துவந்தனர். குறிப்பாக, இந்திய நிலப்பரப்பின் பல்வேறு தளங்களில் சாதியத்திற்கும் மேலாண்மைக்கும் எதிரான ஒடுக்கப்பட்ட சாதிகளின் பல்வேறு விதமான போராட்ட சமூக இயக்கங்கள் பெருவாரியான மக்களின் இயக்கங்களாகத் தோற்றம்

பெற்றதும், இவ்வியக்கங்கள் தத்தமது வட்டாரங்களில் செயல்பட்டுவந்த பாரம்பரிய அதிகாரங்களைக் கேள்விக்குட்படுத்தியதையும் கண்ணுற்ற உயர்சாதியினர், வேறொரு வலிமையான கோஷத்தின் மூலமே இத்தகைய நகர்வுகளைத் தடைசெய்ய முடியும் என்று கணித்து இந்திய சுதந்திரம் என்பதான கோஷத்தை ஓங்கி எழுப்பத் துவங்கினர்.

பிராமணர்களும் பிற உயர்சாதி இந்துக்களும், பிற்படுத்தப்பட்ட - தாழ்த்தப்பட்ட மக்களின் சமூக இயக்கங்களைக் கண்டு வெளிப்படுத்திய கலவரமே இந்திய சுதந்திரப் போராட்டமாக வரலாற்றாசிரியர்களால் இட்டுக்கட்டப் பெறுகிறது. நம்புவதற்குச் சற்றுச் சிரமமாக இருந்தாலும், அப்போராட்டக் காலகட்டத்தின் முன்னும் பின்னுமாகக் கட்டப்பட்டுவரும் புனைவுகளைக் கணக்கிலெடுத்தால் அதன் இயல்பு சர்வ சாதாரணமாக வெளிப்படத் துவங்கும்.

சுதந்திரப் போராட்டத்தை நடத்திக்கொண்டிருந்த பலரும், இந்தியச் சமூகங்களைக் கணக்கிலிடுகையில் தாங்கள் சொற்பமான சிலராக இருக்கிறோம் என்பதைத் தெளிவாகவே உணர்ந்திருந்தனர். இதனாலேயே அறிவுப்பூர்வமாகவும் சித்தாந்த ரீதியாகவும் அவர்கள் முன்வைத்த எந்தவோர் உசுப்புதலும் பெருவாரியான மக்கள் தளத்தில் சிறு சலனத்தைக் கூட ஏற்படுத்தாமல் இருந்தது. ஏறக்குறைய மோகன்தாஸ் கரம்சந்த் காந்தியின் வரவிற்குப் பின்பே இந்திய சமூகம் ஏதோ நடந்துகொண்டிருப்பதாய் யூகித்துத் தலையுயர்த்திப் பார்க்கத் துவங்கியது.

அதுநாள் வரையில் இந்திய மக்கள் அனைவரின் வேட்கை போன்றும், அரசியல் கோரிக்கை போன்றும் சொல்லிவைக்கப்பட்டிருந்த இந்திய சுதந்திரம் என்ற கோஷம், காந்தியின் வருகைக்குப் பின்பு ஆன்மீக முகமூடியை மாட்டிக்கொண்டு உலா வரத் துவங்கியதைக் கவனிக்க வேண்டும். காந்தியின் ஆன்மீக நாட்டத்திற்கான தனிப்பட்ட காரணங்கள், அவரே சொல்வது போல் பல்வேறாக இருந்தாலும், காந்தி போன்ற ஆன்மீகவாதியால் மட்டுமே அரசியல் செய்ய முடியுமென்பதே இந்தியச் சமூகங்களின் யதார்த்தமாக இருந்தது. பத்தொன்பதாம் நூற்றாண்டில் துவங்கி இருபதாம் நூற்றாண்டின் முற்பகுதி வரையில் ஒடுக்கப்பட்ட மக்களின் சமூகப் போராட்டங்களை முன்னெடுத்த பலரும் ஆன்மீகத் தேட்டமுடைய நபர்களாகவே இருந்ததைக் கவனிக்க வேண்டும்.

தென்தமிழ்நாட்டில் அய்யா வைகுண்டர், நாராயண குரு, அய்யன்காளி, பண்டிட் கருப்பன், நம்மையாழ்வார் வாதிரியார் போன்ற ஒடுக்கப்பட்ட மக்களிடம் செயல்பட்ட அத்தனை தலைவர்களும் ஆன்ம மேம்பாட்டையும், பண்பாட்டு - சமூக மேம்பாட்டையும் ஒருமித்தே செய்துவந்தனர். ஐரோப்பிய அரசியல் ஞானம், ஆன்மீகத்தையும் பண்பாட்டையும் தனித்தனியே பிரித்துப் பார்த்துத் தனது சமூகப் போராட்டங்களை முன்னெடுத்த காலத்தில், சமூக விடுதலையையும் தனிமனித விடுதலையையும் ஒன்றேபோல் செய்துகாட்டிய ஒடுக்கப்பட்ட சமூகத் தலைவர்களின் வகை மாதிரியை அப்படியே போலி செய்யத் துவங்கும் கரம்சந்த் காந்தியை மகாத்மாவாகச் சித்திரிக்க விரும்பி செய்யப்பட்ட புனைவுகள் ஏராளம்.

அரசியல் அதிகாரத் தளத்தில் மக்களாலே மக்களுக்காக நடத்தப்பெறும் அரசு என்ற சித்தாந்தத்தின் அடிப்படையில் ஜனநாயகம் என்பதை அக்காலத்து மோஸ்தர் போன்று பயன்படுத்திய பிராமணர்களும் உயர்சாதி இந்துக்களும் தங்களது கோஷத்திற்கும் பெருவாரியான மக்கள் திரளுக்கும் இடையிலான பாரதூர வெளியை காந்தியின் பிம்பம் கொண்டு இட்டு நிரப்பத் தலைப்பட்டதன் வேடிக்கை அன்றைய தினம் யாராலும் கண்டு கொண்டிருக்கப்படவில்லை. இந்திய நாட்டை மக்களாட்சி நடைபெறும் நாடாக உருமாற்றப் போவதாய் போராடிக்கொண்டிருந்த சிறுபான்மை உயர்சாதியினர், காந்தியைக் கொண்டு தங்களது அரைவேக்காட்டுத்தனத்தை மறைக்கப் பார்த்தனர் என்றாலும், அவர்களது ஏமாற்றுத்தனத்தை மிகத் தெளிவாக விளங்கிக்கொண்டவர்களாக அம்பேத்கரும் ஜின்னாவுமே விளங்கினர்.

இவர்கள் இருவருக்கும் ஒரு விஷயத்தில் ஒற்றுமை இருந்தது. அதாவது, இவ்விரு தலைவர்களுமே உயர்சாதி இந்துக்களின் பேராசையைத் தெளிவாக உணர்ந்திருந்தனர். நடந்துகொண்டிருப்பது விடுதலைக்கான போராட்டமல்ல, அரசியல் அதிகாரக் கைமாற்றமே என்பதை உணர்ந்திருந்தனர். வெள்ளையர்களை நகர்த்திவிட்டு அவ்விடத்தில் உயர்சாதி இந்துக்கள் அமரத் துடிக்கிறார்கள் என்பது அவர்களுக்கு விளங்கியே இருந்தது. இத்தகைய அதிகார மாற்றத்தைத் தனக்கேயுரித்தான, வேடிக்கையான நேர்மையுடன் நிகழ்த்த விரும்பிய ஆங்கிலேய அரசு, இந்தியர்கள் தங்களை ஆட்சி செய்து கொள்ள கொஞ்சம் கொஞ்சமாய் அவர்களைப் பயிற்றுவிக்கத் துவங்கியது.

இத்தருணத்தில், அமையவிருக்கிற சுதந்திர இந்தியாவில் தங்களுக்கான நியாயத்தை விடாப்பிடியாய் வாதாடிப் பெற்றுக்கொண்டிருந்த ஜின்னாவும் அம்பேத்கரும் பிராமணர்களாலும் உயர்சாதி இந்துக்களாலும் துரோகிகளாய்ச் சித்திரிக்கப்பட்டதையும் கவனிக்க வேண்டும். மிக சாமர்த்தியமாய் அரசியல் அதிகாரத்தை எவ்வித இழப்புமின்றிக் கைப்பற்றிக்கொள்ள வேண்டிக் காய்களை நகர்த்திக்கொண்டிருந்த குழுவினர் ஒருபுறம். இவர்களின் உண்மை முகம் தெரிந்துவிடாதபடிக்கு இவ்வதிகாரப் பரிமாற்றத்திற்கு மக்களைத் திரட்டிய காந்தியின் ஆன்மீக வேடம் ஒருபுறம். இவற்றிற்கு நடுவே தன்னை நியாயவானாகவும், நீதியின் காவலனாகவும் உயர்த்திக்கொள்ள விரும்பிய காலனிய அரசு மறுபுறம். இவர்களிடையே நடைபெற்ற மாபெரும் நாடகத்தின் யதார்த்த முகத்தைத் தெளிவாகவே உணர்ந்திருந்த அம்பேத்கர், எவ்வளவு கூடுமோ அவ்வளவிற்குத் தனது மக்களுக்கான நியாயத்தை வாதாடிப் பெறுவதில் உறுதியாய் இருந்தார்.

இந்திய சுதந்திரப் போர் என்ற பெயரில் நடைபெற்ற அனைத்தும் அதிகார மாற்றத்திற்கான பேச்சுவார்த்தைகள்தாம். இவற்றில் பெரும்பாலும் நடைபெற்றவை பேரம் பேசுதல்களே என்பதைப் புரிந்துகொண்டால் அம்பேத்கரின் இரட்டை வாக்குரிமை கோரிக்கையின் நியாயம் விளங்கும். வரப்போகிற புதிய அரசியல் முறையின் இலாபங்களை முழுமையாக விழுங்கிவிட உயர்சாதியினர் கங்கணம் கட்டித் திரிந்தனர். ஏனெனில், புதிய இந்தியாவைப் படைப்பதாய் இவர்கள் பேசித் திரிந்த அனைத்தும் கோஷங்கள்தானென்றும், எந்தவோர் அடிப்படையான சமூக ஒழுங்கையும் மறுநிர்மாணம் செய்யவோ அல்லது புதிதாய் உருவாக்கவோ அவர்கள் தயாராய் இல்லையென்றும், ஏற்கெனவே நிலவிய ஏற்றத்தாழ்வுகளைப் பாதுகாப்பதையே அதிகமாய் விரும்புகிறார்கள் என்பதையும் உணர்ந்த அம்பேத்கர், இவ்வியாபாரத்தில் ஒடுக்கப்பட்ட மக்களுக்கான உரிமையைப் பாதுகாக்கும் கடமையை ஆற்றுவதில் சிந்தனையளவில் பெற்ற வெற்றியே 'இரட்டை வாக்குரிமை' என்ற கோரிக்கையாகும்.

ஆய்வாளர் ஜெகநாதன் எழுதியுள்ள இந்நூல் இரட்டை வாக்குரிமையை விலாவாரியாய் விளக்குவதோடு, அக்காலகட்ட அரசியல் சூழலையும் தெளிவாகச் சித்திரிக்கிறது. இரட்டை வாக்குரிமையை நிர்மூலமாக்கியதில் யார் யாருக்கெல்லாம் பங்குண்டு என்பதையும், இதனால் அம்பேத்கர் எவ்வாறெல்லாம் இழிவுப்படுத்தப்பட்டார் என்பதையும் இந்நூலில் தெளிவாக விளக்கியுள்ளார். தற்காலம் பேசப்பட்டுவரும் தலித்திய

விவாதங்களுக்கு இதுபோன்ற ஆய்வுகள் துணைபுரியும். ஜெகநாதனுக்கு எனது பாராட்டுகள்.

இந்த நூலின் அமைப்பு மீதும், ஜெகநாதன் மீதும் எனக்கொரு வருத்தமுண்டு. இரட்டை வாக்குரிமைக்குக் கொடுத்த அதேயளவு முக்கியத்துவத்தைப் புனா ஒப்பந்தம் அதனையொட்டிய நிகழ்வுகளுக்கும் வழங்குவதே சரியானதாக இருக்குமென்று நம்புகிறேன். குறிப்பாக, புனா ஒப்பந்தம் விளைவித்த புரிதல்கள், தீண்டாமை தொடர்பான விவாதங்கள், அரிஜன சேவா சங்கம் என்ற அமைப்பின் செயல்பாடு, அதன் மீதான அம்பேத்கரின் அதிருப்தி, அதனைத் தொடர்ந்து காந்தி அம்பலமானது, எம்.சி.ராஜா காந்தியை மறுத்தது என்று பல்வேறு அரசியல் நிகழ்வுகளையும் விவாதிக்கும்போதே இந்நூல் முற்றுப் பெறும் என்று நம்புகிறேன். அதனைச் செய்வதற்கான மனபலமும், உடல் வலிவும் பெற்ற ஜெகநாதன் தனது சக்தியையும் காலத்தையும் திராவிட, கம்யூனிஸ்ட் நண்பர்களுக்கு அக்குவேறு ஆணிவேறாய் அலசியெடுத்துப் பதில் சொல்லிக்கொண்டிருப்பதில் விரயமாக்குகிறார் என்பது எனது குற்றச்சாட்டும் கூட.

அதாவது, ஜெகநாதன் போன்ற சீரிய ஆய்வு மனோபாவம் உடையவர்கள் இரட்டை வாக்குரிமையில் துவங்கிய ஆய்வை மெல்ல மெல்ல வளர்த்து இடஒதுக்கீடு, வகுப்புவாரி பிரதிநிதித்துவம், தேசியம், ஜனநாயகம், மதச்சார்பின்மை, அரசியல் விழிப்புணர்வு, அரசியல் பிரக்ஞையின்மை போன்ற கோட்பாடுகளுக்குள் வளர்த்தெடுத்துச் சென்று, மென்மேலும் இச்சாதிய சமூகத்தைத் தெளிவாக விளங்கிக்கொள்ள துணை செய்ய வேண்டுமென்பதே எனது விருப்பம்.

டி.தருமராஜன்

செப்டம்பர், 2006

பாளையங்கோட்டை.

இரண்டாம் பதிப்பின் முன்னுரை

"இரட்டை வாக்குரிமை குறித்தான சில ஆய்வுகள்" எனும் இந்நூல் 2006 செப்டம்பரில் வெளியானது. இந்நூல் எனது முதல்நூல். மதுரை புத்தகத் திருவிழா 2023இன் போது இந்நூலின் சிறப்பை எடுத்துக்கூறி இரண்டாவது பதிப்பைக் கோரிய அமெரிக்கன் கல்லூரியின் தமிழ்த்துறை ஆய்வு மாணவன் முருகனுக்கு எனது நன்றி. அதனை ஏற்றுச் சிறந்த முறையில் நூலை வெளியிடும் நீலம் பதிப்பகத்தின் பொறுப்பாசிரியர் வாசுகி பாஸ்கருக்கும் எனது நன்றி. முதல் பதிப்பைச் சொந்தப் பதிப்பாக வெளியிட்டேன். அக்காலகட்ட நண்பர்களுக்கு அன்பு.

அ.ஜெகநாதன்
இடம்: மதுரை
நாள்: 29.12.2023

இரட்டை வாக்குரிமையும் தனித்தொகுதி முறையும்

'இரட்டை வாக்குரிமை தாழ்த்தப்பட்டவர்களுக்குக் கிடைத்த ஓர் அரசியல் ஆயுதம்' என அம்பேத்கர் வர்ணித்தார். அரசியல் தளத்தில் இக்கோரிக்கை தற்போது மேலெழும்பி வருகிறது. அட்டவணைச் சமூக மக்களின் தலைவர்களான தொல்.திருமாவளவன், டாக்டர் கிருஷ்ணசாமி ஆகியோருக்கு இந்நேரத்தில் நன்றி கூற வேண்டும். சிந்தனைத் தளத்தில் அன்பு பொன்னோவியம், ஜெய்சன், ரவிக்குமார் போன்றோர் இக்கோரிக்கை குறித்தான ஆய்வை மேற்கொண்டனர். இரட்டை வாக்குரிமை குறித்தான பங்கீட்டு ஆய்வுகளை கோ.கேசவன், அ.மார்க்ஸ், தொ.பரமசிவன் ஆகியோர் மேற்கொண்டனர் (இவர்களின் ஆய்வு முடிவுகள் குறித்தான எனது மதிப்பீட்டைப் பகுதி இரண்டில் உள்ள 'இரட்டை வாக்குரிமை: தமிழக ஆய்வாளர்களின் மதிப்பீடு குறித்த விமர்சனம்' என்ற கட்டுரையில் விரிவாக முன்வைத்துள்ளேன்). இன்று இரட்டை வாக்குரிமை வெகுசன சொல்லாடலாக மாறியிருக்கிறது. இத்தருணத்தில் தனித்தொகுதி முறைக்கான பூர்வாங்க வரலாறை அறிந்துகொள்வது அவசியமாகும். எனவே தனித்தொகுதி வரலாறு, தனித்தொகுதி எவ்வாறு காந்தியால் வீழ்த்தப்பட்டது, மீண்டும் தனித்தொகுதி கோரிக்கை மேலெழும்பிய வரலாறு முதலானவற்றை மட்டும் இக்கட்டுரை விவாதிக்கும்.

இரட்டை வாக்குரிமை வரலாற்றுச் சுருக்கம்

தனித்தொகுதி - இரட்டை வாக்குரிமை - கூட்டுத் தொகுதி - இன்றைய தனித்தொகுதி என்பதாக நாம் பகுத்துக்கொள்வோம். இதனை விளக்கிவிட்டுக் கட்டுரைக்குள் செல்லலாம். ஏனெனில், இவை ஒவ்வொன்றுக்கும் ஒரு பொருள் உண்டு. தனித்தொகுதி முறை என்பது ஒரு வகுப்பாருக்கு மட்டும் ஒதுக்கப்பட்ட தொகுதி. இத்தொகுதியில் போட்டியிடும் ஒருவரை அதே வகுப்பைச் சேர்ந்தவர்கள்தான் தேர்ந்தெடுக்க வேண்டும். துரதிஷ்டவசமாக தாழ்த்தப்பட்டவர்களுக்கு இத்தொகுதி முறை செயல்படுத்தப்படவில்லை. அவர்கள் நியமனம் வழியாகவே தேர்ந்தெடுக்கப்பட்டனர். இரட்டை வாக்குரிமை எனும் திட்டத்தில் ஒரு தாழ்த்தப்பட்டவர் இரண்டு ஓட்டுக்களுக்கு உரிமையாளர். தனது இனத்தைச் சேர்ந்த வேட்பாளருக்கு ஒரு ஓட்டு. பொதுத் தொகுதியில் உள்ள பொது வாக்காளரைத் தேர்தெடுப்பதற்கு ஒரு ஓட்டு. இரண்டாவது ஓட்டைத்தான் அம்பேத்கர் "விலைமதிப்பற்ற தனிச் சலுகையாகும். ஓர் அரசியல் ஆயுதம் என்ற முறையில் அதன் மதிப்பு கணக்கிடற்கரியது" (அ.நூ. 10 / 351 - 352) எனக் கூறினார்.

கூட்டுத் தொகுதி முறையிலும் இரண்டு ஓட்டுக்கள் உண்டு. இது புனா ஒப்பந்தத்தால் உருவான தொகுதி முறையாகும். பூர்வாங்கத் தேர்தலில் தாழ்த்தப்பட்ட மக்கள், முதல்நிலைத் தாழ்த்தப்பட்ட வேட்பாளர்களைத் தேர்ந்தெடுப்பர். அதிகபட்சமாக நான்கு வேட்பாளர்கள் இந்த முறையில் தேர்ந்தெடுக்கப்படுவர். பின்னர் கலப்பு வாக்களிப்பு முறையில் இந்நால்வரில் ஒருவர் தேர்ந்தெடுக்கப்படுவர். சிலர் இம்முறையை மேலெழுந்தவாரியாகப் பார்த்து இரட்டை வாக்குரிமை எனக் கூறுகின்றனர். இரட்டை வாக்குரிமைச் சொல்லாடலைக் கூட்டுத் தொகுதி முறைக்குப் பயன்படுத்துவது தவறான அரசியல் சொற்பிரயோகமாகும். இவை இரண்டிற்கும் பாரதூர வேறுபாடு இருக்கிறது. எனவே, இதனை கூட்டுத் தொகுதி முறை என்றுதான் சொல்ல வேண்டும். அடுத்து இன்றைய தனித்தொகுதிமுறை. இம்முறை கூட்டுத் தொகுதி பெற்றெடுத்த போலியோ குழந்தை என்ற புரிதலுடனே தொடர்ந்து நாம் கட்டுரைக்குள் நுழைவோம்.

ஆங்கிலேயே அரசு 1882இல் இந்திய அரசியல்வெளியைச் சீர்திருத்த முயன்றது. இக்காலகட்டத்தில் அரசியல் ரீதியாகப் பரிணமித்துத் தங்களுக்கெனத் தனிப்பிரதிநிதித்துவம் வேண்டும் என முதல் கோரிக்கையை

எழுப்பியவர்கள் தாழ்த்தப்பட்டவர்களே ஒடுக்கப்பட்டவர்களே என கோ.கேசவன் குறிப்பிடுகிறார். "இரட்டைமலை சீனிவாசன், பண்டிதர் அயோத்திதாசர் ஆகியோரின் முன்முயற்சியால் தொடங்கப்பட்ட திராவிட மகாஜன சபை 1.12.1891ஆம் நாளில் இயற்றிய தீர்மானம் இப்படிக் கூறுகிறது: எல்லா மாவட்டங்களிலும் உள்ள கிராமப் பஞ்சாயத்துகள், நகராட்சி மன்றங்கள் ஆகியவற்றில் ஒடுக்கப்பட்ட வகுப்பாரின் குறைகளை எடுத்துரைக்கும் விதத்தில் ஒடுக்கப்பட்ட வகுப்பாரின் உரிய பிரதிநிதிகளை நியமிக்க வேண்டும்" என்பதான தீர்மானத்தை கோ.கேசவன் தனது கட்டுரை ஒன்றில் குறிப்பிட்டிருக்கிறார். லார்ட் மார்லி (1906) அவர்களின் சீர்திருத்தம் இந்தியாவில் மேற்கொள்ளப்பட்டபோது இந்து முஸ்லிம் பிரச்சினை தீவிரமாகியது. இக்காலத்தில் வாழ்ந்த அயோத்திதாசர், மார்லியின் சீர்திருத்தத்தை வரவேற்று முகமதியர்கள் ஒருவகையில் இந்தியர்களேயாம்" என நேசக்கரத்தை நீட்டுவார். "இராசாங்க ஆலோசனை சங்கத்துள் நூறு பெயர் நியமனமாக வேண்டுமானால் சாதி பேதமற்ற திராவிடர்களாம் இந்தியர்கள் (தாழ்த்தப்பட்டவர்கள்) 25 பெயரையும், சாதி பேதமுள்ள திராவிடர்கள் (சூத்திரர்கள்) 25 பெயரையும், முகமதியர்கள் 25 பெயரையும், யுரேஷியர்கள் 13 பெயரையும், நேட்டிவ் கிறிஸ்டியன்கள் 12 பெயர்களையும் நியமித்து ஆலோசனைகளை நிறைவேற்றுவதனால் சகல குடிகளும் சுகம் பெறுவார்கள்" (அ.சி. 1 - 104) என அயோத்திதாசர் குறிப்பிடுகிறார்.

அயோத்திதாசரின் கோரிக்கை நிராகரிக்கப்பட்டபோது மார்லியின் செயல்பாட்டை அயோத்திதாசர் கண்டிக்கவும் தவறவில்லை. "இத்தேசத்தில் வாசஞ்செய்யும் முகமதியர்களை இந்தியர்களாகப் பாவிக்காது முகமதியர்கள் வேறு இந்துக்கள் வேறு என்று பிரிக்க ஆரம்பித்துக்கொண்டார். ஆனால், இந்துக்களுள் இடிபட்டு நசிந்து வரும் முக்கிய வகுப்பாரை கவனித்தாரில்லை" (அ.சி. 1 - 103) என அயோத்திதாசர் தனது தமிழன் இதழில் எழுதினார். தாழ்த்தப்பட்டவர்களின் நலனோடு உறவாடுவதைக் காட்டிலும் மார்லி இசுலாமிய கனவான்களுடன் உறவாடுவதையே பெரிதும் விரும்பினார். இசுலாமிய கனவான்களுக்குத் தனது மாளிகையில் விருந்து கொடுத்து உபசரிக்கும் அளவுக்கு அவர் இசுலாமியர்களுடன் நெருங்கிச் சென்றார். இசுலாமியர்கள் ஆண்ட இனத்தவர் என்பதாலேயே மார்லி அவர்களோடு நெருங்கினார். இதனைப் போன்றே பின்னாளில் காந்தியும் ஆண்டபரம்பரைக்கே மரியாதை செலுத்தினார். இவ்வாறாக, 1906இல் உருவான மிண்டோ - மார்லி சீர்திருத்தம் தாழ்த்தப்பட்டவர்களுக்கு

எதிராகச் சென்றது. இதன் பின்னர் 1919இல் மாண்டேகு செம்ஸ்போர்டு அறிக்கை வெளிவந்தது. "தீண்டத்தகாதவர்களின் பிரச்சினையை இந்த அறிக்கை தெள்ளத் தெளிவாக ஒப்புக்கொண்டது. இது மட்டுமின்றிச் சட்டமன்றங்களில் அவர்கள் பிரதிநிதித்துவம் பெறத் தகுந்த ஏற்பாடு செய்வதாகவும் அறிக்கையைத் தயாரித்தவர்கள் உறுதி கூறினார்கள்" (அ.நூ. 10 / 767) என அம்பேத்கர் எழுதுகிறார். இதற்குப் பின்னர் வாக்குரிமையையும், தேர்தல் முறையையும் தீர்மானிப்பதற்காக சவுத்பரோ குழு அமைக்கப்பட்டது. மார்லி குழுவைப் போன்று தாழ்த்தப்பட்டவர்களை இக்குழுவும் ஏற்கவில்லை. ஆனால், இக்குழுவின் போக்கை ஆங்கிலேய அரசு ஏற்கவில்லை. "தீண்டப்படாதவர்கள் தங்களைத் தற்காத்துக்கொள்வதற்குக் கற்றுக்கொள்ள வேண்டும் என்று அறிக்கையைத் தயாரித்தவர்கள் கூறியிருக்கிறார்கள். ஆனால், அறுபது அல்லது எழுபது சாதி இந்துக்கள் இருக்கும் ஒரு சட்டமன்றத்தில் இச்சமூகத்தைச் சேர்ந்த ஒரேயோர் உறுப்பினரைச் சேர்த்துக்கொள்வதன் மூலம் இதனைச் சாதிக்க முடியும் என்று எதிர்பார்ப்பது விந்தையிலும் விந்தையாக இருக்கிறது" (மேலது / 167) என்பதாக ஆங்கிலோ இந்திய அரசு குறிப்பெழுதியது.

அரசியல் சீர்திருத்தத்தின் தொடர்ச்சியாக சைமன் கமிஷன் 1927இல் இந்தியாவிற்கு வந்தது. அக்கமிஷனில் இந்தியர் யாரும் இல்லை எனக்கூறி இந்திய தேசிய காங்கிரஸ் கமிஷனைப் புறக்கணித்தது. அதேவேளையில் இந்தியாவில் இருந்த சிறுபான்மைப் பிரிவினரும் தாழ்த்தப்பட்டவர் அமைப்புகளும் கமிஷனை நிராகரிக்கவில்லை. "சைமன் குழுவின் முன் பதினெட்டுத் தீண்டப்படாத வகுப்புச் சங்கங்கள் தீண்டப்படாதவர்களுக்கெனத் தனிவாக்காளர் தொகுதிகள் வேண்டும் என்று கோரியிருந்தன. பகிஷ்கரித் ஹித்தகாரினி சபையின் சார்பில் கோரிக்கை அறிக்கையை சைமன் குழுவிடம் (அம்பேத்கர்) அளித்தார்" (தனஞ்செய்கீர் / 162). அறிக்கையின் 13ஆம் பகுதியில் "தாழ்த்தப்பட்ட வகுப்பினரைப் பொறுத்தவரை, பொதுத் தொகுதிகளில் சுதந்திரமான தேர்தல் என்பது இயலாது என்பது சபாவின் கருத்து. மறுபுறத்தில் வகுப்புகள் அடிப்படையிலான தேர்தல் தொகுதிகளைச் சபா விரும்பவில்லை. பொதுத் தொகுதிகளில் ஒதுக்கப்பட்ட இடங்கள் தாழ்த்தப்பட்ட வகுப்பினருக்குக் கொடுக்கப்பட்டால் அது போதுமானது என்பது அதன் கருத்து" (அ.நூ. 4 / 193) என்று குறிப்பிடப்பட்டிருக்கிறது. அதே வேளையில் சைமன் கமிஷனில் அம்பேத்கர் சாட்சியம் அளித்த தருவாயில் சைமன் கமிஷன்

பின்வருமாறு வினா தொடுத்தது,

"வயது வந்தோர்க்கெல்லாம் வாக்குரிமை என்பது இல்லாவிட்டால்?"

டாக்டர் அம்பேத்கர்: "அப்படியானால் நாங்கள் தனியான வாக்காளர் தொகுதிகளைக் கோருவோம்" (மேலது / 228) எனப் பதிலளித்திருக்கிறார். இங்கு ஒன்றை நாம் கவனத்தில் கொள்ள வேண்டும். சைமன் கமிஷனிடம் மொத்தம் தாழ்த்தப்பட்ட அமைப்புகள் கோரிக்கை மனுவை அளித்தன. இவற்றில் அறுதிப் பெரும்பான்மையான தாழ்த்தப்பட்ட அமைப்புகள் தனித்தொகுதி முறை வேண்டும் என்றிருக்கின்றன. அம்பேத்கரின் அமைப்பு 'வயது வந்தோருக்கு வாக்குரிமை. இல்லையெனில் தனித்தொகுதி முறை' எனக் கோரியது. சென்னை மாகாண தாழ்ந்த வகுப்பினர் சங்கத்தைச் சேர்ந்த இரட்டைமலை ஆர்.சீனிவாசன் தனி நியமனம் வேண்டும் எனக் கோரினார். தனித்தொகுதி முறை வேண்டாம் எனக் கூறிய இவ்விருவரைத்தான் ஆங்கிலேய அரசு வட்டமேஜை மாநாட்டிற்குப் பின்னாளில் வரவழைத்தது என்பது வியப்புறும் நிகழ்வாக இருக்கிறது.

சைமன் கமிஷன் தனது அறிக்கையை 1930 மே மாதத்தில் வெளியிட்டது. அதில், "மாகாண ஆளுநரிடம் தகுதிச் சான்றிதழ் பெற்ற பிறகுதான் தீண்டப்படாத வகுப்பினர் தேர்தலில் நிற்க முடியும்" (த.கீ / 200) என சைமன் கமிஷன் கூறியது. "இது நியமனம் செய்வதற்கான முயற்சியே தவிர வேறொன்றுமில்லை... நம்முடைய பிரதிநிதிகளை நாம் விரும்பியபடி நாமே தேர்ந்தெடுத்துக்கொள்ளும் உரிமையைக் கேளுங்கள். இதற்கு எத்தகைய தடையும் நியமனமும் இருக்கக் கூடாது" (த.கீ / 202) என அம்பேத்கர் 1930 ஆகஸ்ட் 8 அன்று நாக்பூரில் நடந்த 'அனைத்திந்திய தீண்டப்படாதார்' மாநாட்டின் தலைமையுரையில் கூறினார்.

இந்நிலையில் 1930 நவம்பர் 12 அன்று பிரிட்டிஷ் மன்னர் ஐந்தாவது ஜார்ஜ் இந்திய வட்ட மேஜை மாநாட்டைத் துவக்கி வைத்தார். "இந்தியாவுக்கான புதிய அரசியல் சட்டம் நிர்ணயிக்கப்படும் முன்னர் இந்தியர்களின் பிரதிநிதிகள் ஒரு விவாதத்திற்கு அழைக்கப்படுவர்" (அ.நூ. 16 / 63) என்ற பிரிட்டிஷ் அறிவிப்பை ஒட்டியே வட்ட மேஜை மாநாடு கூட்டப்பட்டது. இந்தியாவில் முதன்முதலாக அரசியல் கோரிக்கையை எழுப்பியவர்கள் தாழ்த்தப்பட்டவர்கள் தான் என முன்னர் பார்த்தோம். முப்பத்தொன்பது ஆண்டுகள் கழித்துதான் ஆங்கில அரசு தாழ்த்தப்பட்டவர்களை அரசியல் ரீதியாக அங்கீகரித்திருக்கிறது.

முதலாம் வட்டமேஜை மாநாட்டில் அம்பேத்கரும் இரட்டைமலை ஆர்.சீனிவாசனும் இணைந்தே செயலாற்றினார் என்றபோதும் அம்பேத்கரின் நிலைப்பாடே இங்கும் தொடர்ந்தது. வட்ட மேஜை மாநாட்டின் மூன்றாம் துணைக் குழுவின் (சிறுபான்மையோர்) இரண்டாம் அமர்வில் "கூட்டுத் தொகுதி அல்லது தனித்தொகுதி என்ற பிரச்சினையில் எங்கள் நிலைமை இதுதான். ஒடுக்கப்பட்டோர் தங்கள் சமுதாய அமைப்புக்கான மாற்றங்களை ஏற்றுக்கொள்ள சிறிது அவகாசத்தை விரும்புகிறார்கள். அந்தக் கால இடைவெளிக்குப் பின்னர் வயது வந்தோர்க்கெல்லாம் வாக்குரிமை என்பதை எங்களுக்குக் கொடுத்தால், நாங்கள் கூட்டுத் தொகுதியையும் அதற்குள் அடங்கிய ஒதுக்கப்பட்ட இருக்கைகளையும் (Seats) ஏற்றுக்கொள்ளத் தயாராக இருக்கிறோம். வயது வந்தோர்க்கு வாக்குரிமை எனும் உரிமையை எங்களுக்கு நீங்கள் கொடுக்கவில்லை என்றால், எங்கள் பிரதிநிதித்துவத்தைப் பெற தனித்தொகுதி முறையை நாங்கள் கேட்க வேண்டியிருக்கும். இது எங்களுடைய நிலைமை" (அ.நூ. 5 / 47) என அம்பேத்கர் உரையாற்றினார்.

சைமன் கமிஷனிடம் கொடுத்த அறிக்கையையும் சைமன் கமிஷனின் கேள்விக்கான பதிலையுமே இப்பேச்சு பிரதிபலிப்பதாக இருக்கிறது என்பதோடு இக்கருத்தை ஒட்டியே அம்பேத்கரும் இரட்டைமலை ஆர்.சீனிவாசனும் ஓர் அறிக்கையை மூன்றாம் துணைக்குழுவிற்கு அளித்தனர். 'வருங்கால தன்னாட்சி இந்தியாவின் அரசியலமைப்புச் சட்டத்தில் ஒடுக்கப்பட்ட மக்களுக்குப் பாதுகாப்பு அளிக்கும் அரசியல் காப்புரிமைக்கான ஒரு திட்டம். மூன்றாம் துணைக் குழுவின் (சிறுபான்மையோர்) அறிக்கைக்குப் பின்னிணைப்பு. டாக்டர் பீமாராவ் ஆர்.அம்பேத்கரும், இராவ் பகதூர் ஆர்.ஸ்ரீனிவாசனும் அளித்தது' (மேலது / 69) எனத் தலைப்பிட்ட அறிக்கையில் பின்வரும் வாசகங்கள் இடம்பெற்றிருக்கின்றன.

"தன்னாட்சி பெற்ற இந்தியாவில் பெரும்பான்மையினர் ஆட்சியின் கீழ் ஒடுக்கப்பட்ட மக்கள் தங்களை உட்படுத்திக்கொள்ள சம்மதிப்பதற்கான நிபந்தனைகள்" (மேலது / 69) என்ற பேரில் 'நிபந்தனை எண்: 4, சட்டமன்றங்களில் போதுமான பிரதிநிதித்துவம்' எனும் தலைப்பில் "ஒடுக்கப்பட்ட மக்களின் நலன்களைக் காப்பதற்காகச் சட்டமன்றம் மற்றும் நிர்வாகத்துறைச் செயலின் மீது செல்வாக்குச் செலுத்துவதற்கு

அவர்களுக்குப் போதுமான அரசியல் அதிகாரம் வழங்கப்பட வேண்டும். அரசின் கீழ்க்காணும் வாசகங்கள் தேர்தல் சட்டத்தில் இடம்பெறச் செய்ய வேண்டும்.

1. நாட்டின் மாநில மற்றும் மத்திய சட்டமன்றங்களில் போதிய பிரதிநிதித்துவத்திற்கான உரிமை.

2. அவர்களின் சொந்த வகுப்பாரைத் தங்களின் பிரதிநிதிகளாக, அ) வயது வந்தோர் வாக்குரிமை மூலமாகவும் ஆ) முதல் பத்தாண்டுக் காலத்திற்குத் தனிவாக்காளர் தொகுதி (*Separate electrorate*) மூலமாகவும் தேர்ந்தெடுத்துக்கொள்ளும் உரிமை வழங்கப்பட வேண்டும். அதன் பின்னர் கூட்டு வாக்காளர் தொகுதி முறை வயது வந்தோர் வாக்குரிமையுடன் சேர்ந்து வந்தாலொழிய, அத்தகைய கூட்டு வாக்காளர் தொகுதி முறை ஒடுக்கப்பட்ட வகுப்பாரின் விருப்பத்திற்கு மாறாக அவர்கள் மீது திணிக்கப்பட மாட்டாது என்பது தெளிவாக்கப்படுகிறது" (மேலது / 77) என்பதாக அறிக்கை தெரிவிக்கிறது.

அம்பேத்கர் சைமன் கமிஷனில் கொடுத்த அறிக்கை, பதில் முதலியவற்றின் பிரதிபலிப்பே இங்கு சட்டப் பாதுகாப்பு நிபந்தனையாகவும் வெளிப்பட்டிருப்பதை அறியலாம். அம்பேத்கரின் கருத்தாக்கம் சற்று மாறியிருக்கிறது என்பதற்கான காரணத்தையும் இங்கு சொல்ல வேண்டும். அம்பேத்கர் அறுதிப் பெரும்பான்மையான தாழ்த்தப்பட்ட அமைப்பின் கருத்துரிமையிலிருந்தும் எம்.சி.ராஜாவின் நெருக்குதலில் இருந்துமே தனது கருத்தை மாற்றியிருக்கிறார் என்று இங்கு சொல்லலாம். இதற்கு ஆனந்த விகடனின் பதிவை சான்றாகக் காட்டலாம். அவர் (அம்பேத்கர்) சென்னைக்கு வந்திருந்தபோது ஒரு பொதுக்கூட்டத்தில் விளக்கினார். அவர் சீமையிலிருந்தபோது எம்.சி.ராஜா உள்பட இந்தியாவிலிருந்த பலர் "கலப்புத்தொகுதி கூடாது; தனித்தொகுதியே வேண்டும்" என்று தந்தியடித்தார்களாம். அதனால்தான் அவர் தனது கொள்கையை மாற்றிக்கொண்டாராம் (மார்ச், 15 - 30. 1432 / 477) என்ற விகடனின் பதிவில் இருந்தே மேற்குறித்த முடிவுக்கு வரலாம்.

முதலாம் வட்டமேஜை மாநாட்டில் முன்வைக்கப்பட்ட தனித்தொகுதி கோரிக்கையை இரண்டாம் வட்டமேஜை மாநாட்டில் காந்தி பலமாக

எதிர்த்தார். அப்போது ஏற்பட்ட அம்பேத்கர் - காந்தி மோதல் மிகப்பெரும் போராட்டத்தை ஏற்படுத்தியது. காந்தியையும் காங்கிரஸையும் இந்தியாவில் உள்ள தாழ்த்தப்பட்ட அமைப்புகள் நிராகரித்தன. அம்பேத்கரையும், இரட்டைமலை ஆர்.சீனிவாசனையும் தாழ்த்தப்பட்ட அமைப்புகள் தங்களது தலைவர்களாக அங்கீகரித்துத் தீர்மானங்கள் இயற்றின. அதே வேளையில் காந்திய ஆதரவுப் பத்திரிகைகள் அம்பேத்கரைத் தேசத்துரோகி எனச் சித்திரித்தன. இங்குள்ள சாதி இந்துவைச் சேர்ந்த தனிநபர் ஒவ்வொருவரையும் அம்பேத்கரைக் கொலை செய்யத் தூண்டும் மனோபாவத்திற்குத் தேசியப் பத்திரிகைகள் செய்திகளைப் பிரசுரித்தன. இக்காலகட்டத்தில் கப்பல் பயணம் மேற்கொண்ட "இந்தியாவின் புகழ்பெற்ற பத்திரிகையாளரான டி.ஏ.இராமன் என்பவரிடம் உடன் பயணம் செய்த ஒருவர், இவ்வுலகில் நான் எவரையேனும் என்றேனும் ஒருநாள் கொலை செய்ய நேர்ந்தால் அவர் அம்பேத்கராகத்தான் இருப்பார்" என்று தம் வெறியைக் கொட்டியதாக தனஞ்செய்கீர் எழுதுகிறார் (த.கீ / 265).

வட்டமேஜை மாநாட்டில் காந்தியால் முடியாத செயலை, வாக்களிக்கும் முறை கணக்கெடுப்பின் வழியாகத் தடுத்துவிடலாம் என சாதி இந்துக்கள் முயன்றனர். இரண்டாம் வட்டமேஜை மாநாடு முடிந்த தருவாயில் புதிய அரசியலமைப்பில் எத்தகைய வாக்குரிமை முறையைக் கையாள வேண்டும் என்பதை ஆராய்வதற்காக லோத்தியன் தலைமையில் ஒரு குழுவை அன்றைய ஆங்கிலேய அரசு அமைத்தது. 1931 டிசம்பரில் உருவான இக்குழு ஜனவரியில் தனது பணியை மேற்கொண்டது. இக்குழுவிற்கு உதவும் பொருட்டு ஒவ்வொரு மாகாணத்திலும் அதிகாரிகள் அல்லாதவர்களைக் கொண்ட மாகாணக் கமிட்டி அமைக்கப்பட்டது. இக்கமிட்டியும் அந்தந்த மாகாண அரசும் தனித்தனியே ஓர் அறிக்கையை லோத்தியன் குழுவில் சமர்ப்பித்தன.

அன்றைய பிரிட்டிஷ் பிரதமர் லோத்தியன் கமிட்டிக்கு ஒரு கடிதம் எழுதியிருந்தார். "இந்திய வட்டமேஜை மாநாட்டில் பல்வேறு பிரச்சினைகள் குறித்து நடைபெற்ற விவாதங்களிலிருந்து ஒரு விஷயம் தெள்ளத் தெளிவாயிற்று. அதாவது, தாழ்த்தப்பட்ட வகுப்பினருக்குப் போதிய பிரதிநிதித்துவம் வழங்க புதிய அரசியலமைப்புச் சட்டம் வகை செய்ய வேண்டும். நியமனத்தின் மூலம் அவர்களுக்குப் பிரதிநிதித்துவம் அளிக்கும் முறை உசிதமானதல்ல என்பது புலனாயிற்று. நாடு முழுவதற்குமான அடிப்படையிலோ அல்லது மக்கள் தொகையில்

குறிப்பிடத்தக்க, திட்டவட்டமான சக்தியாக தாழ்த்தப்பட்டோர் விளங்கும் மாகாணங்களிலோ அவர்களுக்குத் தனித்தொகுதிகள் அமைப்பதென முடிவு செய்யப்பட்டால், இவ்வாறு அவர்களுக்குத் தனிப்பிரதிநிதித்துவம் வழங்கும் முறையை வகுப்பதற்கு உதவக்கூடிய வகையில் உங்கள் கமிட்டி அவசியமான தகவல்களைச் சேகரித்து அளிக்க வேண்டும்" என அக்கடிதத்தில் குறிப்பிட்டிருந்தார் (அ.நூ. 10 / 170 - 171). இதனால் லோத்தியன் குழு வெளியிட்ட கேள்விப் பட்டியலில் "தாழ்த்தப்பட்ட வகுப்பைச் சேர்ந்தவர்கள் என எந்தச் சமூகங்களை நீங்கள் சேர்த்துக்கொள்வீர்கள்? தீண்டத்தகாதவர்கள் தவிர வேறு வகுப்பினரையும் இப்பட்டியலில் சேர்த்துக்கொள்வீர்களா?" (மேலது / 171) என்ற கேள்விக்கு மாகாணக் கமிட்டிகள் அதிர்ச்சிகரமான தகவல்களையும் புள்ளிவிவரங்களையும் கொடுத்திருக்கிறன. பஞ்சாப் மாகாண வாக்குரிமை கமிட்டியில் இருந்த தாழ்த்தப்பட்டவர்களின் பிரதிநிதிகளான கே.பி.தின் முகமது, திரு.ஹன்ஸ் ராஜூ ஆகியோர் 13,10,709 தாழ்த்தப்பட்ட வகுப்பினர் இருப்பதாகக் கூறினார். மாகாணக் கமிட்டி "பஞ்சாபில் தாழ்த்தப்பட்ட வகுப்பினர் இருக்கின்றனர் என்று கூறுவது சாத்தியமல்ல" (மேலது / 173) எனக் கூறியது. பஞ்சாப் அரசாங்கமோ இக்கேள்விக்குப் பதிலளிப்பதையே தவிர்த்தது. ஐக்கிய மாகாணம், பீகார், ஒரிஸா, வங்காளம் முதலான மாகாணங்கள் தாழ்த்தப்பட்டவர்களே இல்லை என்றது அல்லது தாழ்த்தப்பட்டவர்களின் எண்ணிக்கையைக் குறைத்துக் கூறியது.

1911ஆம் ஆண்டு கணக்கெடுப்பின்போது தாழ்த்தப்பட்டவர்கள் 5 கோடி எண்ணிக்கையில் இருப்பதை அனைவரும் ஒத்துக்கொண்டனர். ஆனால், 1932இல் சாதி இந்துக்கள் தாழ்த்தப்பட்ட மக்களின் தொகையை ஏன் குறைக்க முற்பட்டனர் என்ற கேள்வி இங்கு எழலாம். "இதற்குப் பதிலளிப்பது மிகவும் எளிது. 1932 வரை தீண்டத்தகாதவர்கள் எத்தகைய அரசியல் முக்கியத்துவத்தையும் பெற்றிருக்கவில்லை" (மேலது / 176). அரசியல் நோக்கங்களுக்காக, தாழ்த்தப்பட்டவர்கள் இந்துக்களின் ஒரு பகுதியாகப் பார்க்கப்பட்டனரே ஒழிய வருணத்துக்குள் இழுக்கப்பட்டிருக்கவில்லை. இதனால் அரசியல் சுபிட்சத்தைச் சாதி இந்துக்களும் முஸ்லிம்களும் பங்கிட்டுக்கொண்டனர். 1932இல் அப்பங்கீட்டில் தாழ்த்தப்பட்டவர்களால் பிரச்சினை எழுந்தது. அதனாலேயே சாதி இந்துக்களும், அவர்களுடன் இணைந்து முஸ்லிம்களும் சீக்கியர்களும் தாழ்த்தப்பட்ட மக்களின் எண்ணிக்கையைப் படுபாதாளத்திற்குக்

குறைத்தனர் அல்லது தாழ்த்தப்பட்டவர்கள் என்றொரு வகுப்பே இல்லை என வாதிடவும் செய்தனர்.

தனி வாக்குரிமைக்கான பிரச்சினை இத்தோடு முடிந்துவிடவில்லை. தாழ்த்தப்பட்டவர்களுக்கு இன்னொரு பக்கமிருந்தும் எதிர்ப்பு வந்தது. "தாழ்த்தப்பட்டவர்கள் எனும் பிரிவில் தீண்டத்தகாதவர்கள் மட்டுமின்றிப் பொருளாதார ரீதியில் பின்தங்கியிருக்கும் வகுப்பினரும் சேர்க்கப்பட வேண்டும் என்று பிற்படுத்தப்பட்ட வகுப்பினரின் பிரதிநிதிகள் வாதிட்டனர்" (மேலது / 180). ஆனால், இக்கோரிக்கையைப் பிற்படுத்தப்பட்டவர்கள் தவிர்த்த உயர்சாதி இந்துக்களும் தாழ்த்தப்பட்டவர்களும் ஏற்கவில்லை. தாழ்த்தப்பட்டவர்களின் எண்ணிக்கையை அதிகரிக்கும் சூழ்ச்சி என உயர்சாதி இந்துக்களும், உயர்சாதி இந்துக்களை எதிர்ப்பதற்காகத் தங்களுடன் இணைந்துகொண்டு பின்னர் தங்களது நலனிற்கு இவர்களாலேயே - பிற்படுத்தப்பட்டவர்கள் - குந்தகம் ஏற்படும் என்பதற்காகத் தாழ்த்தப்பட்டவர்களும் எதிர்த்தனர். தமிழகத்தில் பக்தி இயக்கக் காலத்திலிருந்து திராவிட இயக்கக் காலம் வரை பிராமணரல்லாதார் கூட்டணி எனும் பெயரில் தாழ்த்தப்பட்டவர்களும் பிற்படுத்தப்பட்டவர்களும் இணைக்கப்பட்டனர். இருந்தும் 'நந்தன்கள்தான்' எரிக்கப்பட்டனர். அரசியல் அபிலாசைகளைப் பிற்படுத்தப்பட்டவர்களே அனுபவித்தனர். இதனைத் தாழ்த்தப்பட்டோர் தலைமை 20ஆம் நூற்றாண்டின் மத்தியில் உணர்ந்திருப்பதை இங்கு ஒப்பிட்டு நோக்கவும் - "ஆனால், பிற்பட்ட வகுப்பினர் இதற்கு இணங்கவில்லை. தங்களைத் தாழ்த்தப்பட்ட இனத்தவர் பிரிவில் சேர்க்க வேண்டும் என்றே இவர்கள் பிடிவாதமாக வலியுறுத்திவந்தனர். தங்கள் நோக்கத்தை நிறைவேற்றிக்கொள்ள இதுதான் எளிதான வழி என்று அவர்கள் நினைத்ததே இதற்குக் காரணம். ஆனால், தீண்டத்தகாதவர்கள் இதனை எதிர்த்ததால் பிற்பட்ட வகுப்பினர் திசை திரும்பி இந்துக்களுடன் சேர்ந்துகொண்டனர்; அது மட்டுமல்ல, தீண்டத்தகாதவர்கள் என்ற வகுப்பினரே இல்லை என்று இந்துக்களை விட மிக உக்கிரமாக மறுக்கவும் தலைப்பட்டனர்" (மேலது / 181) என அம்பேத்கர் கூறுகின்றார்.

ஆக, தாழ்த்தப்பட்டவர்களின் தனித்தொகுதி கோரிக்கைக்கு காந்தியும் இந்து மதமும் மட்டுமே காரணமாக இருக்கவில்லை. உயர்சாதி இந்துக்கள், பிற்படுத்தப்பட்ட இந்துக்கள், இசுலாமியர்கள், சீக்கியர்கள் என அனைவரும்

தடைக்கற்களாகவே இருந்திருக்கின்றனர். தாழ்த்தப்பட்டவர்களின் பிரச்சினையில் மொழி, இனம், மதம் தாண்டி அனைவரும் ஓரணியில் சேர்ந்து எதிர்ப்பதை இங்கு நாம் கவனப்படுத்தலாம். சிந்தனைத் தளத்தில் பெரியாரியத்தின் மீதான விமர்சனத்தைத் தாழ்த்தப்பட்டவர்கள் மேற்கொண்டபோது வலது, இடது, தமிழ்த்தேசிய, சனநாயக, பெண்ணியச் சக்திகள் அனைத்தும் ஒன்றிணைந்து கருத்தியல் ரீதியிலான தாக்குதலை தாழ்த்தப்பட்டவர்கள் மீது மேற்கொண்டதை இங்கு ஒப்பிட்டுக்கொள்ளவும் - காந்தி, சாதி இந்துக்கள், இசுலாமிய, சீக்கிய எதிர்ப்புகளைத் தாழ்த்தப்பட்டவர்களின் அமைப்புகள் நேரடியாக எதிர்கொண்டு போராடியதன் பயனாக **1932** ஆகஸ்ட் **17**ஆம் தேதி ஆங்கில அரசு வகுப்புத் தீர்ப்பை வழங்கியது.

'மாட்சிமை தங்கிய மன்னர் பிரான் அரசாங்கம் வழங்கிய வகுப்புத் தீர்ப்பு - ***1932***' என்ற தலைப்பில் பிரிட்டிஷ் அரசு பின்வரும் வாசகத்தைத் தீர்ப்பில் வெளிப்படுத்தியிருக்கிறது.

"***6.*** முகமதிய, ஐரோப்பிய, சீக்கிய தொகுதிகளுக்கு ஒதுக்கப்படும் இடங்களுக்கான தேர்தல் மாகாணம் முழுவதும் தனிவாக்காளர் தொகுதிகளைச் சேர்ந்த வாக்காளர்கள் வாக்களிக்கும் அடிப்படையில் நடைபெறும்.

7. ....

8. ....

9. வாக்களிக்கத் தகுதிபெற்ற 'தாழ்த்தப்பட்ட வகுப்பினர்' ஒரு பொதுத் தொகுதியில் வாக்களிப்பர். இந்த வகுப்பினர் இந்த முறையால் மட்டும் சட்டமன்றத்தில் பிரதிநிதித்துவம் பெறுவது சாத்தியமில்லை என்பதால் அட்டவணையில் காட்டியுள்ளபடி அநேக தனி இடங்கள் அவர்களுக்கு ஒதுக்கப்படும். தேர்தல் விதிமுறைப்படி 'தாழ்த்தப்பட்ட வகுப்பினர்' மட்டுமே வாக்களிக்கும் தனித்தொகுதிகளில் நடைபெறும் தேர்தல்கள் மூலம் இந்த இடங்கள் நிரப்பப்படும். மேலே குறிப்பிட்டுள்ளவாறு, இத்தகைய ஒரு தனித்தொகுதியில் வாக்களிக்கும் ஒருவர் பொதுத் தொகுதியில் வாக்களிக்கவும் உரிமை பெற்றிருக்கிறார்" (அ.நூ. *15 / 668 - 669)* என வகுப்புத் தீர்ப்புக் கூறியது. தாழ்த்தப்பட்டவர் அமைப்புகளின்

முப்பத்தொன்பது ஆண்டு காலப் போராட்டத்தின் விளைவாகப் பெறப்பட்ட இரட்டை வாக்குரிமை வரலாற்றின் கதை இதுதான். பல எதிர்ப்புகளையும் மீறி பெற்ற இரட்டை வாக்குரிமை காந்தியால் எவ்வாறு தடுக்கப்பட்டது என்பதை அடுத்து காண்போம்.

இரட்டை வாக்குரிமையும் காந்தீயத் தலையீடும்

முதலாம் வட்ட மேஜை மாநாட்டைக் காங்கிரஸ் புறக்கணித்ததால் தனது பிரதிநிதிகள் என எவரையும் மாநாட்டிற்கு அனுப்பவில்லை. ஆனால், மாநாட்டின் நடவடிக்கையைக் காந்தியும் காங்கிரஸும் மிக உன்னிப்பாகக் கவனித்துவந்தனர். மாநாடு முடிவுற்ற தருணத்தில் மலபார் ஹில்லில் தங்கியிருந்த காந்தி, 1931 ஆகஸ்ட் 6 அன்று அம்பேத்கருக்குக் கடிதம் எழுதினார். "அம்பேத்கருக்கு நேரம் ஒதுக்க முடியுமானால் அன்றிரவு 8 மணிக்குத் தானே வந்து அவரைச் சந்திப்பதாக காந்தி அக்கடிதத்தில் எழுதியிருந்தார்" (த.கீ. / 238). அன்றிரவு அம்பேத்கருக்குக் காய்ச்சல் கண்டிருந்ததால் காய்ச்சல் தணிந்த பின் தானே வந்து சந்திப்பதாக அம்பேத்கர் பதில் கடிதம் எழுதினார்.

ஆகஸ்ட் 14ஆம் நாள் பகல் 2 மணிக்கு அம்பேத்கர் காந்தியைச் சந்திக்கச் சென்றார். முதல் சந்திப்பை தனஞ்செய்கீர் பின்வருமாறு வர்ணிக்கிறார். "...அப்போது காந்தி அவருடைய கட்சிக்காரர்களுடன் பேசியவாறே சில பழங்களைத் தின்றுகொண்டிருந்தார். அம்பேத்கரும் அவருடைய தோழர்களும் காந்திக்கு வணக்கம் தெரிவித்துவிட்டு அங்கிருந்த விரிப்பின் மீது அமர்ந்தனர். முகமதியர் அல்லாத, ஐரோப்பியர் அல்லாத தலைவர்களிடமும் பிரதிநிதிகளிடமும் காந்தி எப்போதும் நடந்துகொள்கின்ற முறைப்படி அம்பேத்கரைச் சற்று நேரம் நேராகப் பார்க்காமல் 'மிஸ் ஸ்லேடு' அவர்களோடும் மற்றவர்களோடும் தொடர்ந்து பேசிக்கொண்டிருந்தார். காந்தியின் அக்கறையின்மை மேலும் சிறிது நேரம் நீடித்தால் மோதல் ஏற்படுமோ என்று அம்பேத்கருடன் வந்திருந்தவர்கள் அஞ்சினார்கள். அந்நிலையில் காந்தி அம்பேத்கரின் பக்கம் திரும்பிப் பார்த்தார்" (த.கீ/238). இந்தச் சந்திப்பின்போது தாழ்த்தப்பட்ட மக்களுக்கான தனித்தொகுதி முறையை காந்தி ஏற்கவில்லை என்பதை அம்பேத்கர் அறிந்துகொண்டார். ஆனால், காந்தி வட்டமேஜை மாநாட்டிலும், பின்னர் இந்தியாவிலும் மிகப் பெரிய நெருக்கடியைக் கொடுப்பார் என அம்பேத்கர் நினைக்கவில்லை.

காந்தீயத் தலையீடு I: வட்டமேஜை மாநாட்டில்

காந்தியின் வட்டமேஜை உரையாடலைக் காண்பதற்கு முன்னர் காங்கிரஸின் வகுப்புவாரித் திட்டம் என்ன என்பதை முதலில் காண வேண்டியிருக்கிறது. வகுப்புப் பிரச்சினை சம்மந்தமாகவும், இதரப் பிரச்சினைகள் சம்மந்தமாகவும் காங்கிரஸ் காரிய கமிட்டி சில முடிவுகளை அப்போது எடுத்திருந்ததாகத் தெரிகிறது. "பரிசுத்தமாகக் கலப்பின்றி ஏற்படக்கூடிய தேசியமே காங்கிரஸின் இலட்சியம். சுதந்திர இந்தியாவில் பிரச்சினைகளை எல்லாம் தேசியவாதம் பற்றியே முடிவு செய்துகொள்ள முடியும் என்பது காங்கிரஸின் நம்பிக்கை. ஆயினும் அனுபவத்தில் இக்கொள்கை பல உருவத்துடன் தோன்றிவருகிறது. லாகூர் தீர்மானம் ஒரு குறிப்பிட்ட நிலையைக் குறித்துக் காட்டும். பொதுவாக முஸ்லிம்கள் முதலிய பல சிறுபாலார் வகுப்புகளும், விஷேசமாக சீக்கியரும் நேரு அறிக்கையின் முடிவை ஏற்றுக்கொள்ள மறுப்பதால் கொள்கையைச் சிறிது விட்டுக்கொடுக்க லாகூரில் காங்கிரஸ் இசைந்தது. வரும் அரசியல் ஸ்தாபனத்தில் எந்த வகுப்புச் சம்மந்தமான முடிவும் குறிப்பிட்ட வகுப்பினர்க்குத் திருப்தியளித்தாலன்றிக் காங்கிரஸால் ஏற்றுக்கொள்ளப்பட மாட்டாது" (சீதா / *431 - 32*) என காங்கிரஸின் வரலாற்றை எழுதிய பட்டாபி சீதாராமையா கூறுகிறார்.

காரிய கமிட்டி இசுலாமியர் தவிர்த்த சீக்கிய நலனையும் ஏற்றுக்கொண்டது. அதேவேளையில் 'எந்த வகுப்புச் சம்மந்தமான முடிவும் குறிப்பிட்ட வகுப்பினர்க்குத் திருப்தியளித்தாலன்றி காங்கிரஸ் ஏற்காது' எனவும் கமிட்டி முடிவெடுத்திருக்கிறது. மேலெழுந்த வாரியாகவோ அல்லது ஆழமாகவோ இத்தீர்மானத்தை நோக்கும்போது முற்போக்கானதாகவே தெரியும். அது எதுவானதாக வேண்டுமானாலும் இருக்கட்டும். இத்தீர்மானத்தையொட்டி காந்தி வட்டமேஜை மாநாட்டில் நடந்துகொண்டாரா எனத் தொடர்ந்து காண்போம்.

வட்டமேஜை மாநாட்டில் காந்தி **1931** செப்டம்பர் **15** அன்று முதன்முதலில் உரை நிகழ்த்தினார். அதில் தாழ்த்தப்பட்டவர்களின் தனித்தொகுதி குறித்தான கருத்தை முன்வைக்கவில்லை. இரண்டு நாள் கழித்து சமஸ்டி கட்டமைப்பின் கூட்டத்தில் காந்தி பேசினார். "இங்கு நான் காங்கிரஸின் சார்பாகப் பேசுகிறேன். இந்து - முஸ்லிம் - சீக்கியர் குழப்பத்தைச் சிறப்பான கவனத்திற்குரியதாகக் கருதுவதற்குக் காங்கிரஸ்

தன்னைத் தானே சமரசம் செய்துகொண்டுள்ளது. அதற்கு வரலாற்று ரீதியான திடமான ஆதாரங்கள் உள்ளன. ஆனால், அந்தச் சித்தாந்தத்தை எந்த உருவத்திலும் அல்லது வடிவத்திலும் காங்கிரஸ் விஸ்தரிக்காது.......... ஆகவே, ஒரு கூடுதல் சிறப்புப் பிரதிநிதித்துவத்தையும் நான் வன்மையாக எதிர்க்கிறேன்" (அ.நூ. 16 / 92) என்ற திட்டத்தை வெளிப்படுத்தினார்.

நாம் முன்னர் கூறிய காரிய கமிட்டியின் திட்டத்திலிருந்து காந்தி இங்கு விலகிச் செல்வதை முதலில் குறிப்பிட வேண்டும். இரண்டாவதாக முஸ்லிம், சீக்கியர்களுக்கான தனித்தொகுதி முறைக்கு வரலற்று ரீதியிலான திடமான ஆதாரங்கள் உள்ளன என்கிறார் காந்தி. அது என்ன வரலாற்று ஆதாரம் என வினவும்போது அவர்கள் ஆண்டபரம்பரையினர் என்ற பதில் கிடைக்கிறது. வரலாறு 'தாழ்த்தப்பட்டவர்களுக்கு அடிமை பரம்பரையை விதித்தது.' 'நாடாண்டவன்' தனிச்சிறப்புப் பெறலாம். 'அடிமை' அது குறித்துச் சிந்திக்கக் கூடாது என்பதுதான் காந்தியின் உள்ளக்கிடக்கையாக இருந்திருக்கிறது. இதனாலேயே தாழ்த்தப்பட்டவர்களின் தனித்தொகுதி முறையைத் தடுப்பதற்காக செப்டம்பர் 17க்குப் பின்னர் காந்தி சூழ்ச்சி நாடகத்தில் இறங்க ஆரம்பித்துவிட்டார். சபை ஒத்திவைப்பின் மூலம் அந்தச் சூழ்ச்சியைச் நிறைவேற்றத் துடித்துக்கொண்டிருந்தார். 1931 செப்டம்பர் 28 அன்று நடந்த சிறுபான்மைக் கூட்டத்தை சர் அலிஇமாம், ஆகாகான், மாளவியா போன்றோர் ஒத்தி வைக்கக் கோரினர். அம்பேத்கர் நிபந்தனையுடன் அதை ஒத்துக்கொண்டார். ஒத்திவைப்பின்போது எத்தரப்பும் தீர்வை நோக்கி நகரவில்லை. மீண்டும் 1931 அக்டோபரில் சிறுபான்மைக் கமிட்டி கூடியபோது, கூட்டத்தை ஒருவாரத்திற்கு ஒத்திவைக்குமாறு காந்தி கூறினார். இரண்டு நாளில் நிறைவேற்ற முடியாத சூழ்ச்சியை ஒருவாரத்தில் நிறைவேற்றிவிடலாம் என கனவு கொண்டிருந்தார். காந்தியின் கோரிக்கை ஏற்கப்பட்டுத் தலைவர் சபையை ஒத்திவைத்தார். இப்போதும் அம்பேத்கர் நிபத்தனையுடன் ஒத்திவைப்பை ஏற்றுக்கொண்டார்.

ஒருவார காலத்தில் தாழ்த்தப்பட்டவர்கள் தவிர்த்த ஏனையோருடன் அதாவது இசுலாமிய, சீக்கியர்களிடம் மிகப் பரிவுடன் காந்தி நடந்துகொண்டார். தாழ்த்தப்பட்டவர்களை ஓரம் கட்டும் வித்தையின் வாயிலாக இக்கூட்டணியை அமைக்க முயன்றார். இசுலாமிய, சீக்கிய சச்சரவுகளிலிருந்து காந்தி தனது வேலைத்திட்டத்தைத் தொடங்கினார். "ஒரு நடுவரின் முடிவுக்குக் கட்டுப்படுவதாகத் தரப்புகள் ஒப்புக்கொண்டபோது இப்பிரச்சினை தீர்வை நெருங்கிவிட்டதாக ஒருகட்டத்தில் தோன்றியது.

அந்த நடுவர் யாராக இருப்பார் என்பது தங்களுக்குத் தெரியாதவரை இந்த விஷயத்தை மேலும் தொடர சீக்கியர்கள் மறுத்துவிட்டனர். நடுவரின் பெயரை வெளியிடுவதற்கு முஸ்லிம்கள் தயாராக இல்லாத காரணத்தினால் இந்த விஷயம் தோல்வியடைந்தது" (அ.நூ. 16 / 103) என அம்பேத்கர் எழுதுகிறார்.

அதன்பின் 1931 அக்டோபர் 8 அன்று காந்தி வட்டமேஜை மாநாட்டில் உரை நிகழ்த்தினார். வீழ்த்தப்பட்ட ஒரு 'புனித புலி' வீறுகொண்டு உரையாற்றுவதைப் போன்றும், குடிகாரனின் உளறலும், வெறிபிடித்தவனின் கூச்சலுமாகவும் அவ்வுரை இருந்தது. "இங்கு வந்திருக்கும் அனைவரும் அரசாங்கத்தால் நியமனம் செய்யப்பட்டவர்கள்" என்றும் "அவர்கள் மக்களது பிரதிநிதிகள் அல்ல" என்றும் உரையாற்றினார். தான் மட்டுமே ஏகபோக மக்கள் பிரதிநிதி எனப் பறைசாற்றிக்கொண்டார். காந்தியின் உரையை அம்பேத்கர் பின்வருமாறு மதிப்பிடுவார். "அவர் தொடக்கத்திலேயே ஏனைய இந்தியப் பிரதிநிதிகள் ஒவ்வொருவரையும் சிறுமைப்படுத்தும் சிறுபிள்ளைத்தனமான போக்கில் இறங்கினார். அவர்களது நேர்மை குறித்தும் அவர்களது பிரதிநிதித்துவம் குறித்தும் ஐயம் தெரிவித்தார். மிதவாதிகளைச் சொகுசான அரசியல்வாதிகளென்றும், தொண்டர் படைகளற்ற தலைவர்களென்றும் சாடினார். அங்கு வந்திருந்த முஸ்லிம் பிரதிநிதிகளை விட முஸ்லிம்களின் சார்பில் பேசத் தாமே தகுதி படைத்தவர் என்று கூறிக்கொண்டார். அவரது உரை ஒவ்வொன்றின் முடிவிலும் ஏனையோருக்குக் குமட்டலூட்டும் வகையில் திரும்பத் திரும்ப வலிந்துரைத்துக்கொண்டிருந்தார்" (அ.நூ. 10 / 253). அம்பேத்கர் கூறியவாறு காந்தியின் உரை ஒவ்வொன்றையும் மதிப்பிட்டால் கட்டுரை இன்னும் அதிகமாக நீண்டுவிடும் என்பதோடு கட்டுரையின் பொருள் கருதியும் நாம் இதனை இத்தோடு நிறுத்திக்கொள்ளலாம்.

'புனிதப் புலி' ஏன் வீழ்த்தப்பட்டது? என்பதையும் இங்கு குறிப்பிட வேண்டும். அம்பேத்கரைத் தனிமைப்படுத்துவதற்கு காந்தி ஓர் அணியை உருவாக்கினார் என்பதை முன்னர் கண்டோம். இந்த அணியில் உள்ள இசுலாமியர்களுக்கு காந்தி சலுகை காட்ட முன்வந்தார். இசுலாமியர்கள் 14 அம்ச கோரிக்கையை முன்வைத்தனர். (இக்கோரிக்கை முழுவதையும் அம்பேத்கரின் நூல் தொகுப்பு 15இன் பிற்சேர்க்கைப் பகுதியிலும் 16ஆம் தொகுதியில் 119 - 121ஆம் பக்கங்களிலும் தேவைப்படுவோர் பார்த்துக்கொள்ளலாம்). காந்தி அதனை ஏற்றுக்கொண்டார், "இஃது

பதிலுதவியாகத் தனி ஒதுக்கீடு கோட்பாட்டின் பயன் இந்துக்கள், முஸ்லிம்கள், சீக்கியர்கள் ஆகிய மூன்று சமயத்தவருக்கும் தொடர்வதை அவர்கள் ஒப்புக்கொள்ள வேண்டுமென்று கேட்டார்" (அ.நூ. 16 / 122). காந்தியின் திட்டத்தின்படி தாழ்த்தப்பட்ட மக்களின் கோரிக்கையை ஏனையச் சிறுபான்மையினர் ஒத்துக்கொள்ளக் கூடாது. இதுவே காந்தியச் செயல்பாட்டின் உள்ளீடாகவும் இருந்தது. காந்தியின் திட்டம் இசுலாமியர்களோடு உடன்பாடு கொள்வதற்காக உருவாக்கப்படவில்லை. மாறாக, தாழ்த்தப்பட்ட மக்களின் கோரிக்கையை முறியடிப்பதற்காகவே உருவாக்கப்பட்டது. இந்த உடன்பாடு, "தீண்டப்படாதவர்களுக்கு எதிரான சதியே. சதி என்று சொல்வதைக் காட்டிலும் தாழ்த்தப்பட்டவர்களின் முதுகிலே குத்துதல் என்பதே பொருத்தமாயிருக்கும்" (அ.நூ. 10 / 304) என்பதாக அம்பேத்கர் மதிப்பிட்டார். காந்தியத் திட்டம் முஸ்லிம்களின் கண்ணியத்தால் முறியடிக்கப்பட்டது. எனவே காந்தியச் செயல்பாடுகள் தோல்வியைத் தழுவின. இருப்பினும் காந்தி தளரவில்லை. 1931 நவம்பர் 12ஆம் தேதி "பிகாடியிலுள்ள ரிட்ஸ் ஓட்டலில் ரைட் ஆனரபிள் எச்.எச்.ஆகாகான் தங்கியிருந்த அறையில் நடைபெற்றுக்கொண்டிருந்த முஸ்லிம் பிரதிநிதிகளின் கூட்டத்திற்கு காந்தியார் கையில் திருக்குரானின் படியொன்றை எடுத்துக்கொண்டு சென்றிருந்தார். அங்குக் குழுமியிருந்த முஸ்லிம் பிரதிநிதிகளை நோக்கி, "தீண்டப்படாதவர்களின் தனிப் பிரதிநிதித்துவத்தை ஆதரிப்பதன் மூலம் நீங்கள் ஏன் இந்து சமுதாயத்தைப் பிளவுபடுத்த முனைகிறீர்கள்? இத்தகைய செயலைத் திருக்குரான் அனுமதிக்கிறதா? எப்பகுதியில் அது அனுமதிக்கிறது என்று காட்ட முடியுமா? காட்ட முடியவில்லை என்றால் உங்கள் உடன்பிறப்புகளாம் இந்து சமூகத்திற்கெதிரான கொடுங்குற்றத்தைக் கைவிட்டுவிடுவீர்களா? என்று மன்றாடினார்." (அ.நூ. 10 / 306) காந்தியின் செயல்பாட்டை நாகரிக மனிதன் எவனும் சகித்துக்கொள்ளமாட்டான். இச்செயல்பாடு காந்திய சதியின் உச்சபட்சம் என்றே சொல்ல வேண்டும். இனி இந்தச் சதி விளையாட்டை காந்தி ஏன் மேற்கொண்டார் என்பதைக் காண்போம்.

தாழ்த்தப்பட்ட மக்களை இந்து மதத்தின் ஓர் அங்கம் என்றார் காந்தி. அம்மக்கள் இந்து மதத்தின் அங்கம் அல்ல. அவர்கள் கண்ணுக்குத் தெரியாத முள்வேலிகளால் பிரிக்கப்பட்டிருக்கின்றனர் என்றார் அம்பேத்கர். இருந்தும் காந்தி சற்றும் தனது வருணதர்ம பாசத்தைக் கைவிடத் தயாரில்லை. இதற்குச் சில காரணங்களும் இருந்தன. இரட்டை வாக்குரிமையை இன்றிருக்கிற பலரும் வெறும் அரசியல் கோரிக்கையாகவே பார்க்கின்றனர். ஆனால்,

காந்தி இப்பிரச்சினையைச் சரியாகவே கண்ணோக்கினார். பண்பாட்டின் வழிநின்று இப்பிரச்சினையை நோக்கினார். ஒருவேளை இக்கோரிக்கை நிறைவேற்றப்பட்டிருக்குமானால் இந்து மதத்திலிருந்து தாழ்த்தப்பட்டவர்கள் என்றோ பிரிந்திருப்பர். இரட்டை வாக்குரிமைக்குள் ஒளிந்திருக்கும் இச்செயல்பாட்டை காந்தி உணர்ந்துகொண்டார். இதனாலேயே மிகப்பெரும் சூழ்ச்சி வலையைப் பின்னினார். உதாரணத்திற்கு காந்தியின் சொல்லாடல் ஒன்றை இங்கு காண்போம். "ஒவ்வொரு சிற்றூரிலும் இருவேறு பிளவுபட்ட சமூகங்கள் இருப்பின் இந்து சமயத்தின் கதி என்னவாகும் என்பது பொறுத்துக்கொள்ள இயலாது. தீண்டப்படாத மக்களின் அரசியல் உரிமைகளைப் பற்றிப் பேசுவோர் இந்தியாவைப் பற்றியும், இந்திய சமுதாய அமைப்பு இன்று எவ்வாறு நிலவுகிறது என்பதைப் பற்றியும் அறியாதவர்களாயிருக்க வேண்டும். எனவே, தீண்டப்படாதோரின் அரசியல் உரிமைக் கோரிக்கையை எதிர்ப்பதில் நான் தன்னந்தனியாக நிற்க நேரினும், எனது உயிரையும் தந்து எதிர்க்கத் தயங்க மாட்டேன் என்பதை மிகமிக வலியுறுத்திக் கூற விரும்புகிறேன்" (அ.நூ. 10 / 294 - 295) என காந்தி சிறுபான்மையோர் குறித்த துணைக் குழுவில் பேசினார். காந்தியின் செயல்பாட்டை அம்பேத்கர் மிகச்சரியாகவே புரிந்து வைத்திருந்தார். அதனாலேயே காந்தியின் ஒவ்வோர் அசைவையும் தனது வாதத் திறமையால் சிதறடித்துக்கொண்டே இருந்தார்.

வட்டமேஜை மாநாட்டில் காந்தி என்ற ஒருவரால் சிறுபான்மைக் குழுவில் ஒற்றுமை இல்லாமல் போய்விட்டது. எனவே, "வட்டமேஜை மாநாட்டின் இரண்டாவது கூட்டத் தொடர் கலைக்கப்பட்டபோது வகுப்புப் பிரச்சினை சம்மந்தமாக மத்தியஸ்தம் செய்து, தமது தீர்ப்பை அளிப்பதற்குத் தமக்கு அதிகாரம் தரும் கையெழுத்திட்ட ஒரு வேண்டுகோளைச் சமர்ப்பிக்கும்படி பிரதமர் தெரிவித்த யோசனையைச் சிறுபான்மைக் குழுவின் பிரதிநிதிகள் ஏற்றுக்கொண்டனர். திரு. காந்தி உட்பட பல பிரதிநிதிகள் அவ்வாறே செய்தனர்" (அ.நூ. 16 / 123). ஆனால், அம்பேத்கர் அப்படியொரு செயல்பாட்டில் கையெழுத்திடவில்லை என்பதோடு இப்பகுதியை முடித்துக்கொண்டு அடுத்த பகுதிக்குச் செல்வோம்.

காந்தீயத் தலையீடு II : புனா ஒப்பந்த உருவாக்கம்

வட்டமேஜை மாநாட்டின் தோல்வியோடு முதலில் இந்தியாவிற்குப் புறப்பட்டவர் காந்திதான். காங்கிரஸ் கூறிய பூரண சுயராஜ்யம்

கோரிக்கையையோ, தீர்க்க முடியாமல் இருந்த சிறுபான்மைப் பிரச்சினையையோ காந்தியால் தீர்த்து வைக்க முடியவில்லை. தோல்வியைச் சுமந்துகொண்டு வந்த காந்தியை அம்பேத்கர் மிக நுணுக்கமாக மதிப்பிடுவார். "துரதிர்ஷ்டவசமாக காங்கிரஸ் தனது பிரதிநிதியாக திரு. காந்தியைத் தேர்வு செய்தது. இந்தியாவின் வருங்காலத்தை வழிநடத்திச் செல்வதற்கு இவரைவிட மோசமான ஒருவர் தேர்வு செய்யப்பட்டிருக்க முடியாது. அனைவரையும் ஒன்றுபடுத்தும் சக்தி என்ற முறையில் அவர் ஒரு தோல்வியேயாவார். இந்தியப் பிரதிநிதிக் குழுவை ஒன்றுபடுத்துவதற்குப் பதிலாக திரு. காந்தி பிளவை அதிகப்படுத்தினார். அறிவாற்றல் என்ற கண்ணோட்டத்தில் இருந்து பார்க்கும்போது திரு. காந்தி தம்மை அதிக விவரமற்றவராக நிரூபித்துக்கொண்டார்" (அ.நூ. 16 / 89 - 90) என மதிப்பிடுகிறார். அன்றைய வைஸ்ராயாக இருந்த இர்வீனின் மதிப்பீடு வேறுவகையாக இருக்கிறது. 1931 மே 5 அன்று இலண்டன் ஹைட்பர்க் ஹோட்டலில் தனக்கு அளிக்கப்பட்ட விருந்தொன்றில் இர்வின் பின்வருமாறு காந்தியை மதிப்பிடுகிறார்.

"இந்தியாவைப் பற்றி நான் அறிந்த வரையில், காந்திஜி இலண்டனுக்கு வரின் இப்பாதுகாப்புகள் சம்பந்தமாகவும் விவாதத்திற்கு வரும் இதர விஷயங்கள் சம்பந்தமாகவும் ஓர் ஒப்பந்தத்திற்கு வர தம்மாலான முயற்சி செய்வாரென நான் நம்புகிறேன்" (சீதா / 408). அம்பேத்கர் - இர்வின் ஆகியோரது மதிப்பீட்டில் பாரதூரமான வேறுபாடு இருப்பதை இங்கு அவதானிக்கலாம். இர்வின் அப்போதுதான் காந்தியுடன் ஓர் உடன்பாட்டிற்கு வந்திருந்தார் என்பதையும் இங்கு மனதில் நிறுத்த வேண்டும். இதனாலேயே இர்வின் நகைப்புத் தரும் மதிப்பீட்டை வழங்கியிருக்கிறார். இர்வினின் மதிப்பீடு நகைப்புச் செயல்தான் என்பதை வட்டமேஜை மாநாட்டில் காந்தியின் செயல்பாட்டை அறிந்தவர் யாரும் கூறுவர். எனவே, நாம் இத்துடன் இதனை நிறுத்திவிட்டுக் கட்டுரையின் பொருளுக்கு வருவோம். புனிதத் தோல் உரிந்த நிலையில் காந்திக்குப் பம்பாயில் படாடோபமான வரவேற்பு அளிக்கப்பட்டது. அதே வேளையில் முதன்முதலாகத் தாழ்த்தப்பட்ட மக்கள் காந்திக்குக் கருப்புக் கொடி காட்டினர். அப்போது ஏற்பட்ட கைகலப்பில் இருபக்கமும் 40 பேர் இறந்ததாக அம்பேத்கர் குறிப்பிடுகிறார். காந்திக்கு எதிராகப் பெரும் மக்கள் திரள் போராட்டம் செய்ததும் இப்போதுதான் என அம்பேத்கர் குறிப்பிடுவார்.

வாணவேடிக்கை, மலர் தூவல், மோதல் ஆகியவற்றுக்கு நடுவே வரவேற்கப்பட்ட காந்தி ஜனவரி 4ஆம் தேதி கைது செய்யப்பட்டு எரவாடா சிறைக்கு அனுப்பப்பட்டார். நாட்டில் கைதுகளும் தடியடிகளும் எங்கும் நடைபெற்றுவந்தன. இந்து - முஸ்லிம் கலவரமும் தீவிரமாக நடந்தது. அம்பேத்கர் 'பாகிஸ்தான் அல்லது இந்தியப் பிரிவினை' எனும் நூலில் (பக். 236 - 264) 1920 முதல் 1940 வரை நடந்த கலவரங்களைப் படம்பிடித்துக் காட்டியுள்ளார். 1929இல் இருந்து 1940 வரையிலான 9 ஆண்டுகளில் 210 நாட்கள் இந்து - முஸ்லிம் கலவரம் நடைபெற்றது. (பம்பாயில் மட்டும்) இக்கலவரத்தில் 550 பேர் கொல்லப்பட்டதாக அம்பேத்கர் கூறுகிறார். இங்கு கவனிக்கப்பட வேண்டிய விஷயம் 1932இல் பம்பாயில் நடந்த இரண்டு கலவரங்களாகும். "1932இல் மீண்டும் இரு கலவரங்கள் நிகழ்ந்தன. முதலாவது கலவரம் சிறிய அளவில் நடைபெற்றது. இரண்டாவது கலவரத்தில் 217 பேர் கொல்லப்பட்டனர். 2,713 பேர் காயமடைந்தனர். இது 49 நாட்கள் நீடித்தது" (அ.நூ. 15 / 264) என அம்பேத்கர் குறிப்பிடுகிறார். ஒன்பது ஆண்டுகளில் இறந்த 550 பேரில் 217 பேர் 1932இல் இறந்திருக்கின்றனர்.

தேசத்தந்தையும் இசுலாமியப் பாதுகாவலரும் இன்றைய இந்துத்துவச் சிந்தனைக்கு எதிராகக் காட்டப்படுபவருமான காந்திக்கு இச்செயல்பாடுகள் தெரியாமல் போய்விட்டன. அல்லது அவரது அந்தராத்மா உணராமல் போய்விட்டது. அவரது அந்தராத்மா இந்து மதம் பிளவுபடாமல் இருக்க வேண்டும் என்பதையே உணர்ந்துகொண்டிருந்தது. "மகாத்மாவுக்கு ஒருநாள் பளிச்சென்று ஒரு வெளிச்சம் தோன்றியது; ஒரு யோசனையும் பிறந்தது; ஒரு உறுதியும் வளர்ந்தது; ஒரு பிரதிக்ஞையும் எழுந்தது; அவரது அந்தராத்மாவும் ஒரு ஆக்ஞையிட்டது; ஆண்டவன் கட்டளை அவரது செவிகளில் விழுந்தது. உடனே அவர் மார்ச் மாதம் 11ஆம் தேதியன்று தமது பிரார்த்தனையை முடித்துவிட்டு இந்திய மந்திரியான சர். ஸாம்யூல் ஹோருக்கு ஒரு கடிதம் எழுதினார்" என்று காந்தி கடிதம் எழுதிய நிகழ்ச்சியை சீதாராமையா விவரிக்கிறார் (சீதா / 472). காந்தியின் ஆத்மா மதக்கலவரத்தில் இரத்தம் சிந்திக்கொண்டிருந்த மக்களைக் காப்பாற்ற வேண்டும் என ஆக்ஞையிடவில்லை. மாறாக, 'இந்து மதம் பிளவுபட்டுவிடும். அதை உடனே தடு மானிடா' எனக் கட்டளையிட்டிருக்கிறது. இவரைத்தான் இன்றைய 'முற்போக்காளர்கள்' மதச்சார்பின்மையின் குறியீடாகக் கட்டமைக்கின்றனர்.

பொருளுக்குத் திரும்புவோம். இந்திய மந்திரியாக இருந்த சாமுவேல் ஹோருக்கு காந்தி எழுதிய கடிதத்தை 'சரித்திரப் புகழ்பெற்ற கடிதம்' என காந்தியவாதிகள் தலைப்பிடுகின்றனர். "வட்டமேஜை மாநாட்டில் சிறுபான்மையினரின் கோரிக்கை சமர்ப்பிக்கப்பட்டபோது, நான் பேசியது உங்களுக்கு ஒருவேளை ஞாபகமிருக்கலாம். தாழ்த்தப்பட்டவர்களுக்குத் தனித் தேர்தல் தொகுதி அளிப்பதை என் உயிரைக் கொடுத்தாவது நான் எதிர்ப்பேன் என்று என் பிரசங்கத்தின் இறுதியில் குறிப்பிட்டேன்... தனித்தொகுதி ராஜீய ரீதியாக எப்படியாயினும், அது தாழ்த்தப்பட்ட வகுப்பினருக்கும் ஹிந்து மதத்திற்கும் அபாயகரமானது என்பதே எனது உறுதியாகும்... அவர்கள் சாதி ஹிந்துக்களிடையே எவ்விதம் பரவியிருக்கிறார்கள் என்பதையும், சாதி ஹிந்துக்களை அவர்கள் எப்படி அண்டி ஜீவனம் செய்துவருகிறார்கள் என்பதையும் உணர்ந்துகொள்ள வேண்டும். ஹிந்து மதம் சம்மந்தப்பட்ட வரையில், தனித்தொகுதி அதைத் துண்டு துண்டாகப் பிளந்து சின்னாபின்னமாக்கிவிடும்" (காந்தி, தொகுதி 7 / 759 அழுத்தம் என்னுடையது) என காந்தி அவரது கடிதத்தில் கூறியுள்ளார்.

காந்தியின் சதித் திட்டத்தை முன்னர் பார்த்தோம். இச்செயல்பாடு காந்தியின் நேர்மையின்மையைக் காட்டுகிறது. "மத்தியஸ்தம் செய்து ஒரு தீர்ப்பைத் தெரிவிக்கும்படி கேட்டுக்கொள்ளும் வேண்டுகோளில் தாமும் கையெழுத்திட்டிருப்பதைப் பற்றி திரு.காந்தி கவலைப்படவில்லை" (அ.நூ. 16 / 136). எனவே பிரிட்டிஷ் அரசும் காந்தியின் கடிதம் குறித்துக் கவலைப்படவில்லை; ஆகஸ்ட் 17ஆம் தேதி வகுப்புத் தீர்ப்பை வெளியிட்டது. தனது கடிதம் புறக்கணிக்கப்பட்டதால் காந்தி மீண்டும் ஆகஸ்ட் 18 அன்று பிரிட்டிஷ் பிரதமர் ராம்ஷே மெக்னால்டுக்குக் கடிதம் எழுதினார். அதை நிராகரித்து செப்டம்பர் 8ஆம் தேதி பிரதமர் கடிதம் எழுதினார். இதனால், செப்டம்பர் 20ஆம் தேதி உண்ணாவிரதம் இருக்கப்போவதாக செப்டம்பர் 4ஆம் தேதி எழுதிய கடிதத்தில் அறிவித்திருந்தார். திட்டமிட்டபடி, செப்டம்பர் 20ஆம் தேதி பகல் 12 மணிக்கு காந்தி உண்ணாவிரதத்தைத் துவங்கினார். உண்ணாவிரதமானது தாழ்த்தப்பட்ட மக்களின் தனித் தொகுதி முறையை எதிர்த்து மட்டுமல்ல. தாழ்த்தப்பட்ட மக்களுக்கு எந்தவோர் இடஒதுக்கீட்டுத் தொகுதியையும் (கூட்டுவாக்களார்) அளிக்கக் கூடாது. அவர்கள் பொதுத் தொகுதியில் இருந்துதான் போட்டியிட வேண்டும் என்பதுதான் காந்தியின் நிலைப்பாடு. இதனை இங்கு மனதில் நிறுத்தி, காந்தியின் காவியப் புகழ்பெற்ற உண்ணாவிரதத்தில் நடந்த கூத்துகளைத் தொடர்ந்து காணலாம்.

காந்தியின் உண்ணாவிரதம் குறித்து அறிந்ததும் மதன் மோகன் மாளவியா செப்டம்பர் 19ஆம் தேதி பம்பாயில் இந்துத் தலைவர்களின் கூட்டத்தைக் கூட்டினார். இச்சமயத்தில் ராஜகோபாலச்சாரி ஓர் அறிக்கை வெளியிட்டார். "மகாத்மாஜி உபவாஸத்தைத் தொடங்கும் தினமாகிய செப்டம்பர் 20-ந் தேதியன்று இந்தியாவிலுள்ள முப்பத்தைந்து கோடி மக்களும் உபவாஸமிருந்து, ஆண்டவனைக் குறித்துப் பிரார்த்தனை செய்ய வேண்டுமென்றும், அதற்கு முதல் நாளன்று மாலையில் கிராமங்கள் உள்பட எல்லா இடங்களிலும் பொதுக் கூட்டங்கள் கூட்டப்பட்டு, தனித்தொகுதி சம்பந்தமான தமது தீர்ப்பைப் பிரதம மந்திரி வாபஸ் வாங்கிக் கொள்ள வேண்டுமென்றும், காந்திஜியின் உயிரைக் காப்பாற்றித் தர வேண்டும் என்றும், கடவுளைத் தியானிக்க வேண்டுமென்றும்..." (சீதா / 485). அம்பேத்கரும் அன்று ஓர் அறிக்கை வெளியிட்டார். "என்னைப் பொறுத்தவரை நான் எந்த யோசனையையும் பரிசீலிக்கத் தயாராக இருக்கிறேன். ஆயினும் தீண்டப்படாத மக்களின் உரிமைகள் எந்த வகையிலும் குறைக்கப்படுவதை நான் அனுமதிக்க மாட்டேன். தெளிவானதொரு திட்டமின்றி வெறுமனே கூடி மாநாடு நடத்துவதாலோ, விவாதிப்பதாலோ எத்தகைய பயனும் விளையாது. மகாத்மா அழிவே இல்லாத மனிதர் அல்லர். காங்கிரஸும் அப்படித்தான். இந்தியாவில் பல மகாத்மாக்கள் இருக்கிறார்கள்... மகாத்மாக்கள் வந்தார்கள். மகாத்மாக்கள் மறைந்தார்கள். ஆனால், தீண்டப்படாதவர்கள் மட்டும் தீண்டப்படாதவர்களாகவே இருக்கிறார்கள்" (த.கீ / 298).

ஒட்டுமொத்த இந்தியாவும் தேச நலன் / காந்தி நலனுக்கு எதிராக அம்பேத்கரை முன்னிறுத்தியது. இந்தச் சூழலில் அம்பேத்கரால் ஒட்டுமொத்த எதிர்ப்பையும் தாங்கிக்கொள்ள முடியவில்லை. அதேவேளையில் "காந்தி உண்ணாவிரம் மேற்கொண்டது இந்துச் சமூகம் உடைந்துபோவதிலிருந்தும், பிளவுபடுவதிலிருந்தும் அதனைக் காப்பாற்றுவதற்காகவே அன்றி, தாழ்த்தப்பட்ட மக்களுக்கு விடுதலையைத் தேடித் தருவதற்காக அல்ல என்ற எண்ணம் எனக்கு எப்போதுமே இருந்துவந்திருக்கிறது" (அ.நூ 10 / 361) என்ற மதிப்பீட்டின் வழியே அம்பேத்கர் புனா ஒப்பந்தத்தில் கையொப்பமிட்டார். ஒப்பந்தம் 24ஆம் தேதி நிறைவேறியது. ஆனால், காந்தி உண்ணாவிரதத்தை முடிக்கவில்லை. "கவர்ன்மெண்டு அறிக்கை பூராவையும் தாம் படித்துப் பார்த்த பின்னர்தான் உபவாஸத்தை நிறுத்த முடியுமென அவர் தெளிவாகக் கூறிவிட்டார்" (சீதா / 498). அவ்வாறு

படித்துப் பார்த்த பின்னர் உண்ணாவிரதம் 26ஆம் தேதி மாலை 5.30 மணியளவில் விலக்கிக்கொள்ளப்பட்டது. பின்னிரண்டு நாட்களில் அதாவது "27, 28-ந் தேதிகளில் தமக்கு வெகு பிரியமான பாடல்களைப் பாடச் சொல்லிக் கேட்டு (ரவீந்திரநாத் தாகூரிடம்) மகாத்மா மன மகிழ்ந்தார்" (சீதா / 489). இதுதான் காந்தி. எவை எப்படியோ நாடகத்தை நடத்தி தாழ்த்தப்பட்ட மக்களின் வாழ்வுரிமையைப் பறித்துக்கொண்டார்.

காந்தியின் 'தலித் படுகொலை' புனா ஒப்பந்தம் எனும் பெயரில் இன்றும் வரலாற்றில் இரத்த வாடையோடு ஒட்டியிருக்கிறது. ஒப்பந்தத்தில் மொத்தம் ஒன்பது சரத்துகள் உள்ளன. ஒப்பந்தம் பூர்வாங்க தேர்தல், பொதுத்தேர்தல் என்ற இரண்டு தேர்தல் கொள்கைகளை வெளிப்படுத்துகிறது என்பதை மட்டும் இங்கு குறிப்பிட்டு அடுத்த பகுதிக்குச் செல்லலாம்.

புனா ஒப்பந்தத் தோல்வியும் தனித்தொகுதி கோரிக்கையும்

ஒரு வெற்றியின் கதை காந்தி செய்த படுகொலையால் தோல்வியைத் தழுவியது. இது இத்தோடு முடிவுற்றதா, இக்கோரிக்கையை அம்பேத்கர் பின்னர் எழுப்பவில்லையா என இங்கு வினவத் தோன்றும். அம்பேத்கர் புனா ஒப்பந்தத்தை 1935இல் நிராகரித்தார். புனா ஒப்பந்தத்தின்போது காந்திய பாசத்தில் திளைத்த எம்.சி.ராஜா, 1938இல் புனா ஒப்பந்தத்தை நிராகரித்தார். பின்னர் அம்பேத்கரும் எம்.சி.ராஜாவும் இணைந்து இக்கோரிக்கைக்கு உயிரூட்டினர். எம்.சி.ராஜா இறந்த பின்னர் என்.சிவராஜூடன் இணைந்து 1955 வரை அம்பேத்கர் இக்கோரிக்கையைத் தொடர்ந்து எழுப்பிக்கொண்டிருந்தார். இதன் வரலாற்றை இங்கு சுருக்கமாகக் காணலாம்.

1935ஆம் ஆண்டு இந்திய வரலாற்றின் மிக முக்கிய ஆண்டாக இருந்திருக்கிறது. அம்பேத்கர் 'சரித்திரப் புகழ்பெற்ற' புனா ஒப்பந்தத்தை நிராகரித்தார். 'இந்துவாகப் பிறந்துவிட்டேன். இந்துவாகச் சாகமாட்டேன்' என்ற கொள்கை முழக்கத்தையும் இந்த ஆண்டில்தான் அறிவித்தார். இதற்கடுத்த ஆண்டில் சுதந்திரத் தொழிலாளர் கட்சியைத் துவங்கினார். துரதிர்ஷ்டவசமாக இக்கட்சியை அம்பேத்கர் பின்னர் கலைத்துவிட்டார். 1940இல் அட்டவணைச் சாதியினர் கூட்டமைப்பை நிறுவினார். அதன் பின்னர்தான் தனித்தொகுதி கோரிக்கை மீண்டும் உத்வேகம் எடுத்தது.

தனித்தொகுதி கோரிக்கை இந்திய அரசியல் வானில் ஏன் மீண்டும் உதிக்க வேண்டும்? அதற்கான காரணம் என்ன? முதலிய வினாக்களுக்கு முதலில் விடை தேட வேண்டும்.

1. தாழ்த்தப்பட்டவர்களின் இரட்சகராக காங்கிரஸ் மீண்டும் மீண்டும் தன்னை அறிவித்துக்கொண்டது. இதற்கு 1937இல் நடந்த தேர்தல்கள் துணைபோயின.
2. காங்கிரஸ் வேட்பாளர்கள் அடிமையாகச் சட்டமன்றத்தில் வீற்றிருந்தனர்.
3. எம்.சி.ராஜா காங்கிரஸ் பாசத்தைத் துறந்து அம்பேத்கருடன் மீண்டும் இணைந்தார். இதனை முதலில் நாம் காணலாம்.

1937ஆம் வருடம் நடந்த தேர்தல் புனா ஒப்பந்தத்தின்படி நடை பெற்ற தேர்தலாகும். மொத்தம் இருந்த 151 இடங்களில் காங்கிரஸ் 78 இடங்களைக் கைப்பற்றியது. காந்திதான் இரட்சகர் என்ற பொய் பிரச்சாரத்திற்குத் தேர்தல் முடிவுகள் காரணமாக இருந்தன. தேர்தல் முடிவுகளைக் காணும் ஒருவர் காங்கிரஸின் பிரச்சாரத்தில் உண்மை உண்டுதானே என்று கூட எண்ணுவர். தேர்தல் முடிவுகள் மயக்கமுறு நிலைக்கு இழுத்துச் சென்றதாலேயே ஒருவர் இதனை உண்மை என நம்புகிறார். எனவே தேர்தல் முடிவுகள் குறித்தான விசாரணையை முதலில் மேற்கொள்வோம்.

அன்றைய இந்தியாவில் தேர்தல் முறைகள் எவ்வாறு பகுக்கப்பட்டிருந்தன என்பதை முதலில் காணலாம். "1935ஆம் வருட இந்திய அரசாங்கச் சட்டத்தின்படி அங்கீகரிக்கப்பட்ட இரண்டு விதமான வாக்காளர் தொகுதிகள் உள்ளன.

1. பிரதேச ரீதியில்லாதவை
2. பிரதேச ரீதியானவை

பிரதேச ரீதியான வாக்காளர் தொகுதிகள் மூன்று வகைப்படும்.

1. தனியான பிரதேச ரீதியான வாக்காளர் தொகுதிகள். இவை தனிவாக்காளர் தொகுதிகள் எனச் சுருக்கமாக அழைக்கப்படும்.
2. பொதுப் பிரதேச ரீதியான வாக்காளர் தொகுதிகள்

3. தனி இடங்கள் ஒதுக்கப்பட்ட கூட்டுப் பிரதேச ரீதியான வாக்களார் தொகுதிகள். இவை பொதுவாகக் கூட்டுத் தொகுதிகள் என அழைக்கப்படுகின்றன" (அ.நூ. 16 / 248).

இங்கு கூட்டுத் தொகுதி முறை குறித்து மட்டும் காண்போம். ஒரு கூட்டுத் தொகுதி, தனித் தொகுதியை ஒத்திருந்தாலும் வாக்களிக்கும் உரிமை எவ்விதத்திலும் கட்டுப்படுத்தப்படவில்லை. "ஒதுக்கப்பட்ட இடத்திற்கான தேர்தல் முடிவை அறிவிப்பதில் வெற்றி பெறும் வேட்பாளர் அந்தச் சமூகத்தின் வாக்களார்களில் குறிப்பிட்ட அளவு வாக்குகளைப் பெற்றாக வேண்டும் என்ற அவசியம் ஏதுமில்லை" (மேலது / 251). தனித்தொகுதி முறையில் அந்தச் சமூக வேட்பாளரை அதே சமூகத்தைச் சேர்ந்தவர்கள் தேர்ந்தெடுக்க வேண்டும். இவர்கள் யாரும் இக்கூட்டுத் தொகுதியில் வாக்களிக்க முடியாது. எனவே கூட்டுத் தொகுதி ஒருவிதத்தில் பொதுத் தொகுதியேயாகும். ஏனெனில், இப்பொதுத் தொகுதியிலும் தனித்தொகுதி வகுப்பினர்கள் ஓட்டளிக்கவோ தேர்தலில் நிற்கவோ முடியாது. ஒரு விதத்தில் இக்கூட்டுத் தொகுதி முறை இந்துக்களையும், தாழ்த்தப்பட்டவர்களையும் கூட்டாகக் கொண்ட தொகுதி முறையாகும். இவ்வாறமைந்த கூட்டுத் தொகுதி முறையில் எந்த வேட்பாளரை சாதி இந்துக்கள் தேர்ந்தெடுப்பர் என்பதற்கான ஆழமான ஆய்வு இங்கு தேவையில்லை. சாதி இந்துக்கள் தங்களுக்கு விசுவாசமாக இருக்கும் தாழ்த்தப்பட்டவர்களை மட்டுமே தேர்ந்தெடுப்பர் என்பதாக ஒற்றை வரியில் சொல்லிவிடலாம்.

இத்தகைய 'நன்மை பயக்கும்' கூட்டுத் தொகுதியில் காங்கிரஸ் 151 இடங்களில் 78 தொகுதிகளைத்தான் கைப்பற்றியது. ஏனையத் தீண்டப்படாதோர் அமைப்புகள் 73 தொகுதிகளைக் கைப்பற்றின. "மொத்த வாக்குகள் அதாவது, 18 சதவீத வாக்குகள் மட்டுமே காங்கிரஸுக்குக் கிடைத்தன. அதே சமயம் 82 சதவீத வாக்குகள் காங்கிரஸுக்கு எதிராகப் போடப்பட்டுள்ளன எனத் தெரியவரும்" (மேலது / 257). இது ஒரு நுணுக்கமான ஆய்வு முறையாகும். இதனை எந்த அரசியல் நோக்கரும் காணாமல் காங்கிரஸ்தான் தாழ்த்தப்பட்ட மக்களைப் பிரதிநிதித்துவப்படுத்துகிறது என்ற வாதத்தை மேலும் மேலும் உக்கிரப்படுத்தினர். (1946ஆம் ஆண்டுத் தேர்தலிலும் காங்கிரஸ் அறுதிப்பெரும்பான்மை பெற்றது. 'தாழ்த்தப்பட்டவர்களைப் பிரதிநிதித்துவப்படுத்தும் ஒரே கட்சி காங்கிரஸ்'

என காங்கிரஸும் ஆங்கிலேயே அரசும் பிரச்சாரத்தை மேற்கொண்டன. இதுவும் மேலோட்டமான தேர்தல் ஆய்வாகும். 1946ஆம் ஆண்டு தேர்தலுக்கான பூர்வாங்கத் தேர்தல் 1945 பிப்ரவரியில் நடைபெற்றது. பூர்வாங்கத் தேர்தலில் தாழ்த்தப்பட்டவர்கள் மட்டுமே ஓட்டளித்து அதிகபட்சமாக நான்கு தாழ்த்தப்பட்ட வேட்பாளர்களைத் தேர்ந்தெடுக்க வேண்டும். பூர்வாங்க தேர்தல் நடந்த 43 தொகுதிகளில் காங்கிரஸைக் காட்டிலும் அட்டவணைச் சாதியினர் கூட்டமைப்பு அதிகப்படியான இடங்களையும் அதிகப்படியான பிரதிநிதிகளையும் பெற்றது. இதனை எந்த அரசியல் நோக்கரும் காணாமல் சென்றது விந்தைதான். இது குறித்தான முழு ஆய்வை அம்பேத்கர் மேற்கொண்டிருக்கிறார் (விபரங்களுக்கு: காண்க தொகுதி 19).

கூட்டுத் தொகுதியில் வெற்றி பெற்ற வேட்பாளர்கள் வாய்மூடி மௌனியாக, சாதி இந்துக்களுக்கேற்ற அடிமைகளாக இருந்தனர். "காங்கிரஸ் வேட்பாளர்களாகத் தேர்தல்களில் போட்டியிட்ட தாழ்த்தப்பட்டோரில் சிலர் சுத்த சுயம்பிரகாச சுயநலவாதிகள்; தங்கள் முன்னேற்றம் ஒன்றையே வாழ்க்கையில் ஒரே குறிக்கோளாகக் கொண்டவர்கள்; சட்டமன்றத்தின் மூலம் ஏதேனும் பதவி கிடைக்காதா, ஆதாயம் கிட்டாதா என்று எப்போதும் நாக்கைத் தொங்கப் போட்டுக்கொண்டிருப்பவர்கள்; அதையே குறியாகக் கொண்டவர்கள். எந்த ஏணியின் மூலம் ஏறிச் செல்லுகிறோம் என்பதைப் பற்றி அவர்களுக்குக் கவலையில்லை" (அ.நூ. 10 / 344 - 345) என்பதாக அம்பேத்கர் காங்கிரஸ் சட்டமன்ற உறுப்பினர்களை மதிப்பிடுவார். அடிமைகளில் ஒருவராக இருக்க எம்.சி.ராஜாவால் முடியவில்லை. காங்கிரஸின் அடிமைத்தனத்திற்கு எதிராகச் செயல்பட ஆரம்பித்தார். இதனால் "தாம் புனா ஒப்பந்தத்திற்கு பரமவைரி என்பதைப் பகிரங்கமாகவே அவர் பிரகடனம் செய்தார்" (அ.நூ. 10 / 365). சட்டமன்றத்தில் தாழ்த்தப்பட்ட வேட்பாளர்களைக் குருட்டுத்தனமாக வாக்களிக்க வைத்தல்; தாழ்த்தப்பட்ட சமூகத்தைப் பாதிக்கும் விஷயத்தில் அவ்வேட்பாளர்களைச் சுதந்திரமாக வாக்களிக்க அனுமதி மறுத்தல்; எம்.சி.ராஜா கொணர்ந்த ஆலயப் பிரவேச மசோதாவை ராஜகோபாலச்சாரியார் அவ்வேட்பாளர்களைக் கொண்டே தோற்கடிக்க வைத்தது முதலான நிகழ்வுகள் எம்.சி.ராஜாவை திடுக்கிட வைத்தன.

இதனால் காந்திக்கு 1938இல் ஒரு கடிதம் எழுதினார், “சமூக, மதச் சுதந்திரம் பெறும் எங்கள் முயற்சிக்குக் காங்கிரஸ் உண்மையில் துணைபுரியும் என்ற முழு நம்பிக்கையில் நாங்கள் புனா ஒப்பந்தத்திற்கு உடந்தையாக இருந்தது விவேகமானதுதானா என்று இவை யாவும் என்னை மன உளைச்சல் கொள்ளச் செய்கின்றன” (மேலது / 367). காந்தி இக்கடிதத்தை அலட்சியப்படுத்தினார். ராஜா தொடர்ச்சியாக காந்திக்குக் கடிதம் எழுத ஆரம்பித்தார். ஒருகட்டத்தில் காந்தி ராஜகோபாலச்சாரியின் முடிவை ஏற்கச் சொல்லி ராஜாவிற்கு அறிவுறுத்தினார். இதனால் விரக்தியுற்ற எம்.சி.ராஜா, காங்கிரஸ் கூட்டணியிலிருந்து விலகி அம்பேத்கருடன் சென்றார்.

ஆக, காங்கிரஸின் பொய்யான பிரச்சாரம், காங்கிரஸ் வேட்பாளர்களின் அடிமைத்தனம் ஆகிய காரணங்களும், எம்.சி.ராஜாவின் கூட்டிணைவும் அம்பேத்கரை மீண்டும் இரட்டை வாக்குரிமை கோரிக்கையை எழுப்ப வைத்தன என்பதாகச் சொல்லி இதை ஒட்டிய செயல்பாட்டைத் தொடர்ந்து காணலாம்.

நாகபுரியில் 1942 ஜூலை 18,19 தேதிகளில் நடைபெற்ற அகில இந்திய அட்டவணைச் சாதியினர் மாநாட்டில் பின் கண்ட தீர்மானம் நிறைவேற்றப்பட்டது. “தீர்மானம் III புதிய அரசியலமைப்புச் சட்டத்தில் இடம்பெற வேண்டிய அத்தியாவசியமான வழிவகை ஏற்பாடுகள்.

5. எல்லா சட்டமன்றங்களுக்கும் ஸ்தலஸ்தாபன அமைப்புகளுக்கும் ஷெட்யூல்டு வகுப்பினரின் பிரதிநிதிகள் தனி வாக்காளர் தொகுதிகள் மூலம் தேர்ந்தெடுக்கப்படுவதற்குச் சட்டரீதியாக வழிவகை செய்யப்பட வேண்டும்” (அ.நூ. 17 / 14 - 15).

1944ஆம் ஆண்டு செப்டம்பர் 23 அன்று என்.சிவராஜ் தலைமையில் சென்னையில் கூடிய அகில இந்திய அட்டவணைச் சாதிகளின் காரியக் கமிட்டிக் கூட்டத்தின் தீர்மானம் 7 பின்வருமாறு கூறுகிறது. “கூட்டு வாக்காளர் தொகுதிகள் முறை, ஷெட்யூல்டு வகுப்பினர்கள் தங்களுடைய உண்மையான, திறமையான பிரதிநிதிகளைச் சட்டமன்றங்களுக்கு அனுப்புவதற்கு அவர்களுக்குள்ள உரிமையைப் பறித்துவிடுகிறது. அதே சமயம் இந்து பெரும்பான்மையினரின் எடுப்பார் கைப்பிள்ளையாக,

கைக்கூலிகளாக இருப்பதற்குத் தயாராக இருக்கும் ஷெட்யூல்டு வகுப்பைச் சேர்ந்த உறுப்பினர்களை வேட்பாளர்களாக நியமிப்பதற்கு நடைமுறையில் உரிமை பெற்றுள்ளனர் என்பதைக் கடந்த தேர்தல் அனுபவம் மெய்ப்பித்திருக்கிறது. எனவே, கூட்டு வாக்காளர் தொகுதிகள் மற்றும் இடஒதுக்கீட்டு முறையை ரத்து செய்துவிட்டு அதற்குப் பதிலாகத் தனி வாக்காளர் தொகுதி முறையைக் கொண்டு வர வேண்டும்…" (அ.நூ. 16 / 573).

மேலே குறிப்பிட்ட கோரிக்கைகளை 1946ஆம் ஆண்டில் பம்பாயில் நடந்த நிர்வாகக் குழுவின் கூட்டம் அங்கீகரித்திருக்கிறது. என்.சிவராஜ் தலைமையில் நடந்த இந்தக் கூட்டத்தின் 6ஆவது பகுதியில் இக்கோரிக்கை உறுதி செய்யப்பட்டிருக்கிறது. "சட்டப் பேரவைகளில் தனித்தொகுதிகள் வாயிலாகப் பிரதிநிதித்துவம் பெறுவதற்குத் தாழ்த்தப்பட்ட சாதியினருக்கு உரிமை இருக்க வேண்டும்" (அ.நூ. 19 / 137) என நிர்வாகக் குழு கேட்டுக்கொண்டிருக்கிறது. வெறும் மாநாட்டுத் தீர்மானம் மட்டும் போதுமா எனக் கேள்வி எழுப்பும் முற்போக்காளர்கள் மேலும் அம்பேத்கர் நூல் தொகுதி 19ஐ பார்க்கலாம். அதிகாரப் பேரத்திற்கான வாதப் பிரதிவாதங்கள், கடிதங்கள் அடங்கிய இத்தொகுப்பில் தனித்தொகுதி முறை தேவைக்கான அம்பேத்கர், எம்.சி.ராஜா, என்.சிவராஜ் ஆகியோரின் செயல்பாடுகளை அறிந்துகொள்ளலாம் (மேலும் விபரங்களுக்குத் தொகுதி 12, 17 காண்க).

1946இல் இக்கோரிக்கையை வலியுறுத்துவதற்காக அம்பேத்கர் இலண்டன் சென்றார். அங்கு "… ஓர் அறிக்கை தயாரித்து அதை இங்கிலாந்தின் எல்லாக் கட்சிகளின் முக்கியத் தலைவர்களுக்கும் அனுப்பினார்" (த.கீ. / 567). அத்தோடில்லாமல் "1946 நவம்பர் 5ஆம் தேதி இலண்டனில் உள்ள 'ஹவுஸ் ஆஃப் காமன்ஸில்' ஒரு மணிநேரம்" உரையாற்றவும் செய்திருக்கிறார் (ரவிக்குமார் 2004 / 56). இப்பயணத்தால் அம்பேத்கருக்கு எந்தப் பலனும் ஏற்பட வில்லை. இந்நேரத்தில் அம்பேத்கர் தலையில் அரசியலமைப்பு என்ற சுமை ஏற்றப்பட்டது. இச்சூழலில் அகில இந்திய அட்டவணைச் சாதியினர் கூட்டமைப்பின் தலைவராக இருந்த என்.சிவராஜ் ஓர் அறிக்கையை வெளியிட்டார், "தாழ்த்தப்பட்டோரின் துன்ப நாள் ஆகஸ்ட் 15" என்ற தலைப்பில் அவ்வறிக்கை வெளியானது. அதில், "இந்துக்களுக்கும் முஸ்லிம்களுக்கும் வேண்டுமானால் ஆகஸ்ட் 15 சுதந்திர

நாளாக இருக்கலாம். அரசியலில் தாழ்த்தப்பட்ட வகுப்பினரின் சுதந்திரம், இந்திய அரசியலமைப்புச் சபையின் மைனாரிட்டி சப் கமிட்டியும், ஆய்வு சாராக் கமிட்டியும் நிறைவேற்றியிருக்கும் தீர்மானங்களை அனுசரித்து, தாழ்த்தப்பட்டோர் மேற்படி கொண்டாட்டங்களில் கலந்துகொள்ளுதல் எங்ஙனம்? அம்பேத்கர் அரசியலமைப்புச் சபையில் கலந்துகொண்டார்... தனித்தொகுதி முறையை வலியுறுத்துமாறும் சம்மேளனம் அம்பேத்கரைப் பணித்தது. காங்கிரஸ் இதனை ஏற்காமல் அடங்கட்டி நிற்குமேல் தேர்தல் ஒன்றில் வெற்றி பெறுபவர் 35 சதவிகித ஓட்டுக்களாவது தாழ்த்தப்பட்ட வகுப்பினரிடமிருந்து பெற்றிருக்க வேண்டும் என்ற சம்மேளனத்தின் மாற்றுக் கோரிக்கையைக் குறிப்பிடுமாறும் அறிவித்தது. இந்தச் சாதாரண கோரிக்கையையும் காங்கிரஸ் நிராகரித்துவிட்டது." (இதே காலத்தில் பெரியார் 'ஆகஸ்ட் 15 துக்கநாள்' என்ற தலைப்பில் ஓர் அறிக்கையை வெளியிட்டார் என்பதை மட்டும் இங்கு சுட்டிக்காட்டலாம். தனித்தொகுதி முறைக்காக என்.சிவராஜ் துக்கநாள் அறிக்கை விடும் அளவிற்குச் சென்றிருக்கிறார் எனும்போது தனித்தொகுதி குறித்தான தேவையைத் தாழ்த்தப்பட்ட அமைப்புகள் எவ்வளவு தூரம் எதிர்நோக்கி இருந்திருக்கின்றன என்பதை மட்டும் இங்கு முக்கியப்படுத்தலாம்). இவ்வறிக்கையையும் மீறி இந்திய அரசியல் வரைவு சாசனம் பிப்ரவரி 26, 1948இல் அம்பேத்கரால் சமர்ப்பிக்கப்பட்டது. இதன் மீதான விவாதத்தின்போது தாழ்த்தப்பட்ட தலைவர்கள் மீண்டும் இரட்டை வாக்குரிமையைக் கோரியதற்கான குறிப்புகள் கிடைக்கின்றன. அம்பேத்கர் வரைவுக் குழுவின் தலைவராக இருந்தபோதும் பெரும்பாலான சாதி இந்து உறுப்பினர்களின் நெருக்குதலால் 1935ஆம் ஆண்டில் ஏற்றுக்கொள்ளப்பட்ட கூட்டு வாக்காளர் தொகுதி முறை தாழ்த்தப்பட்ட மக்கள் தலையில் திணிக்கப்பட்டது. கூட்டு வாக்காளர் தொகுதி முறை வாயிலாக 1952, 1956ஆம் ஆண்டுகளில் தேர்தல்கள் நடைபெற்றன. இத்தேர்தல் குறித்த அம்பேத்கரின் முடிவை 1955இல் பம்பாயில் கூடிய தாழ்த்தப்பட்டோர் கூட்டமைப்பின் செயற்குழு வெளியிட்டது. தேர்தல் முறையில் உள்ள இடஒதுக்கீட்டை இரத்துச் செய்ய வேண்டும் என அச்செயற்குழு தீர்மானம் இயற்றியது. தாழ்த்தப்பட்ட உறுப்பினர்கள் கட்சிகளின் அடிமைகளாய் இருப்பதைவிட சுயமரியாதையாய் வாழ்ந்தாலே போதும் என்பதான உட்கிடக்கை இத்தீர்மானத்திற்குள் இருப்பதாகவே இன்று தோன்றுகிறது.

சான்றாதாரம்

மூல நூல்கள்

அம்பேத்கர்	தொகுதி 4, 5, 10, 15, 16, 17, 19
தனஞ்செய்கீர்	அம்பேத்கர் வாழ்க்கை வரலாறு
டாக்டர். பட்டாபி சீதாராமையா	காங்கிரஸ் மகா சபை சரித்திரம்
காந்தி	தொகுப்பு 7

துணை நூல்கள்

ரவிக்குமார் (தொ.ஆ.)	தலித் என்ற தனித்துவம்
ஞான.அலாய்சியஸ் (தொ.ஆ.)	அயோத்திதாசர் சிந்தனைகள் I

இதழ்

வாசன் (ஆசிரியர்)	ஆனந்த விகடன் 1932 (மாதம் இருமுறை)

புனா ஒப்பந்தமும் சிறுபான்மையினரும்

'தனித் தொகுதி' என்ற சொல்லாடல் ஆங்கிலோ இந்தியாவை ஆட்டிப் படைத்தது. தனித்தொகுதி என்ற சொல்லாடல் வழியே நின்றுதான் இருபதாம் நூற்றாண்டின் அடையாள அரசியல் பரிணமித்தது. இச்சொல்லாடல் வெற்று அரசியல் சொல்லாடலாக அல்லது கவர்ச்சி கோசமாக முன்னெடுக்கப்படவில்லை. அது பண்பாட்டுச் சொல்லாடலாகவும்; அரசியல் சொல்லாடலாகவும் மேலெழுந்துவந்தது. வைதீகத்தின் தீண்டாமைக் கொடுமையிலிருந்து விடுபட நினைத்த தாழ்த்தப்பட்டவர்களே இதற்கு ஒரு தனித்துவ சித்தாந்தத்தை வழங்கினார்கள். தாழ்த்தப்பட்டவர்களால் முன்னெடுக்கப்பட்ட பண்பாட்டுக் கோட்பாடு பிற சிறுபான்மைச் சமூகம் வரை விரவிச் சென்றது. துரதிர்ஷ்டவசமாக அக்கோட்பாடு தாழ்த்தப் பட்டவர்களுக்கு மட்டும் பலன் தராமல் அப்படியே புதைக்கப்பட்டுவிட்டது என்பதைச் சென்ற அத்தியாயத்தில் கண்டோம். இங்கு நாம் புனா ஒப்பந்தம் வாயிலாகப் பிற சிறுபான்மை இனத்தவர்களின் வகுப்புரிமைக்கு நேர்ந்த இடர்களை விவாதிக்கலாம்.

வகுப்புரிமை: ஒரு சுருக்கப் பார்வை

இசுலாமியர்களுக்கான வகுப்புரிமை வரலாறு சுவைமிகுந்த நாடகத்தனம் கொண்டது. சட்டமன்றங்களின் அமைப்புக்கு அடிப்படையாக மக்கள் பிரதிநிதித்துவக் கோட்பாடு என்ற ஒன்றை ஆங்கில அரசு 1892இல் அறிமுகப்படுத்தியது. இது தேர்தல் சம்பந்தப்பட்ட கோட்பாடல்ல.

நியமனம் சம்பந்தப்பட்ட கோட்பாடாகும். இதே ஆண்டில்தான் இசுலாமியர்கள் தமது முதல் அரசியல் கோரிக்கையை வெள்ளையரசின் முன் வைத்தனர். 1892ஆம் ஆண்டின் "சட்டத்தின்படி அமைக்கப்பட்ட சட்டமன்றங்களில்தான் முசல்மான்களுக்குத் தனிப்பிரதிநிதித்துவம் அளிக்கும் கோட்பாடு இந்தியாவின் அரசியல் அமைப்பில் முதன்முறையாக அறிமுகப்படுத்தப்பட்டது" (அ.நூ. 15 / 362). இந்தச் சட்டம் முஸ்லிம்களுக்குத் தேர்வு செய்யும் முறையையும் அதைப் போன்று குறிப்பிட்ட எண்ணிக்கைக் கோரும் உரிமையையும் வழங்கவில்லை; தனிப்பிரதிநிதித்துவ உரிமையை மட்டுமே வழங்கியது.

ஆங்கில அரசு வழங்கிய அரசியல் அபிலாசைகளின் சமூக மதிப்பை இசுலாமியர்கள் சரியாகவே உணர்ந்திருந்தனர். அதனாலேயே அரசியல் கோரிக்கை விசயத்தில் அவர்கள் மிகக் கவனமாக வேலை செய்தனர். சட்டமன்றங்களைச் சீர்திருத்துவது சம்மந்தமாகப் பரிசீலிக்க மிண்டோ பிரபு நடவடிக்கை எடுத்தார். இக்காலகட்டத்தில் மேதகு ஆகாகான் தலைமையில் பிளவுபடாத இந்தியாவின் பல பகுதிகளில் வாழும் இசுலாமியர்கள் மிண்டோ பிரபுவை கல்கத்தாவில் 1906 அக்டோபரில் சந்தித்துக் கோரிக்கை மனு ஒன்றைக் கொடுத்தனர். அதனில் கீழ்கண்ட கோரிக்கைகள் முன்வைக்கப்பட்டன.

(i) மாவட்ட மன்றங்களிலும் நகர மன்றங்களிலும் தங்களது எண்ணிக்கைப் பலத்திற்கும், சமூக நிலைக்கும், ஸ்தல செல்வாக்குக்கும் ஏற்ப வகுப்புவாரிப் பிரதிநிதித்துவம் அளிக்கப்படவேண்டும்.

(iii) ......

(iii) மாகாண சட்டமன்றங்களில் வகுப்புவாரி அடிப்படையில் பிரதிநிதித்துவம் தரப்பட வேண்டும்; முகமதிய நிலப்பிரபுக்கள், வழக்குரைஞர்கள், வணிகர்கள், இதர முக்கிய நலன்களைப் பிரதிநிதிப்படுத்துவோர், மாவட்ட மன்ற நகரசபை உறுப்பினர்கள், குறிப்பிட்ட தகுதியுள்ள பல்கலைக்கழகப் பட்டதாரிகள் போன்றோர் அடங்கிய வாக்காளர் குழுமங்களால் முஸ்லிம் பிரதிநிதிகள் தேர்ந்தெடுக்கப்பட வேண்டும்.

(iv) மத்திய சட்டமன்ற மேலவையில் முகமதியப் பிரதிநிதிகளின் எண்ணிக்கை அவர்களது மக்கட்தொகைப் பலத்தைச் சார்ந்திருக்கலாகாது;

முகமதியர்கள் வினைப்பயனற்ற சிறுபான்மையினராக ஒருபோதும் இருக்கக் கூடாது. அவர்கள் (நியமிக்கப்படுவதற்குப் பதிலாக) கூடிய மட்டும் தேர்தல் மூலம் தேர்ந்தெடுக்கப்பட வேண்டும்; நிலக்கிழார்கள், வழக்குரைஞர்கள், வணிகர்கள், மாகாண சட்டமன்ற உறுப்பினர்கள், பல்கலைக்கழக ஆட்சி உறுப்பினர்கள் போன்றோரைக் கொண்ட வாக்காளர் குழுமத்தின் மூலம் இந்தத் தேர்தல் நடத்தப்பட*வேண்டும் (அ.நூ. 15 / 363 - 364).

மிண்டோவிடம் கொடுத்த விண்ணப்பம் இந்து தேசியவாதிகளிடம் முதன்முதலாகச் சலசலப்பை உருவாக்கியது. சிறுபான்மை என்ற பொருளில் முஸ்லிம்கள் தனித்தொகுதி பெறுவதை இந்து தேசியவாதிகள் விரும்பவில்லை. தேசிய ஒற்றுமைக்குக் குந்தகம் ஏற்படும் என்ற விதத்தில் இந்துக்கள் இசுலாமியர்களின் மகஜரை விமர்சித்தனர். இங்கு பிரிதொரு விமர்சனத்தையும் இந்து தேசியவாதிகள் முன்வைத்தனர். இந்துக்களிடமிருந்து தாழ்த்தப்பட்டவர்களைத் தனியாகப் பிரிக்கும் சூட்சுமம் இக்கோரிக்கை மனுவில் இருந்ததாக அவர்கள் கருதினர். மிண்டோவிடம் கொடுத்த மகஜரில் 'பழைய மரபுகள்' என்னும் தலைப்பில் கீழ்க்கண்ட வாசகம் இருந்தது. "1901ஆம் ஆண்டு எடுக்கப்பெற்ற மக்கள் தொகைக் கணக்கின்படி இந்தியாவில் முகமதியர் எண்ணிக்கை ஆறுகோடியே இருபது இலட்சம் ஆகும். தங்கள் ஆளுகைக்குட்பட்ட இந்தியக் கூட்டரசில் ஐந்தில் ஒன்றுக்கும் நான்கில் ஒன்றுக்கும் இடையில் இருக்கும் இத்தொகை ஆன்மீகவாதிகள், பிற சிறு சமயத்தினர், இந்துக்கள் என்று கூறப்படினும் இந்துக்களாகக் கருதப்பட முடியாதவர் ஆகிய நாகரிகமற்ற பகுதிகளை விலக்கிப் பார்த்தால், இந்துப் பெரும்பான்மையினரோடு கூறப்பெறும் முகமதியர் விழுக்காடு மேலும் அதிகமாக இருக்கும்" (மேலது / 640 - 641) என்ற வாசகம் இந்துக்களை மேலும் உசுப்பேற்றிவிட்டது. இந்துக்களின் எண்ணிக்கையைக் குறைக்கும் சதி என இந்துக்கள் வாதிட்டனர். இதற்குள் நான் செல்ல விரும்பவில்லை. ஆயினும், 'இந்துப் பெரும்பான்மை' என்ற மாயத் தோற்றத்தை இசுலாமியர்கள் சிதறடித்தது வரவேற்கத்தக்கதே. அவர்களின் வாதப்படி, இந்துப் பெரும்பான்மை பொய்மைத் தோற்றம் எனும்போது இசுலாமியர்கள் பெரும்பான்மையினராகிவிடுகின்றனர்.

பெரும்பான்மையினருக்கு எதற்குத் தனித்தொகுதி என்ற கேள்வியை இங்கு கேட்டுப் பார்ப்போம். பதில் மிகச் சுலபமாகக் கிடைக்கும். அதற்கு மிண்டோவிடம் கொடுத்த அறிக்கையை இங்கு நினைவுபடுத்திப் பார்ப்போம். அதில் "முகமதியர்கள் வினைப்பயனற்ற சிறுபான்மையினராக

இருக்கக் கூடாது" என்ற வாசகம் இருக்கிறது. அது என்ன வினைப்பயனற்ற சிறுபான்மையினர் என வினவும்போது, நமக்குச் சில விடைகள் கிடைக்கின்றன. 'நாங்கள் (இசுலாமியர்) ஒன்றும் அதிகாரமற்ற அதாவது, அரசியல் உரிமைகளைக் கோரும் தாழ்த்தப்பட்டவர்களைப் போன்று உதாசினப்படுத்தப்படும் 'நாகரிகமற்ற' மக்கள் அல்ல. நாங்கள் இந்த மண்ணை ஆண்டவர்கள்' என்ற தொனி இதனுள் பொதிந்திருப்பதை அவதானிக்கலாம். மிகவலிந்து பொருள் கொள்வதாக யாரும் கருதக்கூடாது. ஏனெனில், 'தனி நியமனம்' என்ற ஒன்றை முதன்முதல் எழுப்பியவர்கள் தாழ்த்தப்பட்டவர்களே என்பதை இங்கு ஞாபகப்படுத்திக்கொள்ளல் போதுமானதாகும். இவ்விடத்தில் சென்ற கட்டுரையில் கண்ட அயோத்திதாசரின் கோரிக்கையை ஒப்பிட்டுப் பார்த்துக்கொள்ளவும். ஏனெனில், இரண்டு அமைப்புகளும் மிண்டோ பிரபுவிடம் கோரிக்கைகளை வைத்தன. அயோத்திதாசர் இசுலாமியர்களுக்கு 25 பிரதிநிதிகளும், தாழ்த்தப்பட்ட மக்களுக்கு 25 பிரதிநிதிகளும் வேண்டும் என்பார். ஆனால், இசுலாமியர்களின் கோரிக்கையில் பிற சிறுபான்மை இனத்தவரின் பிரதிநிதித்துவம் குறித்து எதுவும் இல்லை. 'இந்துப் பெரும்பான்மை' பொய்மை உடைப்பு இந்த அறிக்கையில் இருந்தபோதும், அது அரசியல் ரீதியாகத் தங்களைத் தனித்துக்காட்டத்தான் மேற்கொள்ளப்பட்டது என்ற உண்மையையும் நாம் இங்கு உணரத் தவறக்கூடாது.

இந்த இடத்தில் இன்னொரு புதிருக்கும் விடை தேட வேண்டியுள்ளது. இந்தியாவில் 1911இல் நான்காவது மக்கள் தொகைக் கணக்கெடுப்பு நடைபெற்றது. அப்போது "ஒரு விசேடக் கேள்விப் பட்டியல் வெளியிடப்பட்டது. அதில் பல்வேறு சாதியினரையும் நிர்ணயிக்கும் பத்துக் கேள்விகள் இடம்பெற்றிருந்தன. தாழ்த்தப்பட்ட மக்களைச் சாதி இந்துக்களிடமிருந்து பிரித்துக் காட்டும் வகையில் இந்தக் கேள்விகள் அமைந்திருந்தன. இந்த விசயத்தில் முஸ்லிம்கள் மீது இந்துக்களுக்குப் பயம் ஏற்பட்டது. பிரிட்டிஷ் வெளிவிவகார அமைச்சரிடம் முஸ்லிம்கள் சமர்ப்பித்த விண்ணப்பத்தின் விளைவாகத்தான் இது நடந்திருக்கும் என்று அவர்கள் கருதினர். மேலும், இந்துக்களிடமிருந்து தாழ்த்தப்பட்ட இனத்தவரைப் பிரித்து, அதன் மூலம் இந்து சமூகத்தின் வலிமையையும் செல்வாக்கையும் முக்கியத்துவத்தையும் குறைப்பதே இந்த நடவடிக்கையின் நோக்கம் என்றும் அவர்கள் அஞ்சினர்" (அ.நூ. 10 / 159) என அம்பேத்கர் எழுதுகிறார். அம்பேத்கரின் சாரத்தைப் பின்வருமாறு பிரித்துக்கொள்ளலாம்.

1. தாழ்த்தப்பட்ட மக்களை இந்துக்களிடமிருந்து தனியாகப் பிரித்து வைக்க மிண்டோவிடம் கொடுத்த அறிக்கை முற்பட்டது.
2. இந்து சமூகத்தின் வலிமையைக் குறைக்கும் நோக்கம் கொண்டது என இந்துக்கள் அஞ்சினர்.

இவை அம்பேத்கரது அனுமானம் மட்டுமே. முடிந்த முடிவல்ல. முதல் அனுமானம் முற்றிலும் தவறானது. "நாங்கள் இந்துக்கள் அல்ல" என்ற மிக முக்கியமான அரசியல் கோஷத்தைத் தென்னிந்தியாதான் முதலில் வெளிக்கொணர்ந்தது. இந்தியாவின் குடிமதிப்புக் கணக்கு 1881இல் எடுக்கப்பட்டபோதே அயோத்திதாசர் தாழ்த்தப்பட்ட மக்களை இந்துக்கள் என்ற தொகுப்பிற்குள் கொண்டுவரக்கூடாது. அம்மக்களை 'ஆதித்தமிழன்' என்ற பிரிவுக்குள் கொண்டுவர வேண்டும் என்ற கோரிக்கையை முன்வைத்தார். 1891இல் குடிமதிப்பு கணக்கு எடுக்கப்பட்டபோது அம்மக்களைப் 'பூர்வ திராவிடர்' என்ற பிரிவுக்குள் கொண்டுவர வேண்டும் என்றார். 1901இல் 'திராவிட பௌத்தர்கள்' என்ற பிரிவுக்குள் கொண்டுவர வேண்டும் என்றார். இதன் தொடர்ச்சியாக 1911இல் நடந்த மக்கள் தொகைக் கணக்கெடுப்பின்போது அயோத்திதாசர் ஓர் அறிக்கையை வெளியிடுகிறார். அதில், "இந்திய தேச பௌத்தர்கள் யாவருக்கும் ஆனந்தமாகத் தெரிவிக்கும் செய்தி யாதெனில்: அன்பர்காள், பௌத்தர்கள் என்னும் கூட்டத்தோருக்கு எத்தேசத்திலும் சாதியாசாரங் கிடையாது. அதையநுசரித்தே நமது கருணை ராஜாங்கத்தோருக்கு விண்ணப்பம் அனுப்பி இந்துக்களுக்கும் பௌத்தர்களுக்கும் வெவ்வேறு கலம்பிரித்து வைக்க வேண்டுமென்று கேட்டுக்கொண்டோம்... இந்திய தேச பௌத்தர்கள் எத்திக்கிலிருந்தபோதிலும் சகலரும் இந்திய தேசப் பௌத்தர்களேயாதலின் இக்குடிமதிப்பெடுக்கும் சென்செஸ் காலத்தில் நீங்கள் உங்களை இந்திய பௌத்தர்களென்றே கூறல் வேண்டும்... இந்துக்கள் வேறு பௌத்தர்கள் வேறென்ற அதிகார உத்தரவு பெற்றுள்ள சென்னை சாக்கைய பௌத்த சங்கத்தார் அறிக்கை" (அ.சி. 1 / 321).

இந்த அறிக்கையில் இரண்டு சாராம்சம் இருப்பதை நாம் உணரலாம். தாழ்த்தப்பட்ட மக்களை இந்து என்ற பகுப்பிலிருந்து பிரிக்க ஆங்கிலேயர்கள் ஒத்துக்கொண்டனர். தாழ்த்தப்பட்ட மக்களே பூர்வ பௌத்தர்கள் என்பது பிரிதொன்றாகும். இங்கு இரண்டாவது சாரம் நமது விவாதத்திற்குத் தேவையில்லை. ஆனால், முதல் சாரம் மிக முக்கியமானதாகும். யாருடைய

தூண்டுதலின்றியும் தாழ்த்தப்பட்ட மக்கள் தன்னியல்பாகத் தங்களை இந்துக்கள் அல்ல எனப் பிரிந்துகொண்டதை அல்லது தங்களது அடையாளத்தைப் பௌத்தத்தில் நிலைநாட்டியதைக் கவனிக்க வேண்டும். இதிலிருந்து அம்பேத்கரின் முதல் அனுமானத்தை நோக்கும்போது அது தவறானது என்பதை உணரலாம். அம்பேத்கரின் இரண்டாவது அனுமானம் சரியே. ஏனெனில், தாழ்த்தப்பட்ட மக்களுக்கு ஏதோ ஒருவிதத்தில் இசுலாமியர்களின் கோரிக்கை மனு பயன்பட்டது என்பது ஒருபுறமிருக்க, தாழ்த்தப்பட்டவர்களுக்குப் புதுக் கூட்டாளியாகத் தெரியப்பட்ட இசுலாமியர்களை நோக்கி இந்துக்கள் அஞ்சியதும் சரியே. இத்தோடு இந்த விவாதத்தை முடித்துக்கொண்டு கட்டுரையின் பொருளுக்குச் செல்வோம்.

*1906*இல் மிண்டோ பிரபுவிடம் கொடுத்த கோரிக்கைகள் ஏற்கப்பட்டு "*1909*ஆம் வருட சட்டத்தில் அவற்றிற்குச் சட்ட அங்கீகாரம் அளிக்கப்பட்டன. இந்தச் சட்டத்தின் படி *(1)* தங்கள் பிரதிநிதிகளைத் தேர்ந்தெடுக்கவும், *(2)* அதுவும் தனி வாக்காளர் தொகுதிகள் மூலம் தங்கள் பிரதிநிதிகளைத் தேர்ந்தெடுக்கவும், *(3)* பொதுத் தொகுதிகளிலும் வாக்களிக்கவும், *(4)* பிரதிநிதித்துவம் அளிப்பதில் அவர்களது சமூகத்துக்குள்ள முக்கியத்துவம் கணக்கிலெடுத்துக்கொள்ளவும் முஸ்லிம்களுக்கு உரிமைகள் வழங்கப்பட்டன" *(அ.நூ. 15 / 364)*. இங்கு இசுலாமியர்களுக்கு அவர்கள் கேட்காத சலுகை வழங்கப்பட்டிருப்பதை அவதானிக்கலாம். இரட்டை வாக்குரிமைதான் அந்தச் சலுகை. இசுலாமியர்களின் கேட்கப்பெறா கோரிக்கையான இரட்டை வாக்குரிமை, லக்னோ ஒப்பந்தத்தின் மூலம் தானாக விலக்கிக்கொள்ளப்பட்டது. பல்வேறு கோரிக்கைகளை முன்வைத்து *1916*இல் மத்திய சட்டமன்ற மேலவை உறுப்பினர்கள் *19* பேர் வைசிராய் ஜேம்ஸ் போர்டிடம் மஹசர் ஒன்றைச் சமர்ப்பித்தனர். அதன் விளைவாய் இந்துக்களுக்கும் இசுலாமியர்களுக்கும் இடையே ஓர் ஒப்பந்தம் ஏற்பட்டது. அதுவே லக்னோ ஒப்பந்தம் என அழைக்கப்படுகிறது. இதன் மூலம் கணிசமான இடங்கள் இசுலாமியர்களுக்குக் கூடியது என்பது ஒருபுறம் இருக்க, மிக முக்கிய ஓட்டாகக் கருதப்படும் இரண்டாவது வாக்குச்சீட்டு அதாவது, பொதுத் தொகுதியில் வாக்களிக்கும் உரிமையை இசுலாமியர்கள் கைவிட்டுவிட்டனர்.

இந்திய அரசியலமைப்புச் சட்டம் செயல்படுவதை ஆராய்வதற்காகவும், இங்கு மேற்கொண்டு செய்யப்பட வேண்டிய சீர்திருத்தங்களைப் பரிந்துரைக்கவும் சைமன் கமிஷன் அமைக்கப்பட்டது. சைமன் கமிஷனைக்

காங்கிரஸ் புறக்கணித்தது என்பது ஒருபுறம் இருக்க, இக்கமிஷனை ஜின்னா தலைமையிலான முஸ்லிம் லீக்கும் புறக்கணித்தது. இதனால் முஸ்லிம் லீக் இரண்டாகப் பிளவுபட்டது. சைமன் கமிஷனை எதிர்ப்பதில் மிகத் தீவிரம் காட்டிய திரு. ஜின்னா, பிறிதொரு வேலையையும் கையாண்டார். சைமன் கமிஷனிடம் அளிக்கப்பட்ட ஒட்டுமொத்த இசுலாமியர்களின் கோரிக்கையான பதினான்கு அம்ச திட்டத்தை ஜின்னா தயாரிக்கவும் செய்தார். "இதனை முஸ்லிம் கோரிக்கைகளின் ஓர் ஒன்றுபட்ட தொகுப்பு எனலாம். இவற்றில் சில கோரிக்கைகள் பழையவை; சில கோரிக்கைகள் புதியவை... முஸ்லிம் நிலையிலுள்ள பலவீனங்களை அகற்றும் பொருட்டே புதிய கோரிக்கைகள் சேர்க்கப்பட்டிருக்கின்றன" (அ.நூ. 15 / 375). இசுலாமியர்களின் இக்கோரிக்கையை சைமன் கமிஷன் புறக்கணித்தது. ஆனால், ஆங்கிலேயே அரசு இக்கோரிக்கைகள் அனைத்தையும் ஏற்றுக்கொண்டுவிட்டது என்பதை மட்டும் நாம் தெரிந்துவைத்துக்கொள்வோம். இங்கு நமக்குப் பிற அரசியல் செயல்பாடுகள் தேவையற்றவை. ஏனெனில், இசுலாமியர்களின் அபரிமித அதிகாரப் போக்குக் குறித்து தனியே விவாதிக்கலாம். இக்கோரிக்கையில் இருக்கும் தனித்தொகுதி முறை குறித்து மட்டும் கண்நோக்கினால் போதுமானதாகும்.

ஜின்னாவால் தயாரிக்கப்பட்ட பதினான்கு அம்ச கோரிக்கையின் ஐந்தாவது பகுதியும், பதினைந்தாவது பகுதியும் தனித்தொகுதி குறித்துப் பேசுகின்றன. இப்பகுதிகளின் சாராம்சமாக இரண்டைக் கூறலாம்.

1. எந்தச் சமயத்திலும் தனி வாக்காளர் தொகுதியைக் கைவிட்டுக் கூட்டு வாக்காளர் தொகுதியைத் தேர்ந்தெடுத்துக்கொள்ள எந்த ஒரு சமூகத்திற்கும் உரிமை இருக்க வேண்டும்.

2. இசுலாமியர்களின் ஒப்புதலின்றித் தனித்தொகுதி முறை மாற்றப் படக்கூடாது; இசுலாமியர்களின் நலன்களும் உரிமைகளும் பாதுகாக்கப்படுவதாக இசுலாமியர்கள் திருப்தி அடையும்வரை கூட்டு வாக்காளர் தொகுதிகள் அமைக்கப்படுவதற்கு நிபந்தனைகளுடனோ அல்லது நிபந்தனைகளற்றோ உடன்பட மாட்டார்கள்.

இந்த இடத்தில் இசுலாமியர்களின் தனித்தொகுதி குறித்தான நிலைப்பாடு வியப்பளிப்பதாக இருக்கிறது. இந்த நிலைப்பாட்டிற்கு இசுலாமியர்கள் 1929இல் வந்து சேர்ந்தனர் என்று யாரும் இங்கு கருதக்கூடாது. 1927ஆம் ஆண்டிலேயே முஸ்லிம் லீக் மேடையில் திரு. ஜின்னா "நாங்கள்

பாதுகாப்பாக இருப்பதற்குத் தனி வாக்காளர் தொகுதிதான் ஒரேவழி என்று மிகப் பெரும்பாலான முசல்மான்கள் உறுதியாகவும் மனப்பூர்வமாகவும் நம்பினாலும் நான் தனிவாக்காளர் தொகுதிகளை ஆதரிக்கவில்லை" (அ.நூ 15 / 479) என்று பேசினார்.

இங்கு சில முரண்களைக் கண்டுகொள்வது நலம். ஜின்னா சைமன் கமிஷனை எதிர்த்தார். அதே ஜின்னாதான் சைமன் கமிஷனுக்கு இசுலாமியர்கள் சமர்ப்பித்த 14 அம்ச கோரிக்கையை வடிவமைக்கவும் செய்தார். தனித்தொகுதி முறையை ஆதரிப்பவராகவும் / எதிர்ப்பவராகவும் ஜின்னாவே இருந்திருக்கிறார். ஆதரித்தலுக்கு இசுலாமிய நலனையும்; எதிர்த்தலுக்கு இந்து - இசுலாமிய ஒற்றுமையையும் காரணமாகச் சொல்வார். உண்மையில் இசுலாமியர்கள் தனித்தொகுதி முறையை அரசியல் ரீதியாக ஆதரித்தார்களா என்ற கேள்வி இங்கு தவிர்க்க முடியாமல் எழுகிறது. இசுலாமியர்கள் தனித்தொகுதி முறையை அரசியல் ரீதியாக வலுவாக ஆதரிக்கவில்லை. இதை இங்கு விளக்குவது நலம். தனித்தொகுதியின் அடுத்த பரிணாமம்தான் இரட்டை வாக்குரிமை. தனித்தொகுதி மூலம் ஒரு குறிப்பிட்ட தொகுதியின் இசுலாமிய நலனை நிவர்த்தி செய்ய முடியும். அதைப் போன்று இசுலாமியர் தவிர்த்த பிற ஒடுக்கப்பட்ட மக்களின் நலன் குறித்துப் பேச முடியாமல் போய்விடும். பொதுத்தொகுதியில் இருக்கும் பெரும்பான்மை சமூகத்தவருக்கு இசுலாமிய நலன் குறித்த அக்கறை தேவையற்றதாகிவிடும். அதனாலேயே தனித்தொகுதி ஓட்டைக் காட்டிலும் இரட்டை வாக்குரிமையில் உள்ள இரண்டாவது ஓட்டுதான் அரசியல் ரீதியாக வலுவானதாகக் கருதப்படும். இதனை இசுலாமியர்கள் எவ்வித நெருக்கடியும் இல்லாமல் தானாகக் கைவிட்டது வழிநின்று நோக்கும்போதுதான் நமக்கு மேற்சொன்ன பதில் கிடைக்கிறது.

தனித்தொகுதி என்ற ஒன்றை இசுலாமியர்கள் ஏதோ ஒருவிதத்தில் ஏன் ஆதரித்தார்கள் என்ற கேள்வியை இங்கு யாராவது ஒருவர் எழுப்பலாம். பதில் மிகச் சுலபமானது. தனி நியமனம் என்ற ஒன்றை இசுலாமியர்கள் 1892இல் எழுப்பியது இசுலாமிய நலன் சார்ந்தே என்பதில் ஐயமில்லை. ஆனால், இந்துக்கள் தனி நியமனத்தையும் பின்னர் கிடைத்த தனித்தொகுதி முறையையும் தீவிரமாக எதிர்த்தனர். இந்துக்கள் எதை எதிர்க்கிறார்களோ அதை உடும்பு பிடியாகப் பிடிப்பது இசுலாமியர்களின் வாடிக்கையாக இருந்துவந்திருப்பதை ஆய்வாளர்கள் அறியலாம். இந்துக்களுடைய எதிர்ப்பின் விளைவாகவே தனித்தொகுதியை இசுலாமியர்கள் கையில்

வைத்துக்கொண்டது ஒரு காரணம். இந்துக்களிடம் அரசியல் ரீதியிலான பேரத்தில் இறங்கவும், இந்துக்களை அச்சுறுத்தவும் தனித்தொகுதி முறையை இசுலாமியர்கள் இலாவகமாகப் பயன்படுத்தினர் என்பது பிறிதொரு காரணமாகும். ஆக, இசுலாமியர்களின் அரசியல் நிலைப்பாடு அடித்தள மக்களின் அபிலாஷைகளில் இருந்து எழவில்லை. மாறாக, உயர்மட்ட இசுலாமியர்களின் நலனில் இருந்தே தனித்தொகுதி வரலாறு தோற்றம் பெற்றிருக்கிறது. உயர்மட்ட இசுலாமியர்களின் அரசியல் கோரிக்கையை ஆங்கிலேயரும் அப்படியே ஏற்றனர். இசுலாமியர்கள் கேட்பது போன்று கேட்பதும்; அதற்கு இந்துக்கள் கடுமையாக எதிர்ப்பு தெரிவிப்பதும்; ஆங்கிலேயர்கள் எந்த எதிர்ப்பையும் - சைமன் கமிஷன் நிராகரித்த 14 அம்ச கோரிக்கையையும் சேர்த்துக்கொள்க - பொருட்படுத்தாமல் இசுலாமியர்களின் கோரிக்கைகளை நிறைவேற்றுவதுமாக இருந்தனர். சுவைமிகுந்த நாடக வர்லாறு என்று முன்னர் கூறிய சொல்லாடலை இங்கு நினைவுகூர்ந்து அடுத்த பகுதிக்குச் செல்வோம்.

புனா ஒப்பந்தம்: காவு வாங்கத் துடித்த ஆயுதம்

இந்தியாவில் இருந்த ஏனைய சிறுபான்மைச் சமூகத்தைக் காட்டிலும் இசுலாமியர்கள் அதிகப்படியாகச் சலுகைகளைப் பெற்றனர். அரசியல் ரீதியாக மிக முக்கியத்துவம் கொண்ட இச்சமூகத்திற்கு ஆங்கிலேயர்கள் அளவற்ற அரசியல் தேவையை நிவர்த்தி செய்தனர். இசுலாமியர்களின் அதிகப்படியான அரசியல் கோரிக்கை ஏனைய சிறுபான்மையினரைப் பாதித்தது என்றபோதும் இசுலாமியர்கள் பிற சிறுபான்மையினரின் அரசியல் அபிலாசைகளை எதிர்க்கவில்லை. இசுலாமியர்கள் 1909இல் பெற்ற தனித்தொகுதி என்ற கோட்பாட்டிற்கு கோகலே ஆதரவு தெரிவித்திருந்தார்; அதற்காகவே இந்துக்களால் கடுமையாக விமர்சிக்கப்பட்டார். கோகலேவைத் தாண்டி வேறெந்த இந்துக்களும் இசுலாமியர்களின் தனித்தொகுதி கோரிக்கையை ஆதரிக்கவில்லை. இந்துப் பெரும்பான்மையின் கட்டுப்பாட்டின் கீழ் இந்திய (இந்து) இசுலாமியர்களாக இருந்தால் தனித்தொகுதி கொடுக்கப்படும் என சவார்க்கர் கூட ஒருமுறை கூறினார். காந்தி நேரடியாக இப்படிக் கூறவில்லை. மாறாக, தாழ்த்தப்பட்டவர்களுக்கான அரசியல் தேவைக்கு இசுலாமியர்கள் ஆதரவு தரக்கூடாது. வேறு மொழியில் சொன்னால் இந்து சமூகத்தின் சாதியை இசுலாம் அங்கீகரிக்க வேண்டும். அவ்வாறு அங்கீகரித்தால் இசுலாமியர்களின் அனைத்து அபிலாசைகளும் நிறைவேற்றி

வைக்கப்படும் என்ற பொருளிலே காந்தி வட்ட மேசை மாநாடுகளில் செயல்பட்டார். இசுலாமியர்களின் தனித்தொகுதி விசயத்தில் சவார்க்கரின் மொழியை வேறு வார்த்தையில் காந்தி கையாண்டார். இசுலாமியர்களோ தமது கோரிக்கையில் நிலைத்து நின்றனர். அதிர்ஷ்டவசமாக காந்தியின் செயல்பாட்டை நிராகரித்து, தாழ்த்தப்பட்டவர்களுக்கு எதிராகச் செல்லாமல் இருந்துகொண்டனர்.

'இந்துமதப் பிளவை' இசுலாமியர்கள் ஊர்ஜிதம் செய்துவிட்டனர். அதாவது காந்தியின் கோரிக்கையை நிராகரித்துவிட்டனர். மட்டுமல்லாமல் அம்பேத்கரோடு இணைந்து சிறுபான்மையினரின் ஒப்பந்தத்தை நிறைவேற்றினர். இந்த ஒப்பந்தமே பின்னர் ஆங்கிலேயே மன்னரால் ஏற்கப்பட்டு வகுப்புத் தீர்ப்பாக வெளியானது. இந்து மதம் பிளவுபட்டதால் உண்ணாவிரதத்தை மேற்கொண்டு தாழ்த்தப்பட்டவர்களை அடக்கினார் காந்தி. காந்தியின் மனிதாபிமானமற்ற சாதிப்போக்கால் புனா ஒப்பந்தம் உருவானதைச் சென்ற கட்டுரையில் கண்டோம். இங்கு காந்தி கம்பெனியில் தயாரிக்கப்பட்ட புனா ஒப்பந்தம் எனும் 'கில்லட்டின்' - கொலை ஆயுதம் தாழ்த்தப்பட்ட மக்களின் தலையைக் கொய்ததோடு நின்றுவிடவில்லை. இரத்தப் பசி கொண்ட 'புனா விளம்பரத்தை' காந்தி கம்பெனியார் இசுலாமிய / கிறித்தவர்கள் பக்கம் திரையிட்டனர். இதிலிருந்து இசுலாமியர்கள் / கிறித்தவர்கள் எவ்வாறு தங்களைத் தற்காத்துக்கொண்டனர் என்பதைத் தொடர்ந்து காணலாம்.

கிறித்தவர்கள் பக்கம்

புனா ஒப்பந்தம் செப்டம்பர் 24இல் உருவானது. இந்த ஒப்பந்தம் தாழ்த்தப்பட்ட தலைவர்களுக்கும், சாதி இந்துத் தலைவர்களுக்கும் இடையே உருவானதாகும். காந்தியும் பின்னர் காங்கிரஸும் தாழ்த்தப்பட்ட மக்களுக்கான தனி ஒதுக்கீட்டைத் தொடர்ந்து எதிர்த்துவந்தனர். கிறித்தவர்களுக்கான ஒதுக்கீட்டை எதிர்த்தாலும் அவர்களுக்கு எதிராக எந்த நடவடிக்கையையும் காந்தியோ அல்லது காங்கிரஸோ மேற்கொள்ளவில்லை. புனா ஒப்பந்தத்தின் வெற்றி காந்தியையும் குறிப்பாக இந்துமகா சபையினரையும் புளங்காகிதத்தில் ஆழ்த்தியது. தாழ்த்தப்பட்ட மக்களின் அரசியல் குரலை நெறித்தது போன்று இசுலாமிய / கிறித்தவ / சீக்கியர்களின் குரலையும் நெறிக்க முற்பட்டது. இதை உணராமல் காந்தியின் உண்ணாவிரதத்திற்கு முதல் ஆதரவைக் கிறித்தவர்கள் தெரிவித்தனர்.

கூட்டுத் தொகுதிக்கு (கலப்புத் தொகுதிக்கு) ஆதரவு தெரிவித்தும்; கூட்டுத் தொகுதிக்காக வேலை செய்யத் தயாராகக் கிறித்தவர்கள் இருப்பதாகவும்; அதற்காக கத்தோலிக்கக் கிறித்தவர்களின் மாநாட்டைக் கூட்டுவதாகவும் காந்திக்குப் பாதிரியார் இன்ஸ்லோ கடிதம் எழுதியிருக்கிறார். கடிதப் போக்குவரத்தின் அடுத்தகட்டமாக பேராசிரியர் ஹிவேல் தன் வீட்டில் ஒரு கூட்டத்தைக் கூட்டியிருந்தார். 1932 அக்டோபர் 9ஆம் தேதியிட்ட சுதேசமித்திரன் இந்நிகழ்வைப் பதிவு செய்திருக்கிறது. "பம்பாய் வில்யன் கலாசபையைச் சேர்ந்த புரோபசர் ஹிவேல், பம்பாயில் உள்ளவர்களின் அபிப்ராயத்தை அறிவதற்காக ஞாயிற்றுக்கிழமை தம்வீட்டில் ஒரு சாதாரண மகாநாட்டைக் கூட்டினார். இப்போதைக்குக் கலப்புத் தொகுதி ஸ்தானங்களை ஒதுக்குவதற்கு ஏற்பாடு செய்யும் நோக்கத்துடன் புரோட்டஸ்டண்டுகள் கத்தோலிக்கர்கள் இவர்களுடைய கலப்புக் கூட்டமொன்றை நடத்த தீர்மானிக்கப்பட்டது" (1932, அக்டோபர் 9. சு.மி / 1126) எனக் கிறித்தவர்கள் முடிவு செய்திருப்பதாக சுதேசமித்திரன் எழுதியது.

நீதிக்கட்சியைச் சேர்ந்த பன்னீர் செல்வமும் டாக்டர் தத்தாவும் வட்டமேஜை மாநாடுகளில் கிறித்தவர்களின் தனித்தொகுதி கோரிக்கையை முன்வைத்த தலைவர்களாவர். இவர்கள் சிறுபான்மைக் குழுவினருடன் சேர்ந்து காந்திக்கு எதிரான அறிக்கையைத் தாக்கல் செய்தனர். இதன் விளைவாகத்தான் வகுப்புத் தீர்ப்பை ஆங்கில அரசு நிறைவேற்றியது என்பதை முன்னர் கண்டோம். வகுப்புப் பிரச்சினையில் அம்பேத்கருடன் ஒன்றிணைந்து கையொப்பமிட்ட டாக்டர் தத்தாவை மாளவியா இதே காலத்தில் சந்தித்திருக்கிறார். மாளவியாதான் தாழ்த்தப்பட்டவர்களுக்கும் சாதி இந்துக்களுக்கும் இடையே உருவான புனா ஒப்பந்தத்தில் மிக முக்கியப் பங்காற்றியவர். இந்நிகழ்வை ஒட்டியே புனாவின் கிறித்தவ சேவா சங்கம் ஓர் அறிக்கையை அக்டோபர் 23 அன்று வெளியிட்டது. அதில் கத்தோலிக்கர்களின் மாநாட்டைக் கூட்ட கத்தோலிக்கப் பாதிரியார் வின்ஸ்லோ, டர்னக்கல் பிஷப் ஆகியோர் தலைமையில் 34 இந்தியக் கிறித்தவர்கள் கையொப்பமிட்டிருந்தனர். தனித்தொகுதி முறை "கிறித்தவ மதக் கொள்கைக்கே விரோதமானது என்றும் அது சர்வ சமத்துவத்தையே போதிப்பதாகவும் தேசிய நோக்கத்துடன் நடந்து பொது ஜனங்களின் ஆதரவை பெறுவதே இன்னும் மேலான உண்மையான பாதுகாப்பென்றும் தனித்தொகுதியை எதிர்க்கும் கிறித்தவர்கள் அனைவரும் தங்கள்

அபிப்ராயத்தைப் பகிரங்கமாகத் தெரிவிக்க வேண்டுமென்றும்" (1932, அக்டோபர் 23. சு.மி / 1190) அவ்வறிக்கை தெரிவிக்கிறது.

இங்கு கிறித்தவர்களின் நிலைப்பாட்டை காந்தி ஆதரவு என்ற நிலையிலிருந்து நோக்கக் கூடாது. தாழ்த்தப்பட்ட மக்களின் எதிர்ப்பு நிலை என்றதிலிருந்தே நோக்க வேண்டும். இல்லையெனில் தங்களது பிரதிநிதிகளுக்கு எதிராகக் கிறித்தவர்கள் செயல்பட்டிருக்க மாட்டார்கள். இது ஒருபுறமிருக்க, இந்த அறிக்கை சில நகைச்சுவையை வெளிப்படுத்துவதையும் நோக்கலாம். 'புனா ஒப்பந்தம் கிறித்தவ மதக் கொள்கைக்கு விரோதமானது; கிறித்தவம் சர்வ சமத்துவத்தைப் போதிக்கிறது' என்பதான சொல்லாடல்கள் இந்த அறிக்கையில் பொதிந்திருக்கிறது. பொறுப்புள்ள அமைப்புகளின் பொறுப்பற்ற பொய்களில் இதுவும் ஒன்றெனச் சொல்லலாம். கிறித்தவம் சர்வ சமத்துவத்தைப் போதிக்கிறது என்றால், ஏன் கிறித்தவத்தில் இத்தனை சாதிப் பிரிவுகள்? கிறித்தவம் இந்தியாவில் அறிமுகமானதில் இருந்து இன்றுவரைப் பிரிதோர் இந்து மதமாக வினையாற்றிவருவதை விளக்கத் தேவையில்லைதான். கிறித்தவர்களின் வாழ்வில் பைபிளோடு மனுதர்மமும் வேதங்களும் புனித நூலாகச் செயல்படுகின்றன என்பதுதான் உண்மை. இதனாலேயே தனித்தொகுதியைக் கிறித்தவ குற்றமாக்கிப் பெரும்பாலான இந்து பொது ஜனங்களுடன் கலந்துகொள்ள கிறித்தவர்கள் தயாரானார்கள் என்ற விமர்சனத்தை மட்டும் இங்கு வைத்துக் கட்டுரையின் பொருளுக்குள் செல்லலாம். மேலைக் கிறித்தவம் இந்திய இந்துமதமாக இருந்தபோதும் அம்மக்களின் அரசியல் அபிலாஷைகளை, நெருக்கடியான இக்காலகட்டத்தில் கிறித்தவப் பார்வையோடு முன்வைத்தவராக ஜார்ஜ் ஜோசப் எனும் பாதிரியாரைக் குறிப்பிடலாம். பிற கிறித்தவர்களைப் போலன்றி இவர் காந்தி சார்பை மேற்கொள்ளவில்லை. அத்தோடு காந்தியின் உண்ணாவிரதத்தை நிராகரிப்பவராகவும் காணப்படுகிறார். காந்தியின் உண்ணாவிரதத்தால் கிளப்பப்பட்ட தாழ்த்தப்பட்டவர்களுக்கான புனர்தீர்மானம் குறித்து மட்டும் இவ்வறிக்கை பேசவில்லை. ஆனால், கிறித்தவர்களின் அரசியல் கோரிக்கை குறித்தான ஓர் ஆவணமாகத் திகழ்கிறது. அறிக்கையின் சாரத்தைச் சுருக்கி இங்கே முன்வைக்கிறேன்.

"பிடிவாதமாகப் பிறரை நிர்பந்தம் செய்து புனா ஒப்பந்தம் ஏற்பட்டிருக்கிறது" என்பதிலிருந்து அறிக்கை துவங்குகிறது. காந்தியின் உண்ணாவிரத ஆயுத்தை இரக்கஸ்தானத்தோடு சாதி இந்துக்களும் பிற கிறித்தவ அமைப்புகளும் நோக்கியபோது, ஜார்ஜ் ஜோசப்பின் அறிக்கை

உண்ணாவிரதத்தின் நிர்பந்தப் போக்கைச் சரியாகவே கண்ணோக்கியிருக்கிறது. "சாதி இந்துக்களும் தாழ்த்தப்பட்ட வகுப்பினருக்கும் ஏற்பட்ட ஒப்பந்தத்தால் இந்து மதத்திற்கு இம்மாதிரி பலம் ஏற்படவில்லை" என்ற வரிகள்தான் இந்த அறிக்கையின் மிக முக்கியப் பகுதியாகும். தனித்தொகுதி கோரிக்கையைத் தாழ்த்தப்பட்ட அமைப்புகள் எழுப்பும்போதே அதனுடன் தன்னுடைய பண்பாட்டு அடையாளத்தையும் துரிதப்படுத்தியது. 'தாங்கள் இந்துக்கள் அல்ல' என்ற அடையாள அரசியலை ஒருகட்டத்தில் ஆங்கிலேயர்கள் ஏற்றுக்கொண்டதாகக் கூட தற்போது தெரியவருகிறது. தாழ்த்தப்பட்டவர்களை இந்திய பௌத்தர்கள் என்ற பகுப்பில் அடக்குவதை ஆங்கிலேயர்கள் ஒத்துக்கொண்டார்கள் என்பதை அயோத்திதாசரின் எழுத்துகள் சான்று பகர்கின்றன. தாழ்த்தப்பட்ட அமைப்புகள் தங்களை இந்துக்கள் அல்ல என மீண்டும் மீண்டும் கூறியபோது, காந்தி அவர்களை இந்து மதத்தின் பிரிவு என்றே பேசிவந்தார். அம்பேத்கருடைய போராட்டத்தின் முழுச்சாரமே தாழ்த்தப்பட்டவர்கள் இந்துக்கள் அல்ல என்பதிலேயே முடிந்தது. அப்போராட்டத்தின் மிக முக்கிய ஆயுதமாகத் தனித்தொகுதி முறையை அம்பத்கர் எழுப்பிவந்தார். இதனைச் சரியாகப் புரிந்துகொண்டதாலேயே 'இந்து சமூகத்திற்கு ஏற்பட்ட ஆபத்து' என காந்தி இதனை வருணித்தார். இந்து சமூகத்தின் நலனிற்காகவே அவர் உண்ணாவிரதம் மேற்கொண்டார். இதனை அம்பேத்கருக்குப் பின்னர் மிகச் சரியாகக் கண்ணோக்கியவராகப் பாதிரியார் ஜார்ஜ் ஜோசப்பு விளங்கினார்.

அறிக்கையின் மிக முக்கியச் சொல்லாடலைப் பதிவு செய்துவிட்டுப் பின்னர் கிறித்தவர்களின் அரசியல் கோரிக்கையை அவர் முன்வைப்பார். முஸ்லிம்கள் தங்களுக்கு 5 மாகாணங்கள் ஏற்படுத்திக்கொண்டுவிட்டார்கள். இந்தியக் கிறிஸ்துவர்களுக்கு அம்மாதிரி ஒரு மாகாணமாவது ஏற்பட வழியுண்டா? சென்னை சட்டசபையில் 215 ஸ்தானங்கள் இருந்தால் அதில் 50 இந்தியக் கிறித்தவர்களுக்குக் கொடுத்துவிட வேண்டும். வங்காளத்தில் ஐரோப்பியர்களுக்கு 30 ஸ்தானங்கள் கொடுப்பதால் நமக்கு 100 ஸ்தானங்கள் கேட்க உரிமையுண்டு. ஒரு மாகாணத்திலாவது 100க்கு 25 ஸ்தானங்கள் கிறிஸ்தவருக்கு வேண்டுமென்பது என்னுடைய அபிப்ராயம். நம்மிடம் நேசப்பான்மை காட்டுவதாகச் சொல்லும் ஹிந்துக்கள் நான் சொல்லுகிற அளவுக்கு ஒத்துவருவதாயிருந்தால் அவர்களோடு ராசி செய்துகொள்வேன். (நவ. 30. 1932. கு அ 6) என அறிக்கை முடிகிறது.

கிறிஸ்தவர்களின் அரசியல் நிலைப்பாட்டைப் பாதிரியார் ஜார்ஜ் ஜோசப்பின் அறிக்கை தெள்ளத் தெளிவாக முன்வைத்தது. இருந்தபோதிலும் கிறிஸ்தவர்கள் தங்களது காந்தி சார்பை விடுவதாகத் தெரியவில்லை. இந்த அறிக்கை வெளிவந்த பின்னர் இந்தியக் கிறிஸ்துவர்களின் மாநாடு ஒன்று கூடியது, இதற்கு டிசூயா தலைமையேற்றார். மாநாட்டில் கலப்புத் தொகுதிக்கு ஆதரவாகப் பலர் செயல்பட்டனர் என்பதாக சுதேசமித்திரன் எழுதுகிறது. அத்தோடின்றி அம்மாநாட்டின் தீர்மானத்தையும் சுதேசமித்திரன் பிரசுரித்திருக்கிறது. கவர்மெண்ட்டின் வகுப்புத் தீர்ப்பை மாற்ற வேண்டுமென்ற அபிப்ராயம் ஏகோபித்து இல்லாதபோதிலும் பெருமிதமாக இருப்பதாயும் இரு வகுப்புத் தலைவர்களுடன் இதைப் பற்றி ராசிப் பேச ஒரு கமிட்டியை நியமிப்பதாகவும் (நவம்பர் 6, 1932 சு.மி/ 1254) அத்தீர்மானம் கூறுகிறது. கிறித்தவர்களின் ஊசலாட்டத்திற்கு ஜார்ஜ் ஜோசப்பின் அறிக்கை ஒரு காரணமாக இருக்கிறது. இதுவே புனா ஒப்பந்தம் எனும் கில்லட்டினில் இருந்து கிறித்தவர்களைப் பாதுகாக்கிறது என்பதை மட்டும் இப்போது இங்கு சொல்லி வைப்போம்.

இசுலாமியர்களின் பக்கம்

புனா ஒப்பந்தம் வழியாக ஒருபுறம் கிறித்தவர்களை வீழ்த்திவிடலாம் எனத் துடித்த மாளவியா தலைமையிலான சாதி இந்துக்கள், பிரிதொருபுறம் இசுலாமியர்களை நோக்கியும் நகர்ந்தனர். கிறித்தவர்களைக் காட்டிலும் இசுலாமிய உரிமையைப் பறிப்பதில் இவர்கள் தீவிரம் காட்டினர். இதற்கு இந்து - சீக்கிய - இசுலாமிய ஒற்றுமை என்ற மேல் வண்ணப் பூச்சை ஒட்டிக் கூடப் பார்த்தனர். இந்து - முஸ்லிம் என்ற ஒற்றுமை முயற்சியை அறிய அம்பேத்கரின் எழுத்துகள் நமக்கு முதல் சான்றாதாரமாக இருக்கின்றன. “1932 நவம்பருக்கும் டிசம்பருக்கும் இடைப்பட்ட மாதங்களில் ஏதேனுமோர் உடன்பாட்டிற்கு வருவதற்கு இந்துக்களும் முஸ்லிம்களும் பெருமுயற்சி எடுத்துக்கொண்டனர். முஸ்லிம்கள் தங்களது அனைத்துக் கட்சி மாநாடுகளில் மும்முரமாக இருந்தனர். இந்துக்களும் முஸ்லிம்களும் சீக்கியர்களும் ஒற்றுமை மாநாடுகளில் தீவிரமாகப் பங்கு கொண்டனர். பிரேரணைகளும் எதிர் பிரேரணைகளும் முன்வைக்கப்பட்டன. எனினும் வகுப்புத் தீர்ப்புக்கு வேறு ஓர் உடன்பாடு காணுவதற்கு நடைப்பெற்ற பேச்சுவார்த்தைகளால் எந்தப் பலனும் கிடைக்கவில்லை. கமிட்டியின் 23 அமர்வுகளுக்குப் பிறகு இந்த முயற்சி கைவிடப்பட்டது.” (அ.நூ. 15

/ 463). நவம்பருக்கும் டிசம்பருக்கும் இடைப்பட்ட காலத்தில் என்ன தீர்மானம் முன்மொழியப்பட்டது, இந்த மாநாடுகள் எங்கு நடந்தன, இதற்கு யார் யார் முயற்சித்தார்கள் என்பதை அம்பேத்கர் நமக்கு விட்டுச் செல்லவில்லை. அதனை இங்கு காண்போம்.

'இந்து - முஸ்லிம் ஒற்றுமை' என்பதான பெயரில் உருவான இக்கூட்டமைப்பிற்கு மாளவியா தலைமை வகித்ததாகத் தெரிகிறது. இம்மாநாட்டின் துவக்கமாக இசுலாமியர்கள் சர்வகட்சி மாநாடு அக்டோபர் ***16***இல் லக்ஷ்மணபுரியில் கூட்டப்பட்டிருக்கிறது. இம்மாநாட்டின் செயல்பாட்டையும் இதன் தொடர்ச்சியாக அலகாபாத்தில் நடந்த இந்து - முஸ்லிம் ஒற்றுமை மாநாட்டின் செயல்பாட்டையும் சுதேசமித்திரன் பதிவு செய்துள்ளது.

"புனா ஒப்பந்தத்தின் மூலம் தாழ்ந்த வகுப்பினர் பிரச்சினை தீர்க்கப்பட்டது போல் இந்து, முஸ்லிம், சீக்கியர் பிரச்சினையும் தீர்ந்துவிட வேண்டுமென்று பிரபல முஸ்லிம் தலைவர்களுக்குள் அபிப்ராயம் தோன்றவே முன்னதாகப் பலவித அபிப்ராயமுடைய முஸ்லிம்களுக்குள்ளும் ஒற்றுமையை ஏற்படுத்துவதற்காகச் சென்ற வாரம் லக்ஷ்மணபுரியில் முஸ்லிம் சர்வகட்சி மகாநாடு ஒன்று கூட்டப்பட்டது. ஸர் முகமது இக்பால், டாக்டர் ஷாபத் ஆமத்கான், மௌலான ஷாலித்தாவுதி, ஜனாப் கஸ்னவி போன்ற சிலர் தவிர மற்ற எல்லாப் பிரிவு முஸ்லிம்களும் லக்ஷ்மணபுரியில் கூடி ஏகோபித்த முடிவுக்கு வந்தனர். இந்துக்களுடனும் சீக்கியர்களுடனும் ராசிப் பேச்சு நடத்த ஒரு கமிட்டி நியமிக்கப்பட்டது. லக்ஷ்மணபுரி தீர்மானங்கள் தேசிய முஸ்லிம்களாலும் கிலாபத் கமிட்டியினராலும் ஏற்கப்பட்டுவிட்டது. டாக்டர் ஷாபத் ஆமேத்கான் தனித்தொகுதியை விட்டுக்கொடுக்க முடியாதென்று பத்திரிகைப் பிரதிநிதியிடம் கூறியிருக்கிறார். பண்டித மாளவியா பஞ்சாப்புக்குச் சென்று இந்து, சீக்கிய தலைவர்களைக் கண்டு பேசினார். தம்மை லக்ஷ்மணபுரியிலாவது, அலகாபாத்திலாவது சந்தித்துப் பேசுமாறு மௌலானா ஷவுகத் அலிக்கு அவர் தந்தி அனுப்பியிருக்கிறார். இன்னும் இரண்டு வாரங்களுக்குள் இந்தியா முழுவதும் ஒன்றுபட்டுவிடும் என்று மௌலானா ஷவுகத் அலி கூறியிருக்கிறார். லக்ஷ்மணபுரி மகாநாட்டில் நிறைவேற்றப்பட்ட தீர்மானங்களின் விவரம் பின்வருமாறு:

இந்தியாவிலுள்ள முஸ்லிம்களின் நியாயமான அபிலாசைகளை அடைவதற்கு இந்திய முஸ்லிம்களுக்குள்ள பல கட்சியினருக்கும்

ஒற்றுமை ஏற்படுத்துவது அத்தியாவசியமாதலாலும் பொறுப்பாட்சியைப் பெறுவதற்கு இந்தியாவிலுள்ள பல சமூகங்களிடையிலும் உடன்பாடு ஏற்பட வேண்டுமாதலாலும் தனித்தொகுதி முறை நீங்கலாக 01.01.29 அன்று டில்லியில் நடந்த முஸ்லிம் சர்வகட்சி மகாநாட்டுத் தீர்மானத்திலும் 1931ஆம் வருடம் ஷகரன்பூரில் நடந்த ஜமீயத்துல் உலமாவின் தீர்மானத்திலும் கண்ட இதர விஷயங்கள் சம்பந்தமாகப் பூரண ஒற்றுமையை அடைந்துவிட்டாலும் முஸ்லிம்களுடைய கோரிக்கைகளைத் திட்டமாக ஏற்பதற்குட்பட்டு மாகாண மத்திய சட்டசபைகள் இவை சம்பந்தமான தேர்தல் முறைகளைப் பற்றி இதர சமூகத்தார்களுடன் ராசிப் பேச்சு நடத்தலாமென்றும் பிரதிநிதித்துவம் வாய்ந்த முஸ்லிம் மகாநாட்டினால் ஊர்ஜிதப்படுத்துவதற்குட்பட்டு மௌலானா முகமது அலியின் யோசனையில் கண்ட கொள்கைகளையோ இதர திருப்திகரமான வழியையோ ஆதாரமாகக் கொண்டு இந்த ராசிப் பேச்சு நடத்தலாமென்றும் இந்த மகாநாடு அபிப்ராயப்படுகிறது.

ஹிந்து, சீக்கியப் பிரதிகளைச் சந்தித்துப் பேசுவதற்காக இந்த மகாநாட்டினரை ஒரு கமிட்டியை நியமிக்கும்படி பண்டித மதன் மோகன் மாளவியா கூறிய யோசனையை இம்மகாநாடு வரவேற்கின்றது. இந்நாட்டின் நலத்தில் சிரத்தைக் காட்டுவதில் முஸ்லிம்கள் மற்றோருவருக்கும் பின் வாங்கியவர்களில்லை என்று இக்கூட்டம் பண்டித மாளவியாக்கும் இதர இந்திய தேசாபிமானிகளுக்கும் உறுதி கூறுகின்றது. முஸ்லிம் கோரிக்கைகள் சம்பந்தமாக இம்மகாநாடுகள் செய்த தீர்மானங்களுக்கும் ஜமீயத்துல் உலமா ஷியா மகாநாடு ஆகியவற்றின் விரிவான தீர்மானங்களுக்கும் உட்பட்டு வகுப்பு பிரச்சினை சம்மந்தமாக ஒருமித்த பரிகாரத்தைக் கண்டுபிடிப்பதற்காக ராசிப் பேச்சு நடத்த ஒரு கமிட்டியை இம்மகாநாடு ஏற்படுத்துகிறது (அக்டோபர் 23, 1932. சு.மி / 1189 - 90).

லக்ஷ்மணபுரியில் நடந்த இசுலாமியர்களின் சர்வகட்சி மாநாட்டை மிக விரிவாகவே சுதேசமித்திரன் பதிவு செய்திருக்கிறது என்பதை நாம் உணரலாம். இப்பதிவில் சுதேசமித்திரன் சில பொய்களையும் இணைத்தே எழுதிவந்திருக்கிறது. அவற்றை இனி காணலாம். லக்ஷ்மணபுரி மாநாட்டுப் பதிவின் துவக்கப் பதிவின் துவக்க வசனங்களை இங்கு ஞாபகப்படுத்துவோம். 'புனா ஒப்பந்தத்தின் மூலம் தாழ்ந்த வகுப்பினர் பிரச்சினை தீர்க்கப்பட்டுவிட்டது போல் இந்து, முஸ்லிம், சீக்கியர்

பிரச்சினையும் தீர்ந்துவிட வேண்டுமென்று பிரபல முஸ்லிம் தலைவர்களுக்குள் அபிப்ராயம் தோன்றவே...' என்ற வசனம் சுதேசமித்திரன் வசனமாகும். அல்லது சுதேசமித்திரனின் ஆசையாகக் கூட இருக்கலாம். உண்மை அதுவல்ல. புனா ஒப்பந்தம் எவ்வாறு தாழ்த்தப்பட்டவர்களால் உருவாக்கப்படவில்லையோ அதைப் போன்று இந்நிகழ்விற்கும் இசுலாமியர்கள் முன்வரவில்லை. இஸ்லாமிய இடஒதுக்கீட்டை இந்த ஒப்பந்தம் வழிப் பறிக்க நினைத்தது காந்தி - மாளவியா கூட்டம்தான். இதனை அறிந்துகொள்ள காந்தியின் கடிதம் ஒன்றைச் சான்றாகச் சுட்டலாம். "...தாம் உண்ணாவிரதமிருந்தபோது ஹிந்து முஸ்லிம் பிரச்சினையைத் தீர்க்க உதவியளிக்குமாறும் கடவுளைப் பிரார்த்தித்துக் கொண்டிருந்ததாயும், பண்டித மாளவியா, மௌலானா அபுல்கலாம் ஆசத், மௌலானா ஷாகத் அலி, டாக்டர் சையது முகமது இவர்கள் எடுத்துக்கொண்டிருக்கும் முயற்சிக்கும் வெற்றியேற்பட வேண்டுமென்று பிரார்த்தித்ததாயும் உண்மையான மன ஒற்றுமை ஏற்பட வேண்டும்..." (அக்டோபர் 30, 1932 சு.மி / 1222) என்ற காந்தியின் கடிதத்தை இதே சுதேசமித்திரன் பிரசுரித்திருக்கிறது. இந்தக் கடிதம் ஓர் உண்மையை நமக்கு விட்டுச் செல்கிறது. காந்தியின் உண்ணாவிரதம் தாழ்த்தப்பட்ட மக்களுக்கு மட்டும் எதிரானதல்ல. அது இசுலாமிய நலனுக்கும் எதிராகவே மேற்கொள்ளப்பட்டிருக்கிறது. தாழ்த்தப்பட்டவர்களை நேரடியாக வீழ்த்துவது; இசுலாமியர்களை மறைமுகமாக வீழ்த்துவது என்ற மறைப் பொருளிலே இந்த உண்ணாவிரதம் மேற்கொள்ளப்பட்டிருப்பதாக நாம் புரிந்துகொள்ளலாம். இதிலிருந்து சுதேசமித்திரனின் வசனம் பொய்யானது என்று இங்கு நாம் சுட்டலாம்.

'லக்ஷ்மணபுரி தீர்மானங்கள் தேசிய முஸ்லிம்களாலும் கிலாபத்துக் கட்சியினராலும் ஏற்பட்டுவிட்டது' என்ற வசனத்தையும் இடையே சுதேசமித்திரன் இணைத்துள்ளது. சுதேசமித்திரன் எழுதும் தேசிய முஸ்லிம்கள், காங்கிரஸ் கட்சியைச் சேர்ந்த முஸ்லிம்கள் என்பதில் சந்தேகம் இல்லை. ஆனால், கிலாபத் கட்சியினர் இம்மாநாட்டில் பங்கேற்கவில்லை. கிலாபத்தைத் தோற்றுவித்த அலி சகோதரர்களில் ஒருவரான முகமது அலியின் தனித்தொகுதி குறித்தான வாதத்தைக் கீழே தருகிறேன்.

"...முரண்பாடானதாகத் தோன்றினாலும், தனிவாக்காளர் தொகுதிகளின் உருவாக்கம் இந்து - முஸ்லிம் ஒற்றுமை ஏற்படுவதைத் துரிதப்படுத்தியிருக்கிறது

எனக் கூற வேண்டும். முதல் தடவையாக ஓர் உண்மையான வாக்குரிமை, அது வறையறைக்குட்பட்டதாக இருப்பினும் இந்திய மக்களுக்குப் வழங்கப்பட்டிருக்கிறது" (அ.நூ. 15 / 454) என்ற முகமது அலியின் கூற்றிலிருந்து சுதேசமித்திரனின் 'கிலாபத் இயக்கம் அறிவித்தது' என்ற வசனம் பொய்க் கூற்றே என துணிந்து சொல்லலாம். இது ஒருபுறமிருக்க, மாநாடு நடந்து முடிந்த பின்னர் கொணரப்படும் தீர்மானத்தை அன்றே எவ்வாறு முஸ்லிம்கள் பெருவரியாக ஏற்றிருக்க முடியும் என்ற வினாவும் இங்கு தவிர்க்க முடியாமல் எழுகிறது. சுதேசமித்திரன் தனது நோக்கத்தையெல்லாம் இசுலாமியர்களின் நோக்கமாகத் திணித்தெழுதி, தனது காந்தி பாசத்தை வெளிப்படுத்தியிருப்பதை விமர்சனமாக இங்கு முன்வைக்கலாம். இனி துவங்கிய இடத்திற்கு வருவோம்.

லக்ஷ்மணபுரியில் துவங்கிய 'முஸ்லிம் சர்வகட்சி' மாநாட்டையொட்டி அலகாபாத்தில் நவம்பருக்கும் டிசம்பருக்கும் இடையே தொடர் மாநாடு நடைபெற்றதாகத் தெரிகிறது. இந்த மாநாட்டிற்கு மாளவியா தலைமை தாங்கியிருக்கிறார். 'இதற்கு ஒற்றுமை மாநாடு' எனப் பெயர் சூட்டப்பட்டிருகிறது. இம்மாநாடுகளின் தீர்மானங்கள் அனைத்தும் இசுலாமியர்களுக்கான கலப்புத் தொகுதியை மையமிட்டே இயற்றப்பட்டிருக்கிறது. மாநாடுகளின் பெயரில் மாளவியா ஒரு நாடகத்தை நடத்திக்கொண்டிருக்கும்போதே இன்னொரு பக்கம் இந்துக்கள் இசுலாமியர்களுக்கு எதிரான கிளர்ச்சியில் ஈடுபட்டுருக்கிறார்கள். இந்நிகழ்வு இசுலாமியர்களை அச்சமுற வைத்திருக்கிறது. இதனை அம்பேத்கர் பதிவு செய்திருக்கிறார். "...முஸ்லிம்கள் தங்களுக்கு அளிக்கப்பட்ட அரசியல் சலுகைகள் மாற்றப்படுமோ என்று அச்சம் கொண்டதற்கு இரண்டாவது காரணம், குறிப்பிட்ட சில நிபந்தனைகளுடன் இந்த மாற்றத்தைச் செய்வதற்கு அனுமதிக்கும் சில திருத்தங்கள் இந்திய அரசாங்க மசோதாவின் விதிகளுக்கு காமன் சபையில் கொண்டுவரப்பட்டதேயாகும்" (அ.நூ. 15 / 379). இசுலாமியர்களின் இந்த அச்சத்தைப் போக்க ஆங்கில அரசு முன்வந்தது. "முஸ்லிம்களுக்கு வழங்கப்பட்டிருக்கும் அரசியல் சலுகைகள் எவ்வகையிலும் அவசர கோலமாக மாற்றப்பட மாட்டா..." (மேலது 15/379) என்ற உத்திரவாதத்துடன் கூடிய அறிக்கையை ஆங்கில அரசு வெளியிட்டது. ஆங்கில அரசால் இசுலாமியர்களின் தனித்தொகுதி முறை மீண்டும் ஒருமுறை பாதுகாக்கப்பட்டது.

இறுதியாக

தனித்தொகுதி முறை அரசியல் ரீதியாகத் தனிச்சிறப்பு பெற்ற அமைப்பு என்பது ஒருபுறமிருக்க, தனித்தொகுதியைக் காட்டிலும் இரட்டை வாக்குரிமையை முற்போக்குக் கொண்ட அரசியல் சித்தாந்த முறையாகும். சமூகப் பண்பாட்டில் எப்போதும் தனித்தே வாழும் இந்திய மக்கள் ஐந்தாண்டுகளுக்கு ஒருமுறை ஒரு பொதுத்தளத்தில் கூடுவதால் எந்த முன்னேற்றமும் ஏற்படப் போவதில்லை. அதேவேளையில் கூட்டுத் தொகுதி முறையின் பயன்பாடு ஒரு தொகுதியின் பெரும்பான்மை சாதியினருக்கே பலன் கொடுக்கிறது. மேலும், சிறுபான்மைச் சாதி இந்துக்களுக்குக் கூட கூட்டுத் தொகுதிமுறை பயன்பெறாமல் போனது. அனைத்து மக்களுக்குமான அரசியல் பிரதிநிதித்துவம் இல்லாத ஓர் அரசு எப்படி மக்கள் நலன் அரசாக இருக்க முடியும்? "அரசன் ஒருவனே நாடாள வேண்டும் என்பது எவ்வளவு தப்பிதமோ அதைப் போன்று பெரும்பான்மையினரே அரசதிகாரத்தில் வீற்றிருக்க வேண்டும் என்பதும் தப்பிதமே." இந்தத் தப்பித அரசியல் கோட்பாட்டைக் காட்டிலும் தனித்தொகுதி கோட்பாடு எவ்வளவோ பயனுள்ள கோட்பாடாகும். இப்பயனுள்ள கோட்பாட்டில் குறிப்பிட்ட சாதி அல்லது மத நலன் மையப்பட்டிருப்பினும், பிற சமூக மத அல்லது உலக விசயங்களில் தனித்தொகுதி உறுப்பினரால் பங்கேற்க முடியாது என்பது இதன் குறையாகும். இத்தகைய தனித்தொகுதி கோரிக்கையைக் காட்டிலும் இரட்டை வாக்குரிமைக் கோட்பாடு மிகச் சிறந்த அரசியல் கோட்பாடாகும். இதன்படி சிறுபான்மைச் சமூக நலன் பாதுகாக்கப்படுவதோடு ஏனைய பெரும்பான்மைச் சமூகத்தோடு கரம் கோக்கும் செயல்பாடும் இணைந்திருப்பதை அறியலாம். அதனாலேயே இரண்டாவது வாக்காகிய பொதுசனக் கலப்பு வாக்கு மிகச் சிறந்த ஆயுதம் என அம்பேத்காரால் வர்ணிக்கப்பட்டது. இசுலாமியர்கள் துரதிர்ஷ்டவசமாகத் தங்களுக்குக் கிடைத்த இந்த அரசியல் கோட்பாட்டை நழுவவிட்டுவிட்டனர். இதற்கு இந்துக்களுடன் செய்துகொண்ட லக்னோ ஒப்பந்தம் காரணமாக இருந்தது. அதைப் போன்றே குறைபாடு இருந்தபோதிலும் தனித்தொகுதி முறையைப் புனா ஒப்பந்தம் வழி பறிக்க நினைத்த சாதி இந்துக் கும்பலின் சூழ்ச்சிக்குப் பலியாகவில்லை. ஒருவிதத்தில் இவ்விரண்டு சிறுபான்மையினரும் புனா ஒப்பந்த சூழ்ச்சியிலிருந்து தங்களைப் பாதுகாத்துக்கொண்டனர்.

சான்றாதாரம்

மூல நூல்
அம்பேத்கர்   தொகுதி 15

இதழ்கள்
சுப்பிரமணியம்   சுதேசமித்திரன் 1932ஆம் வருடம்
(ஆசிரியர்)   (வாரம் ஒருமுறை)
ச.குருசாமி   குடியரசு 1932ஆம் வருடம்
(ஆசிரியர் பொறுப்பு)   (வாரம் ஒருமுறை)

துணை நூல்கள்
அம்பேத்கர்   தொகுதி 10
ஞான.அலாய்சியஸ் (தொ.ஆ.)   அயோத்திதாசர் சிந்தனைகள் I

தனித்தொகுதியும் சுயமரியாதை இயக்கமும்

தமிழகத்தில் தோன்றிய பெரியாரியம் எனும் கோட்பாடு இன்று மிகத் தாராளமாகப் பிற்படுத்தப்பட்டவர்களால் விதந்து பேசப்படுகிறது. 'சாதி ஒழிப்புக்கும் மத ஒழிப்பிக்கும் பெரியாரை விட்டால் வேறு யார் இருக்கிறார்கள்?' என்ற உணர்ச்சிப் பேச்சுகளை ஆய்வாளர்களே வெளிப்படுத்தியிருக்கின்றனர். உணர்ச்சிவயப்பட்டுப் பெரியாரியத்தை ஆதரிக்கும் இக்குழு வலுக்கட்டயமாகத் தாழ்த்தப்பட்டவர்களை மிரட்டி, பணியவைக்க முயற்சிக்கிறது. கடந்த இரண்டாண்டுகளில் இம்முயற்சிக்குப் பலன் கிடைத்தது என்பதென்னவோ உண்மைதான். மிரட்டுதலின் வழியாக எந்தவோர் இசமும் தன்னை வளர்த்துக்கொண்டதாக வரலாறு இல்லை. விமர்சனங்களும் விவாதங்களும்தான் ஓர் இசத்தைச் செழுமையடைய வைக்கும். மார்க்சியம் விவாதங்களில் பங்கெடுக்காமல் போயிருந்தால் இன்று அக்கோட்பாடு அரச வீழ்ச்சி போன்று வீழ்ந்து போயிருக்கும். இதனைப் பெரியாரியல் ஆய்வாளர்கள் உணராமல் போனது துரதிர்ஷ்டமே. இங்கு என்னால் சேகரிக்கப்பட்ட தரவுகளின் வழி நின்று, அதே வேளையில் அத்தரவுகளை அம்பேத்கரியக் கோட்பாட்டோடு உரசிப்பார்த்து இக்கட்டுரை வளர்ந்து செல்லும். கட்டுரைத் தலைப்போடு தொடர்புடைய துணை நிலை ஆய்வுகளையும் கவனத்தில் நிறுத்தும் என்ற உறுதியுடன் கட்டுரைக்குள் செல்லலாம்.

வகுப்புவாரிப் பிரதிநிதித்துவமும் சுயமரியாதை இயக்கமும்: சுருக்க வரலாறு

தமிழக அரசியலில் பெரியாரின் இடையீடு 1915இல் நிகழ்ந்ததாகக் கோ.கேசவன் தன்னுடைய நூல் ஒன்றில் கூறிச்செல்வார். ஆனால், பெரியாரின் எழுத்துகளைத் தொகுத்த வே.ஆனைமுத்து, பெரியாரின் அரசியல் தலையீட்டை 1907க்கு இழுத்துச் செல்வார். இங்கு பெரியாரின் அரசியல் தலையீடு எந்த ஆண்டு நிகழ்ந்தது என்பதைக் கணக்கிடும் பணி நமக்குத் தேவையில்லை. அது கட்டுரையின் பொருளுமல்ல. ஆனால், பெரியாரின் அரசியல் செயல்பாடு வகுப்புரிமையின் வழியே துவங்கியிருக்கிறது என்பதை அவரது எழுத்துகள் நமக்கு உணர்த்துகின்றன. 1919இல் சென்னையில் உருவான சென்னை மாகாண அசோசியேசன் எனும் அமைப்பில் பெரியார் பங்கேற்றிருக்கிறார். இந்த அமைப்பு அன்று தென்னிந்தியாவில் பிராமண அரசியல் தலைமைக்கு எதிராகத் துவங்கப்பட்ட 'தென்னிந்திய நல உரிமைச் சங்கம்' (1916) - பின்னாளில் இது நீதிக்கட்சி என அழைக்கப்பட்டது - எனும் அமைப்பாகும். இந்த அமைப்பு பிராமணர் அல்லாதார் அரசியல் கோரிக்கையின் ஒரு பகுதியான பிராமணரல்லாதார் அரசியல் பிரதிநிதித்துவத்தை ஏற்றுக்கொண்டது. இதையொட்டியே 1920இல் 'நேசனலிஸ்ட் அசோசியேசன்' எனும் அமைப்புத் தோற்றுவிக்கப்பட்டது. காங்கிரஸில் இருந்த அதிதீவிரவாதிகளால் இந்த அமைப்புத் தோற்றுவிக்கப்பட்டதாக பெரியார் கூறுவார். சங்க உறுப்பினர்கள் "ஜஸ்டிஸ் கட்சிக்காரர்கள் பதவிக்காகவே பாடுபடுகின்றார்கள் என்று சொல்லுகின்றார்கள். அதையே நாங்களும் எங்கள் திட்டமாகக் கொண்டு - நாங்கள் பதவிக்கு வந்தால் பார்ப்பனரல்லாத மக்களுக்கு 50 சதவீதம் விகிதாசாரப் பங்கு தருகிறோம் என்று சொல்லியே ஆதரவு தேடினார்கள்" எனப் பெரியார் கூறுவார் (வே.ஆ. I / 364).

பெரியாரின் தீவிர அரசியல் செயல்பாடு 1919 மற்றும் 1920இலிருந்து துவங்குவதாக எடுத்துக்கொள்வோம். பெரியாரின் அரசியல் செயல்பாடு ஒருபுறம் தேசவிடுதலை என்ற குறிக்கோளை முன்வைத்துத் துவங்கியது என்றபோதும் அதனூடே பிரமாணல்லாதாரின் சமூக வகிப்பாகத்தை ஒட்டியே வினையாற்றிருக்கிறது. வினையாற்றலின் தாக்கத்தைப் பெரியார் நீதிக்கட்சியிலிருந்தே பெற்றிருக்கிறார். இதே தாக்கத்தைப் பெற்ற பெரியாரின் நண்பர்களும் காங்கிரஸில் ஒரு நீண்ட போராட்டத்தை 1925 வரை மேற்கொண்டனர். இப்போராட்டத்தைக் காண்பதற்கு முன்னர் ஒரு நிகழ்வை இங்கு காணலாம்.

மாண்டேகு ஸெம்ஸ்போர்டு அறிக்கை வெளிவந்த பின், வாக்குரிமையையும் தேர்தல் முறையையும் தீர்மானிப்பதற்காக சவுத்பரோ கமிஷன் உருவாக்கப்பட்டது. இக்கமிஷனுக்கும் நல்வரவேற்பு கிடைத்ததாக பட்டாபி சீதாராமையா கூறுகிறார். அவரே இன்னொரு செயல்பாட்டையும் பதிவு செய்திருக்கிறார். "...தென்னிந்தியாவில் மட்டும் விசயம் வேறாக இருந்தது. இங்கு *1917*-ம் வருஷம் பிப்ரவரி மாதத்தில் தோற்றுவிக்கப்பட்ட பிராம்மணரல்லாதார் இயக்கம் *1918*-ம் வருஷம், நவம்பர் மாதத்திற்குள் விசேஷ வலிமை பெற்று விளங்கியது. ஸ்ரீமான் சாஸ்திரியார் ஸௌத்பரோ கமிட்டியில் ஓர் அங்கத்தினராகவிருந்தார். பிராம்மணரல்லாத வகுப்பினருக்குத் தனிப்பிரதிநிதித்துவம் அளிக்கப்பட்ட வேண்டாமெனக் கூறி இவர் ஸௌத்பரோவின் ஆதரவைப் பெற்று வருகிறாறென்பதில் சந்தேகங்கொண்ட அவ்வகுப்பினர் மேற்படி கமிஷனில் ஸ்ரீமான் சாஸ்திரியார் சேர்க்கப்பட்டிருந்ததைக் கண்டிக்கும் முறையில் அக்கமிட்டியைப் பகிஷ்கரித்தனர். தங்கள் எதிர்ப்பைத் தக்கமுறையில் இங்கிலாந்திற்கும் அறிவிக்கப் போவதாக அவர்கள் பயமுறுத்தினர். இவ்விஷயத்தில் அவர்கள் வெற்றியும் பெற்றனர்" (சீதா / *122*). தென்னிந்தியா நலஉரிமைச் சங்கத்தின் துவக்க ஆண்டு *1916*. பட்டாபி *1917* எனத் தவறாகச் சுட்டுகிறார். அதை நிராகரித்து வேறொரு விசயத்தில் கவனம் செலுத்துவோம்.

பிராமணரல்லாதார் தங்களுக்குத் தனிப் பிரதிநிதித்துவம் வேண்டும் என்ற கோரிக்கையைச் சவுத்பாரோ கமிசனில் எழுப்பியிருக்கின்றனர் என்றொரு தகவல் இருக்கிறது. அம்பேத்கர் தன்னுடைய கட்டுரை ஒன்றில் சென்னையில் உள்ள பிற்பட்டவர்கள் தங்களையும் தாழ்த்தப்பட்டவர்கள் எனும் பிரிவில் இணைத்துத் தனித்தொகுதி வேண்டுமெனக் கோரியதாக எழுதியிருக்கிறார். இதனை எஸ்.வி.ஆர் - வ.கீதா ஆகியோர் தங்களது நூல் ஒன்றில் மறுத்திருக்கின்றனர். எந்த ஆதாரத்துடன் இவர்கள் மறுக்கிறார்கள் என்று தெரியவில்லை. "சென்னை மாநிலப் பார்ப்பனரல்லாதாரும் தங்களைத் 'தாழ்த்தப்பட்ட வகுப்பு' என்று கருதுமாறு பிரிட்டிஷ் அரசாங்கத்திடம் ஒருபோதும் கேட்டதில்லை" (எஸ்.வி.ஆர் - வ.கீதா / *248*) என அடித்துக் கூறுகின்றனர். அம்பேத்கர் சுட்டிக்காட்டும் நிகழ்வு லோத்தியன் பிரச்சினையோடு சம்மந்தப்பட்டது. லோத்தியன் குழுவிடம் சென்னை மாநிலப் பார்ப்பனரல்லாதார் ஏதாவது மனு செய்திருக்கிறார்களா என்பதை அறிந்து இவர்கள் அம்பேத்கரின் ஆய்வை மறுத்திருக்கலாம்.

அத்தகைய முயற்சியை இவர்கள் மேற்கொள்ளவில்லை. அதேவேளையில் அம்பேத்கர் லோத்தியன் முழுவில் உறுப்பினராக இருந்து செயலாற்றியவர் என்பதையும் இங்கு கவனத்தில் நிறுத்துவோம்.

இந்திய அரசியல் வரலாற்றில் வாக்குரிமையையும் தேர்தல் முறையையும் தீர்மானிக்க இரண்டு குழுக்கள் இருவேறு காலத்தில் அமைக்கப்பட்டன. மாண்டேகு ஸெம்ஸ்போர்டு சீர்திருத்தம் (1919) வெளிவந்தபின் சவுத்பரோ கமிஷன் 1920இல் அமைக்கப்பட்டது. இரண்டாம் வட்டமஜை மாநாடு முடிந்தபின் லோத்தியன் கமிட்டி 1932இல் அமைக்கப்பட்டது. இங்கு முதன்முதலில் உருவான சவுத்பரோ கமிட்டியில் பிராமணல்லாதார் தனிப்பிரதிநிதித்துவம் கேட்டிருப்பதை பட்டாபி எழுத்தின் மூலம் அறிய முடிகிறது. இங்கு தனிப்பிரதிநிதித்துவத்தை அல்லாதார் தனியாகக் கேட்டனரா அல்லது தாழ்த்தப்பட்டோருடன் இணைந்து கேட்டனரா என்ற கேள்விக்கு விடைதேட வேண்டியுள்ளது. தாழ்த்தப்பட்டோர் அல்லாதாருடன் இணைந்து கேட்டிருக்க வாய்ப்பில்லை. ஏனெனில், தாழ்த்தப்பட்டோரைத் தன்னுள் அடக்கி இக்கோரிக்கையைக் கேட்டிருக்கலாம். இதற்கு ஒரு சான்றைச் சுட்டிக் காண்பிப்பது பொருத்தமாயிருக்கும். "...அரசபிரதிநிதியிடம் அவருடைய சபையில் ஆதிதிராவிடருக்கு ஓரிடம் கேட்டனர், ஆதிதிராவிட மகாசன சபையார். சில ஆண்டுகள் கழித்து மீண்டும் அரசபிரதிநிதியைச் சந்தித்தபோது, அவர்கள் ஆதிதிராவிட சபையாருக்குதான் ஒரு திராவிடரை சபையில் சேர்த்துவிட்டதாகக் கூறினார். அவர் பெயர் சண்முக சுந்தர முதலியார் என்று கூறினார். ஆதிதிராவிட மகாசன சபையார், அய்யா அவர் திராவிடர். நாங்கள் ஆதிராவிடர். அவர் முதலியார், சாதி இந்து. நாங்கள் சாதியும் மதமும் அற்றவர்கள் என்று விளக்கிக் கூறியதோடு ஆதிதிராவிடருக்கு என தனியிடம் கேட்டனர்" (கோ.தங்கவேலு / 13) என தங்கவேலு தனது கட்டுரை ஒன்றில் குறிப்பிட்டுள்ளார்.

தாழ்த்தப்பட்டவருக்கு ஒதுக்கப்பட்ட இடத்தைப் பிற்படுத்தப்பட்டோர் தாராளமாக அனுபவித்ததை கோ.தங்கவேலுவின் எழுத்துகள் வெளிக்காட்டியிருக்கின்றன. இந்த உண்மையை நீதிக்கட்சிக்கும் பொருத்திப் பார்க்கலாம். நீதிக்கட்சியினர் அவ்வாறு செய்வதற்கில்லை என்பதை நான் ஏற்கவில்லை. இதற்கு கோ.கேசவன் எடுத்தாண்டிருக்கும் தரவையும் சான்றாகக் காட்டலாம். 'பார்ப்பனரல்லாதார்' பேரவையின் நான்காம் மாநாடு (சென்னை 08.01.1921) "தாழ்த்தப்பட்ட வகுப்பினரை சமூக அரசியல்

அர்த்தங்களில் பார்ப்பனரல்லாத இனத்தின் இணைக்கப்பட்ட பாகமாகவே கருதியது. (அரசு ஆணை எண்.171, பொதுத்துறை 26.3.1921)" (கோ.கேசவன் / 14 - 15). நீதிக்கட்சியின் உள்முக இழுத்தல் செயல்பாட்டை கேசவனின் தரவு உறுதிபடுத்துவதை இங்கு பொருத்திப் பார்க்கலாம். இவை மட்டுமின்றி வலுத்தவனை அதற்கடுத்துள்ள வலுத்தவன் எதிர்க்க, வலுவில்லாதவனைத் தன்னுள் அடக்கியே தமிழக வரலாறு பயணமாகியிருக்கிறது. இந்நிகழ்வு இங்கு பார்ப்பனரல்லாதவருக்கும் பொருந்தும். இங்கு சவுத்பரோ கமிஷனில் பார்ப்பனரல்லாதார் தாழ்த்தப்பட்டவர்களைத் தன்னுள் அடக்கியே தனிப்பிரதிநிதித்துவம் கேட்டனர் என்று முற்று முடிவாகக் கூறவில்லை. இதுவோர் அனுமானமே. ஆனால், லோத்தியன் குழுவிடம் பார்ப்பனரல்லாதார் தங்களைத் தாழ்த்தப்பட்டோர் பிரிவில் இணைக்க வேண்டுமெனக் கோரியதை நான் ஏற்கிறேன். அம்பேத்கர் அக்குழுவின் உறுப்பினர் என்ற விதத்தில் அவரது வாதத்தைத் தவறென்று சொல்ல நான் முயலவில்லை. ஒருவேளை லோத்தியன் குழுவிற்கு வந்த மனுக்களையோ அல்லது லோத்தியன் குழுவின் அறிக்கையையோ யாராவது எடுத்தாண்டு அம்பேத்கரின் வாதத்தை மறுத்தால் ஏற்பதற்கு நான் தயங்க மாட்டேன் என்பதோடு நிறுத்தி, கட்டுரையின் பொருளுக்குச் சொல்லலாம்.

பட்டாபி சீதாராமையா கூறும் தகவல்களை மீண்டும் ஒருமுறை இங்கு ஞாபகப்படுத்துவோம். ச.விஜயராகவாச்சாரியார் உறுப்பினராக இருந்ததாலேயே நீதிக்கட்சியினர் சவுத்பரோ குழுவை எதிர்த்திருக்கின்றனர் என்று இங்கு சொல்ல முடியாது. விஜயராகவாச்சாரி பிற்படுத்தப்பட்டவர்களின் தனிப்பிரதிநிதித்துவ கோரிக்கையை எதிர்த்ததாலேயே நீதிக்கட்சி சவுத்பரோ குழுவை எதிர்த்திருக்கிறது. 1920இல் அதிதீவிரவாதிகளால் தேசிய நலன் கொண்ட பிராமணரல்லாதார் அமைப்பை உருவாக்கி அதன் துணைத்தலைவராக இருந்த பெரியார் இதுகுறித்துக் கருத்து ஏதும் தெரிவிக்காமல் சென்றதை இங்கு விமர்சனமாகச் சுட்டிக்காட்டலாம்.

இனி விட்டதிலிருந்து துவங்குவோம். சென்னை மாகாண சங்கமும் நேஷனல் அசோசியேஷனும் பிராமணர்களின் தலையீட்டால் பின்னாளில் செயல்படாமல் போனதை பெரியாரின் எழுத்துகள் நமக்கு உணர்த்துகின்றன. இருப்பினும் பெரியாரும் அவரது தேசிய நலன் விரும்பி நண்பர்களும் வகுப்புவாரிப் பிரதிநிதித்துவத்தை விடுவதாய் இல்லை. 1920இல் திருநெல்வேலியில் நடந்த 26ஆவது மாநில மாநாட்டின் சாப்பாட்டு விடுதியில் பெரியார் தலைமையில் பிராமணரல்லாதார் கூட்டம் கூடியது.

அக்கூட்டத்தில் கீழ்க்கண்ட தீர்மானத்தை சோமசுந்தரம் கொணர்ந்திருக்கிறார். "சட்டசபைகள் முதலிய தேர்தல் ஸ்தானங்களுக்கு வகுப்புவாரிப் பிரதிநிதித்துவம் ஏற்படுத்துவதோடு, அரசாங்க உத்தியோகத்திலும் வகுப்பு சனசங்கத்திற்குத் தகுந்தபடி வகுப்புவாரிப் பிரதிநிதித்துவம் கொடுக்க வேண்டுமென்று அரசாங்கத்தை வலியுறுத்த வேண்டும்" *(II / 1904)*. இந்தத் தீர்மானத்தைப் பின்னர் பெரியார் விஷயாலோசனைக் கமிட்டியில் எழுப்பியிருக்கிறார். தீர்மானம் நிராகரிக்கப்பட்டதை பெரியார் மிகவிரிவாக விளக்குவார். தீர்மானத்தின் துவக்கத்திலேயே *Presentage* என்ற ஆங்கிலச் சொல்லுக்குப் பதிலாக *Adequately* என்ற சொல் கொண்டுவர வேண்டுமென்பதாகக் கோரப்பட்டு நிறைவேற்றப்பட்டது. ஆங்கிலம் நன்கு தெரிந்த சீனிவாசன், ராஜகோபாலாச்சாரி ஆகியோர் வெட்டுத் தீர்மானத்தின்போது அமைதி காத்திருக்கின்றனர். *Adequately* என்பதற்கு 'யோக்கியதைக்குத் தகுந்த' எனப் பொருள் என்பதை நண்பர்கள் வாயிலாக உணர்ந்த பெரியார், அதற்குப் பதிலாக *Presentage* என்ற சொல்லுடனே தீர்மானம் கொண்டுவர வேண்டும் எனப் பேசியிருக்கிறார். தீர்மானங்கள் ஒவ்வொன்றாக நிறைவேற்றப்பட்டுத் திடீரென மாநாடு முடிக்கப்பட்டிருக்கிறது. இதைச் சற்றும் எதிர்பார்க்காத பெரியாரின் நண்பர் தண்டபாணி எழுந்து தனது தீர்மானம் என்னாயிற்று *(II / 905)* என வினவ, பிராமண பிரதிநிதிகள் கடும் கூச்சல் போட்டிருக்கின்றனர். தலைவராகச் செயல்பட்ட சீனிவாசன் "பொது நன்மைக்கு விரோதமாகத் தீர்மானமானதால் அதை ஒழுங்கு தவறென்று தீர்மானித்துவிட்டதாக" *(II / 905)* கூறியிருக்கிறார்.

காங்கிரஸால் முதன்முதலாகக் கொணரப்பட்ட தீர்மானம் பிராமணர்களின் சூழ்ச்சியால் தடுக்கப்பட்டுவிட்டது. இருப்பினும் பெரியாரும் அவரது நண்பர்களும் சோர்ந்துவிடவில்லை. 1921ஆம் ஆண்டு தஞ்சையில் நடந்த 27ஆவது மாநில மாநாட்டில் பெரியார், சிங்காரவேலர் முதலான பார்ப்பனரல்லாத அணியினர் வகுப்புவாரிப் பிரச்சினைக்கு வேண்டிய வேலை *(மேலது / 905)* செய்யத் தீர்மானித்திருக்கிறார்கள். 1923ஆம் ஆண்டு திருப்பூரில் நாடார்கள் முதலானவர்களுக்கு ஆலயப் பிரவேசம் அளிக்க வேண்டும் என்ற தீர்மானத்தை பெரியார் கொணர்ந்திருக்கிறார். வைத்தியநாதன் முதலான பிராமணர்கள் இத்தீர்மானத்தை எதிர்த்திருக்கின்றனர். இதே வைத்தியநாதன்தான் பின்நாளில் மதுரை மீனாட்சி அம்மன் கோயிலுக்குள் தாழ்த்தப்பட்டவர்களை அழைத்துச் சென்று 'முற்போக்கு' பட்டம்

கட்டிக்கொண்டார் என்பது விந்தையே. இங்கு பெரியாரின் பயணிப்பு பண்பாடு நோக்கி நகர்வதை அவதானிக்கலாம். சமூக வகிபாகத்தின் பண்பாட்டுக் கண்ணியை மிக இலாவகமாக அவிழ்க்க முயலும் பெரியாரின் நகர்வு சற்று முற்போக்கானதே. 1923, 1924ஆம் ஆண்டுகளில் பெரியார் தொடர்ச்சியாக வகுப்புப் பிரச்சினையைக் காங்கிரஸில் எழுப்பிக்கொண்டே இருந்தார். ஒருகட்டத்தில், அதாவது 1925இலும் தனது தீர்மானம் தோற்கடிக்கப்பட்டதால் வெகுண்டெழுந்து காங்கிரஸ் பார்ப்பனர்களுடைய ஸ்தாபனம் என்பது மெய்ப்பட்டுவிட்டது. இதை ஒழிப்பதுதான் எங்கள் முதல் பணி (1 / 365) எனச் சபதமிட்டு காங்கிரஸில் இருந்து விலகுகிறார். பாரப்பனரல்லாதார் நலனுக்கு (தமிழக) காங்கிரஸால் பயனில்லை என அனுபவத்தில் உணர்ந்த பெரியார் அதிலிருந்து தன்னை விடுவித்துக்கொள்ளும் வரலாறு இதுதான்.

வகுப்புவாரித் தத்துவம் தோற்றமும் முழுமையும்

வகுப்புவாரிப் பிரதிநிதித்துவம் என்பது இங்கு ஏன் உருவாக்கப்பட்டது என்ற கேள்வியிலிருந்து துவங்குவோம். சமூகம், தனித்தனி அலகுகளாகப் பிரிந்திருக்கிறது. பிரிந்திருப்பதோடு மட்டுமின்றித் தனித்தனிச் சமூகம் தன்னை உள்முகமாக இழுத்துக்கொண்டிருக்கிறது. அதாவது, தன்னை அடைக்காத்துக்கொண்டு பிற சமூகங்களோடு கொள்வினை கொடுப்பினை இன்றி வாழ்ந்துவருகிறது. சதிராட்டத்தின் தலைமைச் சமூகமான பிராமணச் சமூகத்திடம் பண்பாட்டு அதிகாரத்தோடு அரசதிகாரமும் ஆட்சியதிகாரமும் வந்து குவிந்தன. பிராமண அதிகார நலனுக்கு எதிராக முதலில் குரல் கொடுத்தவர்கள் தாழ்த்தப்பட்டவர்கள் என்பதை முன்னர் கண்டோம். அவர்களைத் தொடர்ந்து இசுலாமியர்கள் தனக்குரிய பிரதிநிதித்துவத்தைக் கோரினர். இசுலாமிய பிரதிநிதித்துவம் அரச பாரம்பரியத்தில் இருந்து உதித்தது என்பதையும் கண்டோம். இவர்களுக்குப் பின்னர் சீக்கியர்கள் கேட்டனர். கிறித்தவர்களுக்கும் ஆங்கிலோ இந்தியர்களுக்கும் இலவச இணைப்பாகப் பிரதிநிதித்துவம் வந்து சேர்ந்தது. இப்போது பிராமணர்கள் இந்திய தேசியம் என்றொரு கட்டமைப்பை வலிந்து கட்டிவந்தனர். தனித்தனிக் குழுக்களுக்கான பிரதிநிதித்துவம் தேச ஒற்றுமைக்கு ஆபத்து எனக் கூக்குரலிட்டனர். பிரிதொருபுறம் வேலைவாய்ப்பில் முன்னுரிமை அளிக்கப்பட்டபோது தகுதி, திறமை என்ற பேச்சு பரவலாக்கப்பட்டது - இன்றும் கூட தேச ஒற்றுமை தகுதி, திறமை என்ற சொல்லாடல்கள்

கேட்டுக்கொண்டிருப்பதை அவதானிக்கலாம் - இந்தக் கோஷத்தோடே ஆங்கில அரசின் பிரிவினைத் திட்டத்தின் ஒருபகுதிதான் வகுப்புவாரிப் பிரதிநிதித்துவம் என்று எழுதவும் பேசவும் தலைப்பட்டனர். பெரியார் கூட ஓரிடத்தில் வகுப்புரிமை கிடைக்காமல் இருப்பதற்குப் 'பிராமணர்கள்' மட்டும் காரணமல்ல, ஆங்கிலேய அரசும்தான் காரணமாக இருக்கிறது. 'பெருங்கூட்டத்தைச் சிறுகூட்டம் ஆள வேண்டுமானால், சிறுகூட்டத்தார் பெருங்கூட்டத்தை ஒருவருக்கொருவர் பொறாமையும் துரோகமும் ஏற்படும்படி செய்து, பிரித்து வைத்துக் கலகத்தை உண்டாக்கிவிட்டால் தாராயமாய் ஆளலாம்' என்ற பழமொழி உண்டு. அதுவே சர்க்காரின் நடவடிக்கை" ***(II / 908)*** என்பதாக ***1926*** வாக்கில் கூறுகிறார்.

பிரித்தாளும் நடவடிக்கையை ஆங்கிலேயர் மேற்கொண்டனர் என்றால் இங்கு மக்கள் பிரியாமல் வாழ்ந்துவருவதாகப் பொருள்கொள்ள வேண்டிவரும். இது முழுப் பூசணிக்காயைச் சோற்றில் மறைக்கும் பொய்ச் சொல்லாடல். கல் தோன்றி மண் தோன்றாக் காலத்திலிருந்தே தமிழ் மக்கள் பின்னிப் பிணைந்து வாழ்ந்துவந்ததாகவும்; எங்கோ இருந்த ஆங்கிலேயன் இங்கு வந்து 'பாசமலர்களைப்' பிரித்ததாகவும் தொடர்ந்து பொய்யாடல் உதிர்க்கப்படுகிறது. ஆங்கிலேயர்களின் செயல்பாடு இப்பொய்யாடலை மீறிதான் இருந்தது. பிராமணர்களால் பிரித்து வைக்கப்பட்ட சமூக வகிபாகத்தை நோக்கி ஆங்கிலேயர்கள் பயணித்தார்கள். இப்பயணத்தில் ஆங்கில நலன் இருப்பது போலவே ஒடுக்கப்பட்டோரின் நலனும் இருப்பதை மறுத்துவிட முடியாது. ஆங்கில அரசிடமிருந்து ஒரு சமூகம் தான் புறக்கணிக்கப்படுவதாக உணர்ந்து அதிலிருந்து தன்னை விடுவித்துக்கொள்ள பிரதிநிதித்துவ கோரிக்கையை முன்வைத்தது. இதனைத் தேசியம், மொழி, ஒற்றுமை எனச் சொல்லி எந்த ஆய்வாளரும் புறந்தள்ள முடியாது என்ற புரிதல்களுடனே இப்பகுதிக்குள் நுழைவோம்.

பிராமண அதிகாரத்திற்கு எதிராக இசுலாமியர்களும் தாழ்த்தப்பட்ட மக்களும் விலகிச் சென்றதைப் புரிந்துகொள்ள முடிகிறது. ஆனால், பிராமண நலனில் எப்போதும் அக்கறைக் கொண்ட சாதி இந்துக்கள் ஏன் வகுப்புவாரிப் பிரதிநிதித்துவ கோரிக்கையை முன்வைத்தனர், பெரியாரும் ஏன் இந்தக் கோரிக்கையை முன்வைத்தே தீவிர அரசியலை மேற்கொண்டார் என்ற கேள்விகளுக்கு விடை தேடினால்தான் பெரியாரின் வகுப்புரிமைத் தத்துவத்தை அறிந்துகொள்ள முடியும். பார்ப்பனரல்லாதார் அணி திரட்டல் இங்கு சித்தாந்த அடிப்படையில்

நிகழவில்லை; தாங்கள் இந்து இல்லை என்றோ அல்லது பிராமணப் பண்பாட்டிற்கு எதிரானவர்கள் என்றோ ஒன்றிணையவில்லை. வெறும் அரசியல் கோரிக்கையை முன்வைத்தே அவர்கள் ஒன்றிணைந்தனர். இந்த ஒற்றிணைவு 1912இல் ஏற்பட்டதாகப் பெரும்பாலான ஆய்வாளர்கள் கூறுவர். ஆனால், 1907லேயே பார்ப்பனரல்லாதார் அணி திரட்டல் ஒன்று உருவாகிறது. அதனை அயோத்திதாசர் பின்வருமாறு எதிர்ப்பார். "...சாதி ஆசாரங்களையும் சமய ஆசாரங்களையுந் தழுவிக்கொண்டே நன்பிராமன்ஸ் (Non - Brahmin) என்று சங்கங்கூடியிருக்கின்றனரா அன்றேல் சாதியாசாரங்களையும் சமயவாசாரங்களையும் ஒழித்து நன்பிராமன்ஸ் (Non - Brahmin) என்ற சங்கங்கூடியிருக்கின்றனரா விளங்கவில்லை....பிராமணர் என்போரால் வகுத்துள்ள சாதி ஆசாரங்களையும் சமய ஆசாரங்களையும் வைத்துக்கொண்டு நன்பிராமன்ஸ் என்று கூறுவது வீணேயாகும்" (1 / 183) எனக் கூறும் அயோத்திதாசர், "உள் சீர்திருத்தமென்றும், இராஜகீய சீர்திருத்தமென்றும் இருவகுப்புண்டு. அவற்றுள் சாதி, சமய சம்மந்தங்கள் யாவும் உட்சீர்திருத்தங்களென்றும், மற்றவை ராஜாங்க திருத்தமென்றுங் கூறி யாங்கள் ராஜாங்க சம்மந்தத்தில் (நன்பிராமன்ஸ்) என வெளிவந்தோமென்பாராயின், இந்துக்கள், மகமதியர், பௌத்தர், கிறிஸ்தவர்களென்னும் பிரிவினைகளுக்கு மத சம்மதங்களே காரணமாயிருப்பது கொண்டு இந்துக்களென வெளிவந்துள்ளோர் இராஜகீய காரியாதிகளிலும் (நன்பிராமன்ஸ்) எனப் பிரித்துக் கொள்ளுவதற்கு ஆதாரமில்லை" (I / 183 - 184) என எழுதிச் செல்வார். சாதியையும் மதத்தையும் கைவிடாமலேயே 1907இல் பார்ப்பனரல்லாதார் அணிதிரட்டல் உருவாகியிருப்பதை அயோத்திதாசர் எழுத்துகள் நமக்கு உணர்த்துகின்றன. அயோத்திதாசரின் விமர்சனத்தை, 1912இல் உருவாகி 1916இல் முழுமைப்பெற்ற தென்னிந்திய நல உரிமைச் சங்கத்திற்கும் நாம் பொருத்திப் பார்க்கலாம்.

இந்த இடத்தில் பெரியாரின் துவக்கக் கால புரிதல் எவ்வாறு இருந்தது என்பதை அறிய முயற்சிக்கலாம். காங்கிரஸிலிருந்து பிரிந்து வந்த பின் 1926இல் பெரியார் ஒருமுறை பின்வருமாறு பேசியிருக்கிறார், "ஒரு நாயுடு இந்த ஜில்லா சிரஸ்தாராயிருந்தார். அவரை 'கலெக்டர் கூப்பிடுகிறார்' என்று யாராவது கூப்பிட்டால், 'பத்து நிமிஷத்தில் வருகிறேன்' என்றுதான் சொல்வார். 15 நிமிஷம் கழித்து மெத்தைக்குப் போவார்; காலில் ஜோடும், ஒரு கையில் தடியும், மற்றொரு கையில்

சுருட்டுமாய் மெத்தை ஏறுவார். கலெக்டர் முன்னால் மேஜையின்மேல் தடியையும் சுருட்டையும் வைத்துவிட்டு, 'என்னைக் கூப்பிட்ட விஷயம் என்ன?' என்று கேட்பார். காரியம் முடிந்ததும் சுருட்டையும் தடியையும் எடுத்துக்கொண்டு கீழே வருவார். அக்காலத்தில் தக்க குடும்ப பரம்பரையும், யோக்கியமும், அந்தஸ்தும், கண்ணியமும் உள்ளவர்கள் பெரிய உத்தியோகம் வகிப்பார்கள். அப்போதைய உத்தியோகங்களுக்கு வேண்டிய யோகத்தை இதுதான். பரம்பரையாய்ப் பெருங்குடும்பமாய், தேசத்தையே கோட்டை கொத்தளங்களோடு அரசாண்டவர்களாய், சுயமரியாதையோடு உள்ள பிராமணமல்லாதார் குடும்பங்கள் பின்னடைய ஏற்பட்டுவிட்டன..." (*II / 910*). பெரியாரின் இச்சொல்லாடலைக் கவனமாக இங்கு ஆய்வுகுட்படுத்துவோம். பெரியாரால் முன்னிலைப்படுத்தப்படும் மனிதன், நிலவுடைமை மனிதனாவான். சாதியையும் மதத்தையும் தன்னகத்தே கொண்ட சிறு நிலவுடைமையாளனை பெரியார் பார்ப்பனரல்லாதார் உதாரணத்திற்கு எடுத்துக்கொள்கிறார். இந்த விவரிப்பின் இறுதியாகத் 'தக்க குடும்பப் பரம்பரை, யோக்கியதை, அந்தஸ்து' என்ற சொல்லாடலை பெரியார் பயன்படுத்தியிருக்கிறார். அதற்கடுத்தாற் போன்று 'பரம்பரையாய்ப் பெருங்குடும்பமாய், கோட்டை கொத்தளங்களோடு அரசாண்டவர்களாய்' என்ற சொல்லாடலோடு முடிக்கிறார். சாதி, மதம், பொருளியலால் ஒடுக்கப்பட்டு உழன்று வாடும் மக்களைப் பிரதிநிதித்துவப்படுத்துவதாய் பெரியாரின் துவக்கம் இருக்கவில்லை. அத்தோடு சாதி ஒழிப்பையோ, மத மீறலையோ இச்சொல்லாடல் விளிக்கவில்லை. 'அரச அதிகாரத்தோடு ஆட்சி செய்த பார்ப்பனரல்லாதார், இன்று அரசியல் அதிகாரம் இழந்து தவிப்பதா' என்ற வீழ்ச்சிப் புலம்பலில் இருந்தே பெரியாரின் வகுப்புவாரித் தத்துவம் துவக்கம் கொண்டிருக்கிறது என்ற புரிதலோடு பெரியாரின் தத்துவ உருமாற்றத்தைத் தொடர்ந்து காண்போம்.

துவக்கத்தில் 'சாதி இந்து' அல்லது பிராமணியத்துக்கு ஆட்பட்ட உயர்சாதி நலனில் இருந்தே பெரியாரின் வகுப்புவாரிக் கோட்பாடு உதித்தது என்றபோதும், பெரியார் தனக்கான எல்லையை மிக இலாவகமாக விரிவுபடுத்தினார். வகுப்புவாரிக் கோட்பாடு என்பதை அனைத்து மக்களுக்குமாக மாற்றுவதில் தன்னளவில் வெற்றியும் பெற்றார் என்பதை அவரது எழுத்துகள் நமக்கு உணர்த்துகின்றன. "வகுப்புவாரிப் பிரதிநிதித்துவம் என்பது ஒரு தேசத்தின், ஆட்சியின் பொது உரிமையும், அந்நாட்டின் குடிமக்களின் உரிமை சகலமும் எல்லா வகுப்பாரும் ஏற்றத்

தாழ்வின்றி சமமாய் அடையவேண்டியதென்பதுதான்" (II / 901) என்ற நிலைப்பாட்டிற்கு வரும் பெரியார், சமூகத்தின் கற்பனை ஒருங்கமைவைச் சீர்குலைத்துப் பேசவும் செய்வார். "வகுப்பையும், மதத்தையும், சாதியையும் ஒருபுறம் காப்பாற்றிக்கொண்டு - மற்றொரு புறத்தில் சாதி, மத, வகுப்புப் பிரதிநிதித்துவம் கேட்பதை அயோக்கியத்தனம் என்று சொன்னால், அப்படிச் சொல்வது ஆயிரம் மடங்கு அயோக்கியத்தனமும், இரண்டாயிரம் மடங்கு இழிதன்மையும், வஞ்சகத் தன்மையும் துரோகத் தன்மையும் ஆகாதா..." (II / 918) எனக் கேள்வி எழுப்புகிறார். தமிழ்ச் சமூகம் தன்னுள்ளே ஒரு பிரிவினையை வகுத்துக்கொண்டு கண்ணில்படா ஒற்றுமை என்ற ஒன்றைப் பேசிப் பழகியது. இந்தச் சூட்சுமத்தை அறிந்து அதன் உண்மைத் தன்மையை அல்லது சமூகத்தின் இயல்பை பெரியாரின் பேச்சு உணர்த்துகிறது. இந்த இடத்தில் பெரியாரின் பிரிதொரு சொல்லாடலையும் இணைத்து நோக்க வேண்டும். "...நம்மவர்களுக்குள்ளேயும் சாதியின்படியே வேண்டுமென்றால் எடுத்துக்கொள்ளட்டும்" (II / 920). வகுப்புவாரிப் பிரதிநிதித்துவ எல்லையாக பிராமணர் அல்லாத உயர் சாதியை மட்டும் பேசிச் சென்ற பெரியார், இங்கு பிற்படுத்தப்பட்ட மக்களின் இன்ன பிற பிரிவுகளையும் கவனத்தில் கொண்டிருப்பதை நோக்க வேண்டும். பெரியாரியத்தின் பிரிந்து சென்ற பார்வையாக இதனை நாம் சுட்டலாம். பிராமண நலனுக்கு ஆட்படாத, உயர்சாதி நலனுக்கு உடன்படாத இந்தப் பெரியாரியம்தான் வளர்த்தெடுக்கப்பட்ட வேண்டிய ஒன்று என்பதையும் சுட்டலாம்.

பெரியார் பிராமணரல்லாதார் அரசியல் கோரிக்கையின் பன்முகத்தை வந்தடைந்த தருவாயில் இயல்பாகவே அவருடன் தாழ்த்தப்பட்ட மக்களின் அரசியல் உரிமையும் தொடர்ந்து பயணமாகிவந்தது. "உண்மையான நாட்டு நலத்தைத் தேடுவோர், தாழ்த்தப்பட்ட வகுப்பாருடைய நலத்தையும் பிற்பட்ட வகுப்பாருடைய நலத்தையும் தேடுவதைத்தான் நாட்டு நலமென்று நினைப்பார்கள். நாடு என்பது சகல வகுப்பாருக்குமேயொழிய வலுத்த வகுப்பாருக்கென்று மாத்திரம் ஏற்பட்டதல்ல" (II / 930) என பெரியார் கூறுவார். மேற்குறித்த சொல்லாடலில் உள்ள வலுத்த வகுப்பார் என்பதைப் பிராமணருக்கு மட்டும் இங்கு பொருத்த முடியாது. பிராமணரல்லாதாரில் உள்ள உயர்சாதி இந்துவிற்கும் இச்சொல்லாடல் பொருந்தும். பிராமணர்களும் ஏனைய உயர்சாதி இந்துக்களும் பண்பாட்டுப் புலத்தில் வலுத்து நின்றுகொண்டு அரசியல் அதிகாரத்தைக் கோருவதை ஏற்க முடியாது என்பதாகக் கூட அர்த்தப்படலாம். இதற்கு பெரியாரின்

பிரிதொரு கூற்றையும் இங்கு ஒப்பிட்டு நோக்கலாம். "ஒரு வகுப்புக்கு மற்றொரு வகுப்பு நம்பிக்கை ஏற்படும்படியும், ஒருவர் பாத்தியத்தில் மற்றொருவர் பிரவேசிக்காதபடியும் பந்தோபஸ்து ஏற்பட்டுப்போக வேண்டும். அவ்வித பந்தோபஸ்துதான் வகுப்புவாரிப் பிரதிநிதித்துவம் என்பது" (II / 907) எனவும் பெரியார் கூறுவார்.

பெரியாரின் சொல்லாடல்கள் எவ்வித தேக்கமின்றி வளர்ந்துவருவதை இங்கு நம்மால் உய்த்துணர முடிகிறது. முதலில் நாம் கண்ட நிலவுடைமை சாதி நலனில் இருந்து பெரியாரியம் இவ்வாறுதான் வளர்ச்சியுறுகிறது. இந்த வளர்ச்சி இத்தோடு நின்றுவிட்டது என்று சொல்வதற்கில்லை. அப்படி நின்றிருந்தால் வெறும் அரசியல் அதிகாரமே பெரியாரியத்தின் நோக்கம் என்றுகூட சொல்லிவிட முடியும். உண்மையில் பெரியாரியம் அரசியல் அபிலாசையை மட்டும் கொண்டிருந்தால் அது விமர்சிக்கத்தக்கதே. பெரியாரியம் வகுப்புவாரி நலனில் இருந்து சாதி ஒழிப்பு என்ற சிந்தனையோட்டத்துக்கு நகர்ந்து சென்று, "சாதி, மத, பேதங்கள் ஒழிக்கப்பட வேண்டியதும், அதுவரையில் வகுப்புகளின் அளவுக்குத் தகுந்தபடிதான் உத்தியோகமும், பிரதிநிதித்துவமும் இருந்துவர வேண்டும்..." (I / 435) என்பதாக பெரியார் கூறுவார். பிரிதோர் இடத்தில் "எனது கொள்கை - சாதி ஒழிப்பு, பகுத்தறிவு, ஜாதி ஒழிப்பு பூரணமாக ஏற்படும் வரை வகுப்புவாரி உரிமை" (II / 848) எனவும் கூறுவார். அரசதிகாரத்தைக் கொண்டு பண்பாட்டு அதிகாரமான சாதியை வீழ்த்த முயற்சிக்கும் பெரியாரியத்தின் நோக்கம் வரவேற்கக் கூடியதுதான். இருப்பினும் வகுப்புவாரியாக அதிகாரத்தைப் பெற்றுக்கொண்டால் சாதி எப்படி ஒழியும் என்ற வினா இங்கு தவிர்க்க முடியாமல் எழுகிறது.

சாதி என்ற ஒன்று ஒரு சமூகத்தின் ஆன்மாவாக வினையாற்றுகிறது. மதத்திற்கும் ஆன்மாவிற்கும் என்ன உறவு உள்ளதோ அதே உறவு சாதிக்கும் சமூகத்திற்கும் இருக்கிறது. ஒரு சமூகத்தைப் பொறுத்தவரை மதம் கழற்றி மாட்டப்படும் சட்டை; சாதி என்பது உடல். இதையே வேறு வார்த்தையில் சொல்வதென்றால், ஒரு சமூகத்தைப் பொறுத்தவரை சாதி கருத்து வகையாகவும் மதம் பொருள் வகையாகவும் வினையாற்றுகிறது. பிராமணர், உயர்சாதி இந்துக்கள் மட்டுமின்றி மிகவும் பிற்படுத்தப்பட்டவர்களிடமும் சாதி வலுவாக வினைபுரிந்துவருகிறது. ஏறக்குறைய சாதி என்பது ஒரு கலாச்சார ஊக்கி. அதுவொரு சமூகத்தின் மனவசைவியக்கம். அதனை அவ்வளவு எளிதாக மாற்றிவிட முடியாது. அரசதிகாரமின்றியே அதிகாரத்

தோரணையுடன் தன்னைப் பாவித்துக்கொள்ளும், பொய்மையாகக் காட்டிக்கொள்ளும் ஒரு சமூகத்திற்கு, அரசதிகாரமும் கிடைத்துவிட்டால் சாதி எப்படி ஒழியும்? பெரியாரியத்தின் மிக முக்கிய முரணாக இதை அடையாளப்படுத்தலாம்.

இங்கு பெரியாரியம் கூறும் வகுப்புரிமை என்பதை நாம் தனித்தொகுதி என்பதாகக் கூட அர்த்தப்படுத்தலாம். ஒவ்வொரு வகுப்பாரின், சாதியின் உரிமையை நிச்சயமாகக் கலப்புத் தொகுதியின் வாயிலாகப் பெற முடியாது, தனித்தொகுதியின் மூலமே அரசியல் அதிகாரத்தைப் பெற முடியும். பெரியாரே கூட ஓரிடத்தில் "இனிவரும் சீர்திருத்தத்தில் நமது அரசியல் கோரிக்கையானது முதலாவதாக முஸ்லீம்கள், கிறிஸ்தவர்கள் ஆகியவர்களைப் போலவே மற்ற திராவிட சமுதாயத்திற்கும் (பார்ப்பனர் அல்லாதாருக்கு) தனித்தொகுதி தேர்தல்முறை இருந்தாக வேண்டும்..." (நகர தூதன் 01.09.1940, எஸ்.வி.ஆர் / 368) எனக் கூறியிருப்பார். இந்தத் தனித்தொகுதி உள்முகமாகவே அடைகாத்து வாழ்ந்த மக்களை அதிகாரப்படுத்தும். பிற மக்கள் சமூகத்தோடு உறவாட வைக்காது, அல்லது விரும்பாது. உறவாடலும் கலப்புமே நட்புறவையும், அதன் வாயிலான பிற சமூகச் சேர்க்கையிலும் அக்கறை கொள்ளச் செய்யும். இந்த அக்கறையின் இறுதி எல்லை வேண்டுமானால் சாதி ஒழிப்புக்குப் பயன்படலாம், அல்லது பயன்படாமலும் போகலாம். இருப்பினும் சாதி மறுப்பை மனமாற்ற வழியாக நோக்கினால் கலப்பு இங்கு தேவைப்படும். கலப்பிற்குப் பெரியாரியம் உரத்துச் சொல்லும் தனித்தொகுதியில் இடமில்லை என்பதோடு நிறுத்தி ஒரு முடிவுக்கு வருவோம். பெரியாரின் வகுப்புரிமை உருவாக்கம் நவீன இந்துவில் தொடங்கி மிகவும் பிற்பட்டோர் வரை நகர்ந்து சென்றபோதும் அது குறைபாடு கொண்ட தனித்தொகுதியாக; இன்னும் தெளிவாகச் சொன்னால் தனிச் சாதி நலனாகத்தான் மாறியிருக்கிறது. இத்தோடு பெரியாரியம் இணைக்கும் சாதி ஒழிப்பு என்ற ஒட்டு, அதனளவில் அழகுப்பூச்சு மட்டுமே. ஒருவேளை பெரியாருக்குச் சாதி ஒழிய வேண்டும் என்ற நோக்கம் இருந்திருக்கலாம். ஆனால், சாதி ஒழிப்புக்கு பெரியாரியம் வளர்த்து வந்த வகுப்புரிமை உருவாக்கம் பயன்படாது.

சுயமரியாதை இயக்கமும் புனா ஒப்பந்தமும்

புன ஒப்பந்தம் தாழ்த்தப்பட்டவர்களுக்கும் வைதீக இந்துக்களுக்கும் இடையே உருவான உடன்படிக்கை. தாழ்த்தப்பட்டவர்கள் கோரிய

இரட்டை வாக்குரிமைக்கு எதிராக உருவான ஒப்பந்தமாகும். இதில் அம்பேத்கருக்கும் இரட்டைமலை சீனிவாசனுக்கும் ஓரளவு வெற்றி கிடைத்திருப்பதற்குச் சுயமரியாதை இயக்கத்திற்கும் ஒரு பங்குண்டு என பெரியாரியத்தை ஆய்வு செய்த 'மார்க்சியர்களான' எஸ்.வி.ராஜதுரை - வ.கீதா ஆகியோர் கூறுகின்றனர். பெரியாரே கூட ஓரிடத்தில் "...எனது ஆதிதிராவிட வகுப்பாரும் நம் எல்லோருடைய கூட்டுறவு முயற்சியாலும் அடைந்த தனித்தொகுதி உரிமையைப் புனா ஒப்பந்தத்தின் பேரால் இழந்துவிட்டு முன்னிருந்த நிலையை விட மோசமான நிலைக்குப் போக நேர்ந்த தவறுதலை இனிமேலாவது கட்டுப்பாடாய் எச்சரிக்கையாய் இருந்து பூரண பரிசுத்த தனித்தொகுதி முறையை வலியுறுத்திப் பெற வேண்டும்..." (நகர தூதன். *01.09.1940*, எஸ்.வி.ஆர் / *368 - 69*) எனக் கூறுகிறார்.

இதுவொருபுறமிருக்க, காந்தி உண்ணாவிரதம் இருந்தபோது பெரியார் 'காந்தியின் உயிர் போனாலும் பரவாயில்லை. ஒப்பந்தத்தில் கையெழுத்திடாதீர்கள்' என்பதான தந்தி ஒன்றை அடித்ததாக அனைத்துப் பிற்படுத்தப்பட்ட ஆய்வாளர்களும் பெரியாரிய ஆதரவாளர்களும் மனனமாக ஒப்புவித்துக்கொண்டே இருக்கிறார்கள். இந்த மந்திரத்தைத் துணிச்சலாக ஒருவர் தனது புத்தகத்தில் பதிவு செய்திருக்கிறார். "பெரியாரின் இடதுசாரி தமிழ்த் தேசியம்" எனும் ஆய்வு மேடைப் பேச்சின் தரம் கொண்ட நூலில் "பெரியார் ஒருவர்தான் வெளிநாட்டிலிருந்து அனுப்பிய நீண்ட தந்தியில் பலகோடி மக்களின் உரிமையைக் காட்டிலும், காந்தியாரின் உயிர் பெரியதன்று என்றும், உடன்பாட்டில் கையெழுத்திட வேண்டாம் என்றும் கேட்டுக்கொண்டிருந்தார்" (சுப.வீ / *227*) என்பதாக சுப.வீரபாண்டியன் எழுதுகிறார். பெரியாரே கூட ஓரிடத்தில் இதற்கு அரண் சேர்க்கும் வண்ணம் *09.05.1937* அன்று குடிஅரசில் ஒரு தலையங்கம் எழுதியிருக்கிறார், "அப்பொழுதே - புனா ஒப்பந்தக் காலகட்டத்தில் - தாழ்த்தப்பட்ட மக்கள் பிரதிநிதி அல்லது தலைவர்கள் என்பவர்களுக்கு எவ்வளவு புத்தி கூறியும், தோழர் ஈ.வெ.இராமசாமி அவர்கள் ஐரோப்பாவில் இருந்து தோழர் அம்பேத்கருக்கு விஷயங்களை விளக்கி, 'ஏமாந்து போகாதீர்கள்' என்று - அதாவது ஒரு காந்தியாரை விட *6* கோடி தாழ்த்தப்பட்ட மக்களின் உயிர் கேவலமானதல்ல என்றும்; *6* கோடி மக்கள் உயிர் உமது கையில் சிக்கி இருக்கிறது என்பதை மறந்து விடாதீர் என்றும் நீண்ட தந்தி கொடுத்திருந்தும்..." எனவும் எழுதியிருக்கிறார்.

இங்கு தொகுத்துக் கூறப்பட்ட பெரியாரின் சொல்லாடல்களையும், இன்ன பிற ஆய்வாளர்களின் முடிவுகளையும் முதலில் விமர்சித்துக் கட்டுரைக்குள் செல்வோம். எஸ்.வி.ஆர் - வ.கீதா ஆகியோர் புனா ஒப்பந்தத்தை ஓரளவு வெற்றி என்று சொன்னதோடு அந்த வெற்றிக்குச் சுயமரியாதை இயக்கத்திற்கும் ஓரளவு பங்குண்டு எனவும் சொல்கின்றனர். பெரியார் நம் எல்லோருடைய முயற்சியால் கிடைத்த தனித்தொகுதி, பூரண தனித்தொகுதி என்றும் கூறுகிறார்.

புனா ஒப்பந்தம் எந்த அளவும் வெற்றி பெறவில்லை. அரசியல் சித்தாந்தம் எனும் விதத்தில் புனா ஒப்பந்தம் ஒரு பயனையும் விளைவிக்கவில்லை. புனா ஒப்பந்தம் பெற்றுக்கொடுத்ததெல்லாம் அதிக அளவு அடிமைகளையே. இன்னொருபுறத்தில் புனா ஒப்பந்தம் வாயிலாகத் தாழ்த்தப்பட்ட மக்கள் சுயம்பான அதிகாரமுள்ளவர்கள் என்பதை வெளி உலகுக்கு எடுத்துக் காட்டியது. தாழ்த்தப்பட்ட மக்களும் அம்பேத்கரும் இந்திய அரசியலின் தவிர்க்கவொன்னா போராட்டத் திண்மை கொண்டவர்கள் என்பதை நவீனகால வைதீக இந்துக்களை நம்ப வைத்தது. அத்தோடின்றித் தாழ்த்தப்பட்ட அமைப்புகளை அரசியல் ரீதியாக அங்கீகரிக்க நெருக்கடி கொடுத்தது. இன்னொரு புறத்தில் தீண்டத்தகாதவரிடம் வைதீகம் இப்போது மண்டியிட்டுப் பிச்சை கேட்டது. அல்லது தீண்டச் சொன்னது என்பதுவரை வெற்றிதான். இந்த வெற்றியில் சுயமரியாதை இயக்கம் பங்கு கோருவது ஆச்சரியமாக இருக்கிறது. தாழ்த்தப்பட்ட மக்களின் வெற்றியை அங்கீகரிக்காத பெரியாரும், அவரை ஆய்வு செய்த எஸ்.வி.ஆர் - வ.கீதா இருவரும் விமர்சனத்திற்குரியவர்களே.

இரண்டாவதாகப் பிற்படுத்தப்பட்டவர்களின் மனனச் சொல்லாடல் சரியா? பெரியார் '6 கோடி தாழ்த்தப்பட்ட மக்களின் உயிர் கேவலமானதல்ல' என்று தந்தி அடித்தாரா? என்பதற்கும் விடை தேட வேண்டும். முதலில் ஒன்றை இங்கு கூறிச் செல்வோம். பெரியாரின் குடிஅரசு தலையங்கத்தை க.திருநாவுக்கரசு நூலில் நான் கண்டேன். மூலத்தில் அதனைப் படிக்க வாய்ப்பில்லாமல் போனது. இருப்பினும் க.திருநாவுக்கரசின் பதிவைப் பொய்யென்று சொல்ல நான் விரும்பவில்லை. ஏனெனில், க.திருநாவுக்கரசு நாடறிந்த பெரியாரியல் பத்திரிகையாளர். எனவே அதனை உண்மை என ஏற்று, இங்கு விவாதத்திற்குத் தேவையான பகுதியை மட்டும் சேர்த்துள்ளேன். சொரணையுள்ள எந்த ஒரு தலித்தும் அல்லது சுயமரியாதையுள்ள எந்த ஓர் அம்பேத்கரியரும் பெரியாரின் அந்தத் தலையங்கத்தை இடதுகையால்

தட்டிவிடுவான். நட்பு முரண் என்ற மொழி கூட அத்தலையங்கத்தில் இல்லை. எசமான மனோபாவம் கொண்ட பெரியாரின் அத்தலையங்கம் கடும் கண்டனத்திற்குரியது. இந்த இடத்தில் நாம் உணர்ச்சிவயப்பட்டு நின்று விடக்கூடாது.

உண்மையில் பெரியார் அப்படியொரு தந்தியை அடித்தாரா என ஆராய்ந்து பார்க்க வேண்டும். புனா ஒப்பந்த நாட்களில் நடந்த செயல்பாடுகளைக் குடிஅரசு அதிக பக்கங்களில் பிரசுரித்திருக்கிறது. ஆனால், ஓரிடத்தில் கூட இந்தத் தந்தி வாசகம் இடம்பெறவில்லை. ஒருவேளை இடம் இல்லாமல் போயிருக்குமோ? பெரியார் அக்காலகட்டத்தில் ஐரோப்பாவில் இருந்தார் என்பதை அறிவோம். பெரியாரின் எழுத்துகளைத் தொகுத்ததோடு அவருடைய அயல்நாட்டுப் பயணக் குறிப்புகள் நூலை வெளியிட்ட பெரியவர் ஆனைமுத்து இப்படியொரு தந்தி அடித்திருப்பதாகப் பதிவு செய்யவில்லை. எனில் பெரியார் பொய் சொல்கிறாரா? இது மிக முக்கியமான ஆய்வுப் பொருள்.

"...இக்காரணத்தை உன்னும் போதுதான் காந்திஜீயின் ஓர் உயிரை விட எமது ஏழுகோடி மக்களின் ஏழுகோடி உயிர்கள் பெரிதல்லவா?" *(குடிஅரசு 18.08.1932)* என திராவிடன் தலையங்கம் எழுதியிருக்கிறது. பெரியார் ஆறுகோடி என்கிறார். திராவிடன் ஏழுகோடி என்கிறது. எண்ணிக்கை தவிர்த்துக் கருத்தமைவு ஒத்துப்போவதை இங்கு உணரலாம். காந்தியின் உண்ணாவிரதத்தைக் கண்டித்து சகஜானந்தர் கீழ்க்கண்டவாறு பேசியிருக்கிறார். "...காந்தியார் இதுசமயம் அவசரமாகத் தம் உயிரைத் தியாகம் செய்துவிடப்போவதாகக் கூறுவதைக் கேட்டு, நாம் நமது உரிமையை இழந்து உயர் சாதிக்காரர்களிடம் இன்னும் அடிமையாகவும் மனிதத் தன்மையற்ற இருகால் மிருகங்களாகவும் இருக்க முடியாது" *(குடிஅரசு, 25.8.1932)*. சகஜானந்தரின் உரையில் மொழிப் பயன்பாடு மாறியிருக்கிறது. ஆனால், இந்த உரையின் சாரம் 'காந்தியின் உயிரைவிட தாழ்த்தப்பட்ட மக்களின் நலன் முக்கியமானது' என்பதை நாம் அறியலாம்.

இப்போது மீண்டும் கேள்விக்கு வருவோம். பெரியார் தந்தி அடித்தாரா? "...நமது புண்ணிய பூமியாகிய தமிழ்நாட்டில் சிலர் எண்ணி 'மகாத்மாவின் உயிரைவிட... கோடி தாழ்த்தப்பட்ட மக்களின் நன்மை முக்கியமானது. அதை விட்டுக்கொடுக்க வேண்டாம்' என்று அம்பேத்கருக்குத் தந்தி கொடுத்தார்கள்!" *(ஆனந்த விகடன் அக்.1 - 15 / 1442)* என ஆனந்த

விகடன் தனது தலையங்கத்தில் எழுதுகிறது. ஆனந்த விகடன் பதிவு செய்திருக்கிற தந்தியைத் தமிழ்நாட்டிலிருந்து யார் அடித்தது? பெரியார் அந்தத் தந்தியை அடிக்கவில்லை என்று சொல்வதற்குப் புனா ஒப்பந்தக்கால அரசியல் நிகழ்வுகளை விரிவாகப் பிரசுரித்த குடிஅரசு ஏடும்; பெரியவர் ஆனைமுத்து பதிப்பித்த பெரியாரின் அயல்நாட்டுப் பயணக் குறிப்பும் சான்றாக உள்ளன. எனில், ஆனந்த விகடன் தரும் தந்திச் செய்தியை யார் அடித்தது? இது மேலும் ஆய்வுக்குரியது. யாராவது பின்னர் ஆய்வு செய்து பார்க்கலாம் என்பதோடு இந்த விவாதத்தை இப்போது நிறுத்திக்கொள்வோம்.

சுயமரியாதை இயக்கத்தின் பங்களிப்பு

தாழ்த்தப்பட்டவர்களின் பிரதிநிதித்துவக் கோரிக்கையில் சுயமரியாதை இயக்கத்தின் பங்கென்ன என்பதை அறிவதற்கு முன்னர் புனா ஒப்பந்தம் குறித்தான ஆய்வு முடிவுகளை வெளியிட்டுள்ள சில ஆய்வாளர்களின் கருத்துகளை முதலில் கவனத்தில் எடுத்துக்கொள்வோம். 'மார்க்சிய அறிஞரான' எஸ்.வி.ஆர்., புனா ஒப்பந்தம் குறித்தும் தாழ்த்தப்பட்டவர்கள் குறித்தும் சில விரிவான பெரியாரிய இணைப்பாய்வுகளை மேற்கொண்டிருக்கிறார். பெண்ணியல் ஆய்வாளரான வ.கீதாவுடன் இணைந்து எழுதிய 'பெரியார் சுயமரியாதை சமதர்மம்' நூலிலும், 'பெரியார் ஆகஸ்ட் 15' என்ற நூலிலும் எஸ்.வி.ஆர். 'பல' ஆய்வு முடிவுகளை வெளியிட்டுள்ளார். இதையொட்டியே 'பெரியார் ஆகஸ்ட் 15 இன்ப நாள், துக்க நாள்', 'பெரியார் மரபும் திரிபும்' எனும் நூல்கள் வெளியாயின. பெரியாரியத்தை எவ்வளவு நியாயப்படுத்த வேண்டுமோ அவ்வளவுக்கு நியாயப்படுத்தும் பிற்பட்டோர் சார்பு ஆய்வு முடிவை இந்நூல்கள் வாயிலாக எஸ்.வி.ஆர். பரவலாக்கினார். ஒருவிதத்தில் பிற்பட்டோருக்கான ஆய்வு முறையியலை அதாவது, தனது சாதியை எவ்வளவு சாதுர்யமாக மறைத்துக்கொண்டு முற்போக்குப் பட்டம் பெறமுடியும் என்பதற்கான முறையியலைத் தமிழ் கூறும் நல்லுலகிற்கு வழங்கிய பெருமை எஸ்.வி.ஆரையே சாரும். அவரிடம் சிக்குண்டு கிடக்கும் பிற்பட்டோர் முறையியலை விமர்சிக்கும் தருணம் இதுவல்ல. இங்கு ஒரு நிகழ்வில் மட்டும் நம் கவனத்தைக் குவிப்போம். புனா ஒப்பந்த நிகழ்வுகளை மிகச் சாதுர்யமாகப் பெரியாரியத்துக்கு ஆதரவாக மாற்றிய நிகழ்வை பகுதி IIஇல் உள்ள 'இரட்டை வாக்குரிமை தமிழக ஆய்வாளர்களின் மதிப்பீடு குறித்த விமர்சனம்' எனும் கட்டுரையில் விவாதித்துள்ளேன்.

இங்கு வேறோர் ஆய்வு முடிவைக் கவனத்தில் கொள்வோம். 'பெரியார் ஆகஸ்ட் 15' எனும் நூலில் "...'தாழ்த்தப்பட்டோருக்கு' தனி வாக்காளர் தொகுதி என்ற கோரிக்கையையும் முழுமையாக ஆதரித்தது. அதற்கான போராட்டங்களையும் நடத்தியது" (எஸ்.வி.ஆர் / 542) என எஸ்.வி.ஆர். எழுதுகிறார்.

எஸ்.வி.ஆரின் ஆய்வு முடிவுகளைத் தொடர்ந்து அதற்குப் பலம் சேர்க்கும் வண்ணம் 'தாழ்த்தப்பட்டோர் முதல் இந்துக்கள் வரை. புனா ஒப்பந்தம் பற்றிய சுயமரியாதை இயக்கத்தின் பார்வை' எனும் கட்டுரையில் பேராசிரியர் திருநீலகண்டன் தனது முடிவை வெளியிட்டுள்ளார். அரசியல் அதிகாரத்தை நோக்கிச் சென்றதால் அம்பேத்கருக்கு ஊடாட்டம் ஏற்பட்டது. அந்த ஊடாட்டத்தின் வாயிலாகவே தாழ்த்தப்பட்டவர்கள் இந்துக்களாகினர். பெரியார் அரசியல் அதிகாரத்தை நோக்கி நகரவில்லை. எனவே பெரியாரிடம் ஊடாட்டம் ஏற்படவில்லை என்பதை நிறுவுவதற்காகவே மேற்குறித்த கட்டுரை எழுதப்பட்டுள்ளது. அம்பேத்கரியத்தை உள்வாங்க அல்லது அம்பேத்கரிய முறையியலைப் புரிந்துகொள்ள முடியாத பேராசிரியரின் பொறுப்பின்மையை எப்படி விமர்சிப்பது? அனுபவம்தான் அம்பேத்கரிய முறையியல். சாதி என்பது இங்கு தாக்கும் கருவி. இந்தக் கருவி காலவோட்டத்தோடு புதுப்பித்துக்கொண்டே தன்னை வளர்த்துவருகிறது. இந்தக் கருவியில் இருந்து தன்னை விடுவித்துக்கொள்ள ஒரு தாழ்த்தப்பட்டவனுக்கு அனுபவம்தான் சிறந்த முறையியல். அம்பேத்கர் இந்த முறையியலை எங்கும் வெளிப்படையாகக் கையாண்டதில்லை. ஆனால், தனது தேர்தல் அறிக்கையில் அனுபவம் சார்ந்த முறையியலை வெளிப்படையாக்கியிருப்பார். இந்த முறையியல்தான் அம்பேத்கரது அனைத்து ஆய்வுகளையும் நகர்த்திச் சென்றிருக்கிறது.

அனுபவ முறையியலைக் கொண்டு புனா ஒப்பந்த நிகழ்வுகளை நோக்கும்போது புனா ஒப்பந்தம் நிச்சயமாகத் தாழ்த்தப்பட்டவர்களை இந்துக்களாக்கவில்லை. இந்துக்கள் என்று சொல்லிக்கொண்டவர்களுக்குக் கடும் நெருக்கடியைக் கொடுத்தது. தாழ்த்தப்பட்டவர்கள் அடையாளம் அற்றவர்கள் எனச் சொல்லப்பட்ட தருணத்தில், வைதீகம் அவர்களுக்கு அடையாளத்தை வழங்க தன்னைச் சமரசப்படுத்திக்கொண்டது. வைதீகச் சமரசத்தின் உபவிளைவாக அதற்குக் கணிசமான பலன் கிடைத்திருக்கலாம். அந்தப் பலன் கூட அம்பேத்கர் வழியில் செல்லவில்லை. பிற தாழ்த்தப்பட்ட அமைப்புகளால் இந்தப் பலனை வைதீகம் அனுபவித்தது.

பிற தாழ்த்தப்பட்ட அமைப்புகளால் கிடைத்த பலனை அம்பேத்கருக்கு இட்டு நிரப்புதல் தவறான பார்வையாகும் என்பதை விமர்சனப்படுத்தி கட்டுரையின் இன்னொரு பகுதிக்குள் செல்வோம். "புனா ஒப்பந்தத்தை எதிர்த்து 16.10.32 அன்று சென்னையில் ஒரு பொதுக்கூட்டம் நடந்தது. புனா ஒப்பந்தத்தைக் கண்டித்தும், தனித்தொகுதியை வேண்டியும் காங்கிரஸ் ஹரிசன சங்கத்தின் போக்கைக் கண்டித்தும் கோயில் நுழைவு அவ்வளவு அவசியமில்லை என்றும் தீர்மானங்கள் நிறைவேற்றப்பட்டன" (நீலகண்டன் / 57) என பேராசிரியர் எழுதிச் செல்கிறார். 'புனா ஒப்பந்தத்தை எதிர்த்துச் சுயமரியாதை இயக்கம் போராடியது' என்ற புள்ளியில் எஸ்.வி.ஆரும் பேராசிரியரும் இணைகின்றனர். இருவருக்குமான ஒரே பதில் இதுதான். சுயமரியாதை இயக்கம் போராடவில்லை. தாழ்த்தப்பட்டோர் மட்டுமே போராடினர். இதற்கான ஆதாரங்களைக் குடிஅரசில் இருந்தே விரிவாக எடுத்துக்கொள்ளலாம்.

புனா ஒப்பந்த நாட்களில் மட்டுமல்ல வட்டமேஜை மாநாட்டின் செயல்பாடுகள் நடந்துகொண்டிருக்கும்போதே தமிழகத்தில் பொதுக் கூட்டங்கள் வாயிலாகத் தாழ்த்தப்பட்ட மக்கள் ஒருங்கமைந்தனர். தாழ்த்தப் பட்ட மக்களின் ஒருங்கமைவு கண்டனக் கூட்டங்கள் வாயிலாக நிறைவேறின. வேறு ஆர்ப்பாட்டங்களோ, ஊர்வலங்களோ, உண்ணாவிரதங்களோ நடத்தப்படவில்லை. கண்டனக் கூட்டங்களை நாம் மூன்று பகுதியாகப் பிரித்துக்கொள்ளலாம். 'நானே மெஸியா' அதாவது, மீட்பர் என ஏசு கூறியது போன்று வட்டமேஜை மாநாட்டில் 'தாழ்த்தப்பட்டவர்களின் உண்மையான பிரதிநிதி நானே' எனப் பறைசாற்றிய காந்தியை எதிர்த்தும்; தனித்தொகுதிதான் தேவையெனக் கோரியும் ஒருகட்டப் போராட்டம் நடைபெற்றது. திரு.எம்.சி.ராஜாவும் - மூஞ்சேவும் செய்துகொண்ட ஒப்பந்தத்தை எதிர்த்து இரண்டாவது கட்டப் போராட்டம் நடைபெற்றது. காந்தியின் உண்ணாவிரதத்தின்போது மூன்றாவது கட்டப் போராட்டம் நடைபெற்றது. இந்த நிரலின் அடிப்படையில் நாம் குடிஅரசில் வந்த செய்திகளைத் தொகுத்துக் கொடுப்போம்.

காந்தி எதிர்ப்பும் தனித்தொகுதி ஆதரவும்: முதல் கட்டம்

இரண்டாம் வட்டமேஜை மாநாட்டில் காங்கிரஸின் சார்பாகக் கலந்துகொண்ட காந்தி ஏனைய பிரதிநிதிகளை உதாசினப்படுத்தினார். என்றபோதும் பின்னர் அவர் தாழ்த்தப்பட்டோர் பிரதிநிதிகள் தவிர்த்த

ஏனைய சிறுபான்மையினருடன் நேசம் பாராட்டினார். தாழ்த்தப்பட்டவர்கள் கோரும் தனித்தொகுதி கோரிக்கையை 'முதுகில் குத்தும் செயல்பாடு' என்று கூட பேசினார். தனித்தொகுதி முறை இந்து மதத்தைப் பிளக்கும் என்று கூறினார். இந்து மதத்தைக் காக்க வேண்டி காந்தி தாழ்த்தப்பட்ட மக்களைக் கடுமையாக எச்சரிக்கவும் செய்தார். "விடுதலை கேட்காதீர்கள். அதனால் உங்கள் ஆண்டைகள் சினமுற்று உங்களைக் கொடுமைப்படுத்துவார்கள்" (அ.நூ. 10 / 301) என்று கருதும் அளவிற்கு காந்தியின் பேச்சு இருந்திருக்கிறது. இத்தோடின்றி "தீண்டப்படாத பாமர மக்களின் பிரதிநிதியாக நான் என் சொந்த முறையில் நிற்கிறேன் என்று உரிமை கொண்டாடுகிறேன்... தீண்டாதவர்களிடையே பொது வாக்கெடுப்பு நடத்தினால்... நான் அத்தகைய வாக்கெடுப்பில் முதல் இடம் பெறுவேன்..." (அ.நூ. 5 / 256) என்றும் பேசியிருக்கிறார். காந்தியின் செயல்பாட்டால் வெறுப்புற்ற தாழ்த்தப்பட்ட மக்களுக்கு இப்பேச்சு மேலும் விசனத்தைக் கொடுக்க, தங்களது எதிர்ப்பைக் கண்டனக் கூட்டங்கள் வாயிலாக வெளிப்படுத்தினர். 'காந்தியையும் காங்கிரஸையும் நாங்கள் நம்பவில்லை. எங்களின் உண்மையான பிரதிநிதி டாக்டர் அம்பேத்கரும், ராவ்பகதூர் ஆர்.சீனிவாசனும்தான்' என்பதான தீர்மானத்தை இயற்றி, அதனைத் தந்தி வாயிலாக அம்பேத்கருக்குத் தெரியப்படுத்தினர். அம்பேத்கரும் சீனிவாசனும் இணைந்து வெளியிட்ட அறிக்கையில் மொத்தம் 54 தந்திகள் தங்களுக்கு வந்திருப்பதாகவும் அவற்றில் 52 தந்திகள் காந்தியை நிராகரித்திருப்பதகாவும்; "அம்பேத்கர் சீனிவாசனே உண்மையான பிரதிநிதிகள்; தனித்தொகுதிதான் எங்களுக்குத் தேவை" (குடிஅரசு. நவ. 29, 1931 / 15) என்று கோரியிருப்பதாக அந்த அறிக்கையில் தெரிவித்திருக்கின்றனர். தமிழ்நாட்டில் இருந்தே அதிகப்படியான ஆதரவுகள் இருந்திருக்கின்றன. எனவே அதனை தொகுத்துக்கொள்ளுதல் அவசியமாகும்.

திருச்சி மாவட்டம் காட்டுப்புத்தூரில் கூடிய தாழ்த்தப்பட்டவர்கள் மாநாட்டில் "இந்துக்களுக்குத் தலைவர் காந்தி ஒருவரே என்றிருப்பதை, நாங்கள் கண்டிப்பதோடு ஆதிதிராவிடர்கள் என்பவர்களாகிய எங்களைத் தனியாகப் பிரித்து விடுமாறும், எங்களுக்குத் தனித்தொகுதியே அவசியம் என்றும் இந்தக் கூட்டம் தீர்மானிக்கிறது" (மேலது, செப். 27, 1931 / 17) என்பதாகத் தீர்மானம் நிறைவேற்றப்பட்டிருக்கிறது. 11.10.1931 அன்று சென்னை கடற்கரைச் சாலையில் ஆதிதிராவிட மகாசன சபையின் ஆதரவில் ஒரு பொதுக்கூட்டம் நடைபெற்றது. இந்தக் கூட்டத்தில் சுயமரியாதை இயக்கத்தின் பிரதிநிதிகள் கலந்துகொண்டனர். கூட்டத்தில் "இந்த ஏழை

மக்களுக்கு வரப்போகும் அரசாங்கத்தில் தனித்தொகுதி வேண்டியதில்லை என்ற காந்தியின் கொள்கையை மிக வன்மையாய்க் கண்டிப்பதுடன் அவரிடம் எங்களுக்கு நம்பிக்கை இல்லை என்றும் டாக்டர் அம்பேத்கரும், இரட்டைமலை சீனிவாசன் அவர்களும் கொண்டுள்ள கொள்கையை முழு மனதோடு ஆதரிக்கின்றோம்" (அக்.18, 1931 / 13) என்ற தீர்மானம் நிறைவேற்றப்பட்டிருக்கிறது. இதை ஒட்டியே 16.10.31 அன்று சென்னை நேப்பியர் பார்க்கில் ஒரு கூட்டம் நடைபெற்றது. அக்கூட்டத்தில் "அம்பேத்கரை நம் பிரதிநிதியல்ல என்று கூறிய செயல்களை வன்மையாகக் கண்டிக்கிறோம்" (அக்.18, 1931 / 13) எனத் தீர்மானம் இயற்றப்பட்டது. இக்கூட்டத்தில் சுயமரியாதை இயக்கத்திலிருந்து அ.பொன்னம்பலம் கலந்துகொண்டிருக்கிறார்.

சென்னை எழும்பூர் ஏரியில் எம்.சி.ராஜா தலைமையில் நடந்த பொதுக்கூட்டத்தில் "தனித்தொகுதியே ஒடுக்கப்பட்டவர்களின் ஜீவாதாரமான கோரிக்கை... தனித்தொகுதி வகுக்கப்படாத எந்த அரசியல் திட்டத்தையும் ஒடுக்கப்பட்டவர்கள் ஒப்புக்கொள்ள மாட்டர்கள்... தனித்தொகுதியை எதிர்ப்பவர்கள் ஒடுக்கப்பட்டவர்களின் ஜென்ம விரோதிகள். திரு. காந்தி ஒடுக்கப்பட்டவர்களின் பிரதிநிதி என்று சொல்லிக்கொள்வதை இக்கூட்டம் மறுப்பதுடன் இந்தியாவிலுள்ள ஒடுக்கப்பட்டவர்களுக்கெல்லாம் அவர் பெரிய விரோதி..." (அக். 25, 1931 / 12) என்பதாகத் தீர்மானம் நிறைவேற்றப்பட்டுள்ளது.

இம்மூன்று நிகழ்வுகளை மட்டுமே எஸ்.வி.ஆர். - வ.கீதா ஆகியோர் பதிவு செய்திருக்கின்றனர். மூன்றில் எம்.சி.ராஜா தலைமையில் நடந்த கண்டனக் கூட்டம் தவிர்த்து இரண்டு கூட்டத்தில் மட்டுமே சு.ம. இயக்கத்தினர் கலந்துகொண்டனர். இது ஒருபுறம் இருக்க என்.சிவராஜ் தலைமையில் நடந்த கூட்டம் முடிவுற்று "வீடு திரும்பிக்கொண்டிருந்த ஆதிதிராவிடர்கள் காங்கிரஸாரால் தாக்கப்பட்டனர்... எழும்பூர் ஏரிப் பகுதியில் ஏழாயிரம் பேர் கலந்துகொண்ட கூட்டம் நடந்து முடிந்து வீடு திரும்பிக்கொண்டிருந்த ஆதிதிராவிடர்கள் மீது தாக்குதல் நடந்தது" என்ற செய்தியைக் குடிஅரசை ஆதாரம் காட்டி எழுதியிருக்கின்றனர். அவர்கள் எடுத்தாண்டிருக்கும் குடிஅரசு செய்தியை அப்படியே கீழே தருகிறேன். "ஆயிரம் விளக்குப் பக்கத்தில் ஒரு பெரிய கலகம் நடந்து இரு கட்சியிலும் பலர் காயமடைந்திருக்கிறார்கள். இந்நிகழ்ச்சியில் பார்ப்பன தேசபக்தர்களின் ஏவுதலின்படி நம்மவர்கள் சிலரும் கலந்திருப்பதாகக்

கூறப்படுகிறது" (அக். 25, 1931. கு.அ / 12) என்றுதான் கூறப்பட்டிருக்கிறது. சிவராஜ் கூட்டத்தில் கலவரம் செய்த காங்கிரஸ்காரர்களை எஸ்.வி.ஆர் - வ.கீதா பதிவு செய்திருக்கின்றனர்; எம்.சி.ராஜா கூட்டத்தில் கலவரம் செய்த 'நம்மவர்களை' இலாவகமாக 'எடிட்' செய்துவிட்டனர். என்னே இவர்களது ஆய்வு நேர்மை!

எஸ்.வி.ஆரும் வ.கீதாவும் மூன்று கண்டனக் கூட்டத்தை மட்டுமே பதிவு செய்திருக்கின்றனர். உண்மையில் மூன்று கூட்டங்கள்தான் நடந்ததா என வினவினால் குடிஅரசு இல்லை எனப் பதில் சொல்கிறது. தாழ்த்தப்பட்ட மக்கள் அலை அலையாகக் கூடி கண்டனத் தீர்மானம் இயற்றியுள்ளனர். அதனை இங்கு நிரல்படுத்துவோம். பம்பாய் தாராவியில் உள்ள தமிழ்நாட்டைச் சேர்ந்த ஆதிதிராவிட மகாசன சபையின் சிறப்புக் கூட்டம் 21.10.31 அன்று கூட்டப்பட்டிருக்கிறது. நாங்குநேரி தாலுகா ஆதிதிராவிடர் மகாசன சபை கூட்டம்; கோலார் தங்கவயலில் 25.10.1931இல் தமிழன் ஆசிரியர் கி.அப்பாத்துரையார் தலைமையில் ஒரு கூட்டம்; அக்டோபர் 17இல் தூத்துக்குடியில் கண்டனக் கூட்டம்; 30.10.31 அன்று அரியலூரில் ஆதிதிராவிடர் வாலிபர் கூட்டம்; திருவாரூரில் 30.10.31 அன்று பொதுக்கூட்டம்; அருப்புக்கோட்டையில் தாழ்த்தப்பட்டவர் இரண்டாவது மாநாடு என்பதாகத் தமிழக தாழ்த்தப்பட்டவர்கள் கண்டனக் கூட்டத்தையும் கண்டனத் தீர்மானத்தையும் இயற்றியிருக்கிறனர்.

ராஜா மூஞ்சே ஒப்பந்த எதிர்ப்பு: இரண்டாவது கட்டம்

ஏழு ஆண்டுகளாகத் தொடர்ந்து தனித்தொகுதி முறையை வலியுறுத்திவந்தவர்தான் எம்.சி.ராஜா. வட்டமேஜை மாநாட்டிற்குத் தான் தேர்ந்தெடுக்கப்படாததால் சற்று விரக்தியில் இருந்தார். தன்னலம் கருதிய விரக்தியாகத் தெரியவில்லை. இதனை 16.5.1937 அன்று சேலத்தில் நடந்த பொதுக்கூட்ட உரையிலிருந்து தெரிந்துகொள்ளலாம். சைமன் கமிஷனிடம் அறுதிப் பெரும்பான்மையான தாழ்த்தப்பட்ட அமைப்புகள் தனித்தொகுதி வேண்டும் என்று கேட்டிருக்க, ஆங்கில அரசு தனித்தொகுதி கேட்ட அமைப்புகளை அழைக்காமல் தனி நியமனம் கேட்ட இரட்டைமலை சீனிவாசனையும் தனித்தொகுதி வேண்டாம் எனக் கூறிய அம்பேத்கரையும் அழைத்தது "சிறிதும் நேர்மையான காரியம் ஆகாது" என ராஜா பேசியிருக்கிறார். தொடர்ந்து ராஜா பேசும்போது "ஆனபோதிலும், இந்தியாவிலுள்ள தாழ்த்தப்பட்ட வகுப்பார் எல்லாரும்

இவ்விரு பிரதிநிதிகளையும் தங்களுக்குப் பிரதிநிதிகளல்ல வென்றும், தங்களுக்குத் தனித்தொகுதி வேண்டும் என்றும் கிளர்ச்சி செய்து சில தந்திகள் சீமைக்கு அனுப்பியதன் பலனாகவும் மகமதிய கணவான்கள் சிலருடைய உதவியினாலும் முடிவில் டாக்டர் அம்பேத்கரும் தனித்தொகுதி வேண்டுமென்று ஒப்புக்கொண்டதற்கு நன்றி பாராட்டுகிறோம்" (மே. *24, 1931 / 8)* எனப் பேசியிருக்கிறார். இம்மாநாட்டில் ராஜகோபாலாச்சாரி, பிரகாசம், வரதராஜுலு, சகஜானந்தர் ஆகியோர் கலந்திருக்கின்றனர். பின்னாளில் அம்பேத்கர் கூட ராஜாவின் செயல்பாட்டை உறுதிப்படுத்தியிருக்கிறார்.

இங்கு ராஜா கொள்கைவயப்பட்டே அம்பேத்கரையும் சீனிவாசனையும் எதிர்த்திருப்பதை அறியலாம். என்றபோதிலும் ராஜா கூறுவது போன்று அம்பேத்கர் தங்களது பிரதிநிதியல்ல என்று தந்தி ஏதும் சென்றதாகத் தரவுகள் இல்லை. அம்பேத்கர் தாழ்த்தப்பட்ட அமைப்புகளின் அறுதிப் பெரும்பான்மை கோரிக்கைக்குச் செவிமடுத்தார் என்பதை நாம் முதல் கட்டுரையில் கண்டிருக்கிறோம். இரண்டாம் வட்டமேஜை மாநாடு துவங்கிய தருணத்தில் காந்தியின் இடையீடு பலமாக இருந்தபோது காந்தியை எதிர்த்து ராஜா கண்டன உரையும் கண்டனத் தீர்மானமும் நிறைவேற்றினார். அத்தோடின்றி 'காந்தி என்ற மனிதரை நம்பாதீர்கள்' என்று அறிக்கையும் வெளியிட்டார். அக்டோபர் **31** அன்று பஞ்சாப் மாகாணத்தில் உள்ள குர்சயா என்ற ஊரில் அகில இந்திய தாழ்த்தப்பட்டவர் மாநாட்டையும் ராஜா கூட்டினார். அந்த மாநாட்டின் தலைமை உரையின்போது "...சுயராஜ்யம் வந்தபின் நமது வேற்றுமைகளைச் சரிபடுத்திக்கொள்ள வேண்டும் என்பது மாம்பல வியாபாரியின் பேச்சாகும்... முஸ்லிம்கள், சீக்கியர்களுடைய குறைகளை விட தாழ்த்தப்பட்டவர்களுடைய குறைகள் மிக உண்மையானவை. இந்து முஸ்லிம் பிரச்சினை பஞ்சாப் வங்காள மாகாணங்களையே பொறுத்திருக்கிறது. ஆனால், தாழ்த்தப்பட்டவர்களது பிரச்சினை இந்தியா முழுவதும் இருந்துவருகிறது. எந்தச் சமூகத்திற்காவது பாதுகாப்புத் தேவைப்பட்டால் அது நம்முடைய சமூகம்தான். நமது கஷ்டத்தை திரு. காந்தி உணரவில்லை. நமக்குத் தற்காலிகமாவது தனித்தொகுதி அவசியம். நமது கஷ்டம் நமக்குத்தான் தெரியும்..." **(நவ.1.1931. கு.அ / 12)** எனப் பேசியிருக்கிறார்.

ராஜாவின் செயல்பாடு ஜனவரிக்குப் பின்னர்தான் மாறுதலடைகிறது. திரு. ராஜாவும் மூஞ்சேவும் பிப்ரவரி **2** அன்று ஓர் ஒப்பந்தம் செய்துகொண்டனர். தனது அரசியல் நிலையில் இருந்து ராஜா இங்கு முற்றாக விலகி நின்றதால்

அகில இந்திய தாழ்த்தப்பட்டோர் காங்கிரஸ் ராஜாவை நிராகரித்தது. அதோடு ராஜா - மூஞ்சே ஒப்பந்தத்திற்கும் அகில இந்திய தாழ்த்தப்பட்டோர் அமைப்பிற்கும் சம்மந்தம் எதுவும் இல்லை எனச் சொல்லி, "மிகவும் அரிய இந்தச் சந்தர்ப்பத்தில் திரு.ராஜாவின் கொள்கை மாற்றம் தாழ்த்தப்பட்ட வகுப்பாரின் முன்னேற்றத்தைப் பெரிதும் பாதிக்கக் கூடியதாகும்" (மா. *13, 1932 / 13*) என எச்சரித்து அறிக்கையிட்டது.

இதைப் போன்று தமிழகத்தில் செயல்பட்ட தாழ்த்தப்பட்டோர் அமைப்புகளும் ராஜாவை நிராகரித்தன. "தாழ்த்தப்பட்ட மக்கள் முன்னேற்றத்திற்குத் தனித்தொகுதியே சாலச் சிறப்புடைத்தென ஒருகால் பெரிதும் போராடிவந்த ராவ்பகதூர் எம்.சி.ராஜா பதவி மோகத்தால் இன்று கூட்டுத் தொகுதியை ஆதரிப்பதை இம்மாநாடு வன்மையாகக் கண்டிப்பதோடு, அவரிடம் தாழ்த்தப்பட்ட மக்களுக்கு நம்பிக்கை இல்லை என்று தீர்மானிக்கிறது" (மா. 20, 1932 / 13) என அரசூர் ஒடுக்கப்பட்டோர் மாநாடு தீர்மானம் இயற்றியது. இதை ஒட்டியே திருநெல்வேலியில் கூடிய தாழ்த்தப்பட்டோர் மாநாடு, தாழ்த்தப்பட்டோர் பெண்கள் மாநாடு, கோயம்புத்தூர் ஆதிதிராவிடர் மாநாடு, ஜூன் 5இல் கூடிய கோலார் பௌத்த மாநாடு, சிலாங்கூர் ஆதிதிராவிடர் சங்கம் ஆகிய அமைப்புகள் இரண்டாம் கட்ட எதிர்ப்பில் கவனத்தைக் குவித்தன.

காந்தியின் உண்ணாவிரம்: மூன்றாம் கட்டம்

மூன்றாவது கட்டத்தில் தாழ்த்தப்பட்டவர்கள் சுதாரித்துக்கொள்ள கால அவகாசம் கிடைக்கவில்லை. இரண்டாம் வட்டமேஜை மாநாடு முடிந்து முதலில் இந்தியாவுக்குத் திரும்பியவர் காந்தி ஒருவர்தான். வரும் வழியில், மீண்டும் ஒத்துழையாமை இயக்கம் ஆரம்பிக்கப் போவதாக இத்தாலியப் பத்திரிகைக்கு அறிவித்திருந்தார். எனவே ஜனவரியில் காந்தி கைது செய்யப்பட்டு எரவாடா சிறையில் அடைக்கப்பட்டார். சிறையிலிருந்து மார்ச் மாதத்திலேயே 'தாழ்த்தப்பட்டவர்களுக்குத் தனிப் பிரதிநிதித்துவம்' அளிப்பதை எதிர்த்துக் ராம்சே மெக்னால்டுக்குக் கடிதம் எழுதினார். அக்கடித மிரட்டலை மீறி ஆகஸ்ட் 17இல் வகுப்புத் தீர்ப்பு வெளியானது. இறுதிக் கடிதத்தை செப்டம்பர் 4ஆம் தேதி எழுதினார். காந்தியின் கடிதப் போக்குவரத்து செப்டம்பர் 13ஆம் தேதி பத்திரிகைக்குத் தெரிவிக்கப்பட்டது. ஜனவரியிலிருந்து செப்டம்பர் வரையில் தாழ்த்தப்பட்டவர்கள் ராஜா - மூஞ்சே ஒப்பந்தத்தை எதிர்த்துப்

போராடிக்கொண்டிருந்தனர். ராஜா ஆதரவாளர்களும் அம்பேத்கர் ஆதரவாளர்களும் சண்டையிட்டுக்கொண்டனர். காங்கிரஸிற்கு இந்த நெருக்கடி ஏதும் இல்லை. ஏற்கெனவே காங்கிரஸ் ஒத்துழையாமை எனும் ஆயுதம் வழியாகத் தனது உறுப்பினர்களைத் தீவிரமாக்கியிருந்தது. அத்துடன் தேசப்பற்று என்ற கற்பித உணர்ச்சியைச் செலுத்தி உசுப்பேற்றியிருந்தது. ஒத்துழையாமை, தேசப்பற்று என்ற சொல்லாடல் வழியாக ஒரு மனநோயாளித் தன்மைக்கு மக்களை இழுத்துச் சென்ற 'மகாத்மா' காந்தி, உண்ணாவிரதம் என்ற ஆயுதத்தை இப்போது தாழ்த்தப்பட்ட மக்கள் மீது வீசியிருந்தார். இக்காரணங்களெல்லாம் தாழ்த்தப்பட்டவர்கள் சுதாரிக்க அல்லது போராட்ட உத்தியை வேறு வடிவத்திற்கு மாற்ற காலம் அவர்களுக்கு இடம் கொடுக்கவில்லை.

இருப்பினும் தமிழ்நாட்டில் சகஜானந்தர் மட்டும் கண்டனக் கூட்டத்தைச் சிதம்பரத்தில் கூட்டினார். "உலகமே அழிந்தாலும் கவலையில்லை. எங்கள் சமூகத்தார் முன்னேற்றமடைதலும் சமஉரிமை பெற்று வாழ வேண்டுமென்பதுதான் என் கவலை... இதுசமயம் மிக்க உறுதியோடு ஒற்றுமையாகயிருந்து நமது தலைவர் டாக்டர் அம்பேத்கர் போன்றவர்களுடன் கலந்து தனித்தொகுதியை மட்டும் விட்டுக்கொடுத்து ஏமாற்றமடைந்து விடாமல் மிக்க எச்சரிக்கையாகயிருக்க வேண்டுவது அவசியமாகும்" (23.08.1932) என்று கண்டன உரை நிழ்த்தினார். வேறு போராட்டங்கள் நடந்ததாக குடிஅரசு பதிவு செய்யவில்லை. "காந்தியின் உண்ணாவிரதத்தைக் கண்டித்தும் அம்பேத்கருக்கு ஆதரவாகவும் சுயமரியாதை இயக்கம் பெரிய பொதுக்கூட்டமொன்றை 21.09.1932 அன்று ஈரோட்டில் நடத்தியது" (எஸ்.வி.ஆர் - வ.கீதா / 190) என எஸ்.வி.ஆர் - வகீதா ஆகியோர் மீண்டும் எழுதுகின்றனர். இது சரி என்றால், குடிஅரசு தவறு என்கிறது. எனவே குடிஅரசு பதிப்பித்திருக்கிற செய்தியைக் கீழே பார்ப்போம்.

ஈரோட்டில் பொதுக்கூட்டம்

டாக்டர் அம்பேத்கருக்கு ஆதரவு.

திரு. காந்தியின் உயிரைக் காப்பாற்றுவது யார் கடமை?

ஈரோடு அபிசவுக்கில் 21.09.32 புதன்கிழமை மாலை 6.30 மணிக்குத் தோழர் எஸ்.வி.லிங்கம் தலைமையில் ஒரு பொதுக்கூட்டம் நடைபெற்றது

என்பதாகக் குடிஅரசு பதிவு செய்கிறது (செப். 25, 1932, கு.அ / 8). அன்றைய குடிஅரசின் பொறுப்பாசிரியர் ச.குருசாமி மிக நேர்மையாக ஒரு பொதுக்கூட்டம் எனப் பதிவு செய்திருக்கிறார். அதைத் திரித்து எஸ்.வி.ஆர் - வகீதா ஆகியோர் சுயமரியாதை இயக்கப் பொதுக்கூட்டம் என எழுதுகின்றனர். இதுதான் ஆய்வா? தாழ்த்தப்பட்ட மக்கள் குறித்த பதிவில் தொடர்ந்து இருவரும் திரிபு வேலையில் ஈடுபடுவதை குடிஅரசே வெளிக்காட்டுகிறது. எனவே எஸ்.விஆர் - வ.கீதா இணைந்து எழுதிய 'பெரியார் சுயமரியாதை சமதர்மம்', எஸ்.வி.ஆர் எழுதிய 'பெரியார் ஆகஸ்ட் 15' ஆகிய நூல்களில் உள்ள தரவுகளை ஆய்வாளர்கள் அப்படியே ஏற்காமல், முடிந்தவரை மூலத்தோடு ஒப்பிட்டுப் பயன்படுத்துதல் நலம்.

போராட்ட காலம் வலுப்பெறும் முன்பே உண்ணாவிரதம் ஐந்து நாட்களுக்குள் முடிக்கப்பட்டுவிட்டது, இச்செய்தியும் பரப்பப்பட்டுவிட்டது. ஆனால், உண்ணாவிரதம் இரண்டு நாட்கள் கழித்துதான் முடிக்கப்பட்டது. உண்ணாவிரத நாட்களில் தாழ்த்தப்பட்ட மக்கள் போராடுவதற்கில்லாமல் அச்ச உணர்வுடன் நடப்பைக் கவனித்துவந்தனர். ஒரு பக்கம் வைதீக இந்துக்கள் தங்களது கோரப் பார்வையைத் தாழ்த்தப்பட்ட மக்கள் மீதும் அம்பேத்கர் மீதும் வீசினர். பத்திரிகைகள் இதற்குத் தீனி போட்டன. மறுபுறம், ஒருவேளை தாக்குதல் நடந்தால் என்ன செய்ய என்ற அச்ச உணர்வு. இது ஒருபுறமிருக்க தமிழக வெகுசன தலைவர்கள் அம்பேத்கருக்கு உறுதுணையாக அவரருகில் இருந்தனர். காந்திக்கு ஏராளமான அரசியல் தலைமைகள் அருகில் இருந்தபோது, அம்பேத்கருக்கு இல்லாமல் போயிருந்தால் அவரது மனோதிடம் ஒருவேளை குலைந்திருக்கும். உண்ணாவிரத நாட்களில் அம்பேத்கர் திடமனதுடன் இருந்ததற்குத் தாழ்த்தப்பட்ட தலைவர்களின் உடனிருப்பும் ஒரு காரணம். எனவே, தாழ்த்தப்பட்டவர்களைப் போராட்ட வெளிக்கு அழைக்க அப்போது தலைமை ஏதும் இல்லாமல் போய்விட்டது. இக்காரணங்களால் நெருக்கடியான மூன்றாவது கட்டத்தில் தாழ்த்தப்பட்ட மக்கள் நெருக்கடி கொடுக்கும் போராட்ட வடிவத்திற்கு வரமுடியாமல் போய்விட்டது.

புனா ஒப்பந்தம் ஏற்பட்ட ஒரு மாதத்திற்குள் சென்னை தாழ்த்தப் பட்டவர்கள் அதை நிராகரிக்கவும் செய்தனர். இந்தக் கூட்டத்தைதான் பேராசிரியர் திருநீலகண்டன் சுயமரியாதை இயக்கத்தவர் போராடினர்

என்பதற்குச் சான்றாகக் காட்டுகிறார். எனவே 23.08.1932 அன்று குடி அரசு பதிவு செய்திருக்கிற செய்தியைக் கீழே பார்க்கலாம்.

புனா ஒப்பந்தத்திற்கு எதிர்ப்பு.

ஒப்பந்தம் மாற்றப்பட வேண்டும்

சென்னை தாழ்த்தப்பட்டோர் கூட்டத் தீர்மானம்

என்ற தலைப்பில் குடி அரசு பதிவு செய்திருக்கிறது.

கூட்டத்திற்கு கே.சிவசண்முகம் தலைமை வகித்திருக்கிறார். இந்தக் கூட்டத்தில் ஐந்து தீர்மானங்கள் நிறைவேற்றப்பட்டிருக்கின்றன. "1. புனா ஒப்பந்தப்படி கிடைக்கும் 30 ஸ்தானங்களைவிட வகுப்புப் பிரச்சினை முடிவில் குறிக்கப்பட்ட தனித்தொகுதியே சிறந்ததென இம்மகாநாடு அபிப்ராயப்படுகிறது. 2. எதிர்கால அரசியல் திட்டத்தில் ஒவ்வொரு ஜில்லாவிலும் தனித்தனி ஸ்தானங்கள் ஒதுக்கப்பட வேண்டுமெனவும், தாழ்த்தப்பட்ட வகுப்பாருக்குத் தனி ஸ்தானங்கள் ஒதுக்கப்பட வேண்டும் எனவும் இம்மகாநாடு அபிப்ராயப்படுகிறது" (ஆக.23.1932 / 13) போன்ற தீர்மானங்கள் நிறைவேற்றப்பட்டிருக்கின்றன. குடி அரசு பதிவு இவ்வாறிருக்க, தாழ்த்தப்பட்டவர்களின் பொதுக்கூட்டத்தை சு.ம. இயக்கப் போராட்டமாக மாற்ற பேராசிரியரால் எப்படி முடிந்தது?

சுயமரியாதை இயக்கம் தாழ்த்தப்பட்டவர்களின் தனித்தொகுதிக்காகப் போராடியதா என்ற கேள்விக்கு, இல்லை என்ற பதில் இப்போது உறுதிப்படும். பின் ஏன் பெரியாரும் அவரை ஆய்வு செய்த எஸ்.வி.ஆர், வ.கீதா, பேராசிரியர் நீலகண்டன் ஆகியோரும் சுயமரியாதை இயக்கம் போராடியது என்பதான பேச்சுகளையும் எழுத்துகளையும் இட்டு நிரப்புகின்றனர். பெரியார் சற்று ஓரடி மேலே சென்று "வாதாடி உரிமை வாங்கிக் கொடுப்பது ஒரு கூட்டம்; அதைத் தட்டிவிட்டு வாயில் போட்டுக்கொள்வது மற்றொரு கூட்டம் என்பதாக ஆகிவிட்டது... அவ்வகுப்பில் புத்திசாலிகள் - முன்யோசனைக்காரர்கள் ஒருவர் கூட இல்லை என்பதாக விஷயங்கள் வெளியாகிவருகிறது" என்று 1937இலும் "...நாம் எவ்வளவோ செய்தோம். அப்படி இருந்தும் 'பிராமணர்கள் தேவலை, சாதி இந்துக்களால்தான் எங்களுக்குத் தொல்லை' - என்று ஆதித் திராவிடர்கள் கூறுகிறார்கள். இது

நன்றியற்ற பேச்சு. அவர்களை இந்த நிலைக்குக் கொண்டுவந்தவர்கள் யார்? பார்ப்பனர்களா? நாங்கள் செய்த கிளர்ச்சியாலும், முயற்சியாலும்தான் இன்று அவர்கள்... படித்தவர்களாகவும், உத்தியோகஸ்தர்களாகவும், சட்டசபை உறுப்பினர்களாகவும், மந்திரிகளாகவும் ஆனார்கள். (II / 926) என 1956இலும் பேசியிருக்கிறார். 'நன்றியற்ற' சொல்லாடல் காந்தியுடனும் பெரியாருடனும் ஒருசேர பயணிப்பதை இங்கு முக்கியப்படுத்தலாம்.

பெரியாரை ஒட்டியே பெரியாரிய ஆய்வாளர்கள் 'தாழ்த்தப்பட்ட மக்கள் பெரியாருக்கு நன்றி செலுத்த வேண்டும்' என மேடைகளிலும் எழுத்துகளிலும் பதிவு செய்கின்றனர். சென்னையில் நடந்த கூட்டங்களில் மட்டுமே சு.ம.இயக்கத்தவர்கள் கலந்துகொண்டனர். அதனாலேயே தனித்தொகுதி போராட்டத்தை சு.ம.இயக்கப் போராட்டமாகப் பதிவு செய்கின்றனர். இது சிறிதளவும் நேர்மையாகாது.

இங்கு இன்னொரு கேள்வி எழுகிறது. தனித்தொகுதி பிரச்சினையில் சுயமரியாதை இயக்கம் என்ன செய்தது? இந்த வினாவிற்குப் பதில் சொல்லத்தான் வேண்டும். சு.ம. இயக்க உறுப்பினர்கள் இந்தப் போராட்டத்திற்கு வெளியில் இருந்து ஆதரவு தெரிவித்தனர். இதற்கு இரண்டு காரணங்கள் இருந்தன. பெரியார் பிற்படுத்தப்பட்ட மக்களுக்கான வகுப்புரிமையைத் தீவிரமாக முன்னெடுத்தார். அதை ஒட்டியே தாழ்த்தப்பட்டவர்களின் வகுப்புரிமையையும் அங்கீகரித்தார். அத்தோடின்றி அவர்களுக்காகப் பேசவும் எழுதவும் தலைப்பட்டார். இசுலாமியர்கள் பிற சிறுபான்மையினரின் உரிமையில் தலையிடவில்லை. லோத்தியன் குழுவில் மட்டும் தாழ்த்தப்பட்டவர்களுக்கு எதிராகப் பேசினர். அதே வேளையில் தாழ்த்தப்பட்டவர்களுக்கான வகுப்புரிமைக்கு ஆதரவும் தெரிவிக்கவில்லை. ஆனால், பெரியார் தாழ்த்தப்பட்ட மக்களின் வகுப்புரிமைக்கு எதிராக ஒருசிறு நடவடிக்கையிலும் ஈடுபடவில்லை. இத்தோடின்றி சு.ம. இயக்க ஏடான குடிஅரசு ஏராளமான தலையங்கத்தை எழுதி ஆதரவு தெரிவித்தது. தாழ்த்தப்பட்டவர்களின் சிறு போராட்டத்தையும் பதிவு செய்ததோடின்றி அதற்கு ஆதரவான கட்டுரைகளையும் பிரசுரித்தது. குடிஅரசைப் போன்று திராவிட இயக்கப் பத்திரிகைகளான 'திராவிடன்', 'சண்டமாருதம்' முதலான இதழ்களும் ஆதரவாக நடந்துகொண்டதாக குடிஅரசு எழுதுகிறது. இசுலாமிய இயக்கத்தைக் காட்டிலும் சும. இயக்கத்தின் செயல்பாடு வரவேற்கத்தக்கதுதான்.

சான்றாதாரம்
மூலநூல்கள்

வே.ஆனைமுத்து (தொ.ஆ.)	ஈ.வே.ரா. பெரியார் சிந்தனைகள் I, II
அம்பேத்கர்	அம்பேத்கரின் நூல் தொகுதி 5, 10

இதழ்

ச.குருசாமி (பொ.ஆ.)	குடிஅரசு 1931, 1932

துணை நூல்கள்

ஞான. அலாய்சியஸ் (தொ.ஆ.)	அயோத்திதாசர் சிந்தனைகள் I
பட்டாபி சீதாராமையா	காங்கிரஸ் வரலாறு (1935)
எஸ்.வி.ராஜதுரை - வ.கீதா	பெரியார் சுயமரியாதை சமதர்மம்
எஸ்.வி.ராஜதுரை	பெரியார் ஆகஸ்ட் 15
கோ.கேசவன்	சமூக விடுதலையும் தாழ்த்தப்பட்டோரும்
சுப.வீரபாண்டியன்	பெரியாரின் இடதுசாரித் தமிழ் தேசியம்
க.திருநாவுக்கரசு	திராவிட இயக்கம் தலித்துகளுக்கு எதிரானதா?

இதழ்கள்

வாசன் (ஆசிரியர்)	ஆனந்த விகடன் 1932 (மாதமிருமுறை)
எஸ்.ஆர். சுந்தரம் (ஆசிரியர்) (கண்ணன்)	காலச்சுவடு (மாதம் ஒருமுறை)
ஆர். பார்த்தசாரதி (ஆசிரியர்)	உங்கள் நூலகம் (இருதிங்களிதழ்)

தனித்தொகுதியும்
தமிழகப் பத்திரிகைகளும்

ஊடகங்கள் தொடர்புச் சாதனங்கள் எனச் சொல்லப்படுகிறது. ஒரு செய்தி தொடர்ந்து சாதனங்கள் வாயிலாக வெளிப்பட்டு இரண்டு விளைவுகளை உருவாக்குகின்றன. செய்தியின் 'உண்மைத்தன்மை' விளைவு ஒருபக்கம். பிரிதொரு பக்கம் அந்த 'உண்மைத்தன்மை' திரிந்து 'மித்தாக' (கட்டுக்கதையாக) பரவும். 'உண்மை' செய்தியின் தாக்கத்தைக் காட்டிலும் மித் செய்தியின் தாக்கம்தான் பரவலான மக்களின் மண்டைக்குள் புகுந்துவிடும். உண்மையில் ஊடகங்கள் உண்மைச் செய்தியைத்தான் வெளியிடுகிறதா என்றால் இல்லை. ஊடகங்கள் தனக்கென ஓர் அரசியல் நிலைப்பாட்டைக் கையாள்கின்றன. அந்த அரசியல் தன்மையை ஊடகங்கள் செய்தி தருதலின் வாயிலாக இலாவகமாக வெளிப்படுத்தும். அல்லது தனது அரசியலுக்கு உடன்படாத நிகழ்வுகளைப் பதிவு செய்யாமல் விட்டுவிடும். இங்கு இரண்டாவது செயல்பாட்டால் உண்மை ஒருவிதத்தில் காக்கப்படும். ஆனால், முதல் செயல்பாட்டின் வாயிலாக 'உண்மை' காயடிக்கப்பட்ட ஒன்றாக மாற்றப்பட்டுவிடும். மூல தரவுகளிலிருந்து ஊடகத் தரவுகள் நேரெதிராக வேறுபட்டிருக்கும். மூல தரவுகளின் வாயிலாக ஊடகத் தரவை ஓர் ஆய்வாளனால் தாண்டிச் செல்ல முடியும். அல்லது அதனை வெளிப்படுத்த முடியும். ஆனால், மக்களின் மண்டையில் புகுத்தப்பட்ட உண்மைச் செய்தியையும் மித் செய்தியையும் உடைப்பதென்பதானது முடியாத காரியமே. ஊடகச் செயல்பாட்டிற்கு அது வரித்துக்கொண்ட அரசியல் செயல்தான் காரணமாக இருக்கிறது. ஊடகங்களின் பொதுவான செயல்பாட்டைப் புரிந்துகொண்டே இக்கட்டுரைக்குள் நுழைவோம்.

தமிழக இதழ்களான சுதேசமித்திரன் (சு.மி), ஆனந்த விகடன், குடிஅரசு ஆகிய ஊடகங்கள் இரண்டாம் வட்டமேஜை காலகட்டத்திலும், புனா ஒப்பந்த நாட்களிலும் எவ்வாறு செய்திகளை, கட்டுரைகளை, தலையங்கத்தை எழுதின; அதன் அரசியல் நிலைப்பாடு என்ன என்பவற்றை மட்டும் இக்கட்டுரைக் கவனத்தில் எடுத்துக்கொள்கிறது. 1931 முதல் 1932 அக்டோபர் வரையிலான காலகட்டமே இக்கட்டுரையின் காலவரையறை ஆகும்.

‘மகாத்மா’: மங்காத கருத்துருவாக்கமும், கருத்துருவாக்க எதிர்வும்

காந்தியின் அரசியல் வருகை 1915இல் இருந்து துவங்கியது. அதுவரை தென்னாப்பிரிக்காவில் வசித்துவந்தார். 1915இல் இருந்து 1919க்குள் காந்தி இந்திய அரசியலின் தவிர்க்கவொண்ணா தலைவராக உருமாறிவந்தார். அதுவரை இந்திய அரசியலில் தேசியவாதிகளாகக் காட்டிக்கொண்ட பிராமணத் தலைமையை காந்தி என்ற பிராமணரல்லாத பனியா தலைமை பின்தள்ளியது. இதற்கு காந்தியின் ஆங்கிலேயத் தொடர்பும் மிதவாத சித்தாந்தமும் காரணங்களாக இருந்தன. தென்னாப்பிரிக்காவில் வசித்தபோது ‘இந்திய நலன்’ என்ற பெயரில் ஆங்கிலேயருக்கு உதவி செய்துவந்தார். 1899இல் நடந்த போயர் போராட்டத்திலும், 1906இல் நடந்த சூலூரக்கள் கலகத்திலும் காந்தி ஆங்கிலேயர்களுக்கு ஆதரவாக நடந்துகொண்டதோடு ஆங்கிலப் படைக்கு ஆட்களையும் சேர்த்துவிட்டார். இதனால் ஆங்கில அரசு காந்திக்கு ‘கைசரி ஹிண்டு’ எனும் பெயரில் தங்கப் பதக்கத்தை வழங்கிக் கவுரவித்தது. இந்நிகழ்வுகளை காந்தியே தனது அறிக்கை ஒன்றில் குறிப்பிடுகிறார். இத்தோடின்றி 1914ஆம் ஆண்டில் துவங்கிய முதல் உலகப் போருக்கு இலண்டனில் படித்த இந்திய மாணவர்களைக் கொண்டு தொண்டர் படையையும் உருவாக்கியிருக்கிறார். தென்ஆப்பிரிக்க விடுதலைக்காகப் போரிட்ட ஆப்பிரிக்க மக்களுக்கு எதிராக ஆங்கிலேயர்களை ஆதரித்த காந்தி, பின்னாளில் இந்திய விடுதலையின் பிதாமகனானார். இவை இப்படியிருக்க காந்தியின் அரசியல் நுழைவு யாரையும் சந்தேகம் கொள்ளச் செய்யவில்லை. ஏனெனில், அன்றைய தேசியவாதிகள் கூட ஏதோ ஒருவிதத்தில் ஆங்கிலேயர்களுடன் நட்பு பாராட்டியே வாழ்ந்துவந்தனர்.

தென்னாப்பிரிக்க மக்களுக்கு எதிராகச் சென்றது போன்று இந்திய மக்களுக்கும் எதிராகவும் காந்தி ஒருமுறை சென்றார். 1919ஆம் ஆண்டில் நடந்த பஞ்சாப் படுகொலையின்போது ஆங்கிலேயரை வலிந்து ஆதரித்த

ஒரே தேசியத் தலைவர் காந்திதான். 1919இல் கூடிய அமிர்தசரஸ் மாநாட்டில் பஞ்சாப் படுகொலைக்கு ஆதரவாக காந்தி நடந்துகொண்டதை பட்டாபி சீதாராமையா பின்வருமாறு பதிவு செய்கிறார். "அம் மகாநாட்டிற்கு வந்திருந்தோர் தொகை 36,000. இதில் காங்கிரஸ் பிரதிநிதிகள் 6,000. உள்ளூர்ப் பிரதிநிதிகள் 1,200. மகா சபையினர், பாஞ்சாலப் படுகொலை சம்பவங்களினால் உணர்ச்சி ததும்பி நின்றனர். அச்சமயம் காந்திஜி பாஞ்சால ஜனங்களின் வரம்பு மீறிய அக்கிரமங்களைக் கண்டிக்க ஓர் தீர்மானம் கொணர்ந்தார். விஷயாலோசனைக் கமிட்டியர் இதனை ஏற்கவில்லையாதலின் காந்திஜி மிக்க ஏமாற்றமடைந்து, மகாஜனங்கள் பாஞ்சால நாட்டில் கோபாவேசத்தில் செய்யப் புகுந்த அக்கிரமங்களைக் கண்டிக்க காங்கிரஸ் மகாசபை இணங்காவிடில் தான் மகாசபையை விட்டு வெளியேறிவிடப் போவதாக அறிவித்தார். இதைக் கேட்ட மகாசபையார் முணுமுணுத்துக்கொண்டு, காலைக் கூட்டத்தில் காந்திஜியின் விருப்பத்துக்கிணங்கி 'கோபமூட்டப்பட்ட பாஞ்சால ஜனங்கள் செய்த அக்கிரமங்களுக்காக மகாசபை மிகுந்த வருத்தமுறுவதாக' ஓர் தீர்மானத்தை நிறைவேற்றி வைத்தனர் (சீதா / 144). காந்தி குறிப்பிடுவது போன்று பஞ்சாப் மக்கள் என்ன அக்கிரமங்கள் செய்தனர்? ஜாலியன் வாலாபாக்கில் 400 பேர் ஆங்கிலக் குண்டுக்கு மாண்டுபோயினர். அம்மக்களுக்கு நீரும் மின்சாரமும் மறுக்கப்பட்டன (மேலது 131). குற்றவாளி எனக் கூறப்பட்டவர்கள் பொது இடத்தில் வைத்து சவுக்கால் அடிக்கப்பட்டனர்; மக்கள் புழு போன்று மார்பால் ஊர்ந்து செல்ல வேண்டும் என உத்தரவிடப்பட்டது (மேலது / 131). இதுதான் பஞ்சாப் மக்கள் செய்த அக்கிரமங்கள். இதைத்தான் காந்தி என்ற 'தேச புருஷர்' கண்டித்திருக்கிறார். காங்கிரஸிற்கு மக்கள் மீது உண்மையிலேயே அக்கரை இருந்திருந்தால் காந்தி காங்கிரஸிலிருந்து அப்புறப்படுத்தப்பட்டிருப்பார். ஆனால், இந்திய வரலாறு அவருக்கு அந்தப் பாக்கியத்தை வழங்கவில்லை.

இங்கு காந்தி ஏன் காங்கிரஸில் இருந்து நீக்கப்படவில்லை என்பதை விவாதிக்க வேண்டாம். மக்கள் விரோத நடவடிக்கையில் ஈடுபட்ட ஒருவர் 'மகாத்மா' வாக்கப்பட்டு விட்டார். இந்த 'மகாத்மா' உருவாக்கத்திற்கு காந்திக்குப் பயன்பட்டது வைதீக நலனும் ஜனரஞ்சகத் தீண்டாமை ஒழிப்பு என்ற கோசமும்தான். பிரபலமாக அறியப்பட்ட உப்புச் சத்தியாகிரக நடைபயணத்தின்போது 'நிஷ்காமிய கர்மா' குறித்தே அதிகம் பேசியிருக்கிறார். அதையொட்டியே கதர் உடுத்தித் தீண்டாமையை விலக்க

வேண்டும் எனவும் பேசியிருக்கிறார். வைதீகத்தை முன்வைத்தே காந்தி மகாத்மா நோக்கிப் பயணித்தார். இதற்கு பட்டாபியின் எழுத்துகள் நமக்குச் சான்றாக இருக்கின்றன. காந்தி குறித்துத் தனது நூலில் பட்டாபி பதிவு செய்திருக்கிற சொல்லாடலை இங்கு நோக்கலாம். “தென்ஆப்பிரிக்காவில் அவர் தியாகப்போரில் ஈடுபட்டதிலிருந்து கீழ்நாட்டார் அவரை ஒரு தீர்க்கதரிசி, மகாரிஷி என்றெல்லாம் புகழ்ந்து வருகிறார்கள்” *(126)*; “அவரை கோயிலில் வைத்து வழிபடவும் ஜனங்கள் விருப்பமுடையவர்களாக இருக்கிறார்கள்” *(127)*; “உலக சரித்திரத்திலேயே இத்தகைய சம்பவம் நிகழ்ந்ததில்லை. முப்பத்து முக்கோடி மக்களின் ஏக பிரதிநிதியாக மகாத்மா போர்க்கோலம் பூண்ட காட்சி ஒப்பற்றதாகும். அச்சமயத்தில் அவரது முகத்தைச் சுற்றி ஜோதி அலைகள் தவழ்ந்தன. உதடுகளில் புன்சிரிப்பு தவழ்ந்தது” *(351)* என பட்டாபி எழுதுகிறார்.

முதலிரண்டு சொல்லாடலை **1919**ற்கு நகர்த்திச் செல்கிறார் பட்டாபி. கடைசிச் சொல்லாடல் உப்புச் சத்தியாக்கிரக வருணிப்பாகும். தண்டிப் பகுதியில் சென்று கடற்கரையில் சிதறிக் கிடந்த உப்புத் துண்டுகளைக் குனிய முடியாமல் கைத்தடித் துணைகொண்டு பொறுக்கிய காந்தியை பட்டாபி ‘போர்க் கோலம் பூண்ட காட்சி’ என வருணிக்கிறார் எனில், துப்பாக்கி ஏந்திப் போராடும் போராளிகளைப் பார்த்திருக்கவோ கேட்டிருக்கவோ இல்லையோ? நமட்டும் எழுத்துக்குச் சொந்தக்காரராக பட்டாபியை நாம் உதாரணம் காட்டலாம். பட்டாபி காந்தியை ‘தெய்வாம்ச’ நிலைக்குக் கட்டமைத்திருப்பதை இங்கு அவதானிக்கலாம். வைதீக வரலாற்றில் ‘தெய்வாம்ச’ குணம் கொண்டவர்கள்தான் விடுதலை வீரர்கள். உதாரணத்திற்கு மகாபாரத கிருஷ்ணர். கிருஷ்ணன் அசுரர்களிடமிருந்து நீதியைக் காக்க வந்த மகாத்மா. அதைப் போன்று விடுதலைக் கால கிருஷ்ணர், ஆங்கிலேயர்களிடம் இருந்து இந்தியர்களை விடுவிக்க வந்த மகாத்மா. ஒளிமங்கா மகாத்மாவாக மாற்றப்பட்ட காந்தியின் மங்காத்தன்மையை ‘சுதேசமித்திரன்’, ‘ஆனந்த விகடன்’ எவ்வாறு அழகுபடுத்தின என்பதையும் இந்த அழகுப் பூச்சை குடிஅரசு எவ்வாறு தாண்டிச் செல்கிறது என்பதையும் தொடர்ந்து காணலாம்.

இரண்டாம் வட்டமேஜை மாநாட்டிற்கு காந்தி புறப்பட்டுச் சென்றதை ஆனந்த விகடன் பின்வருமாறு பதிவு செய்திருக்கிறது. “மகாத்மா தமது பிரயாணத்தின்போது என்ன சாமான்கள் எடுத்துச் சென்றாரென்று தெரிந்துகொள்ள வேண்டுமென ‘விகடன்’ ஆவலுடன் எதிர்பார்த்திருந்தான்,

அவர் எடுத்துச் செல்லும் முக்கியச் சாமான்களாவன:

அரை டஜன் கதர் துணிகள்

போர்வைகள்

மூன்று இராட்டைகள்

தகரப் பாத்திரங்கள் (எர்வாடா சிறையில் உபயோகிக்கப்பட்டவை)

10 காலன் ஆட்டுப்பால்

மகாநாடு சம்பந்தமான கடிதங்கள்

டாலர் பெறுமான அமெரிக்கக் கடிதம்

ஆனால், சாமான்கள் எடுத்துச் செல்லும் விசயத்தில் 'விகடன்' பண்டித மாளவியாவைத்தான் பெரிதும் பாராட்டுகிறான். அவர் ஜாப்தாவைப் பாருங்கள்

150 புட்டி பசும்பால்

கங்கா ஜலக் குடங்கள்

கங்கா நதி மண்" (ஆகஸ்ட் 14, 1931 / 635 - 636).

ஆனந்த விகடனைப் போன்று சு.மி. பின்வருமாறு பதிவுசெய்கிறது. 'ஆறு கதர் வேஷ்டிகளும் அங்கவஸ்திரங்களுமிருந்தன. எர்வாடா சிறையினின்று கொண்டுவந்த தகரக் குவளைகளும் சட்டிகளுமிருக்கின்றன. எர்வாடா சிறை என்ன கோரமாக இருப்பினும் அதில் காந்திஜிக்கு மிகுந்த அபிமானம். இத்துடன் 10 காலன் ஆட்டுப்பாலும், காகிதக் கட்டும், சர்வகட்சி மகாநாட்டு நடவடிக்கையும், ஒரு வைக்கோல் பாயும், அமெரிக்கக் கடிகாரம் ஒன்றும் சில கம்பளங்களும், சட்ட மறுப்பைப் பற்றி ஹென்றி தோரு எழுதிய நூலும்தான். இவ்விதம் விசித்திரமாக விருப்பதில் காந்திஜி சாமான்களை விடப் பண்டித மாளவியாவின் சாமான்கள்தான் வலுத்தன. அவர் ஏராளமாக மண்ணாங்கட்டிகளும், கங்கைத் தீர்த்தமும் தம் மூட்டைகளுடன் கொண்டுவந்திருக்கிறார்" (செப்டம்பர் 13, 1931 / 4). இரண்டு இதழ்களின் மொழி நடையை இங்கு கவனிக்கவும். இரண்டு பத்திரிகைளும் காந்தி, மாளவியாவின் பொருட்களை நினைத்துப் புளங்காகிதப்படுகின்றன. எளிமையைக் காட்டுவதற்காகவும் மாளவியாவின் வைதீகச் சார்பை வெளிப்படுத்தவும் மேற்குறித்த பதிவுகள் எழுத்துகளாக்கப்பட்டிருக்கின்றன. ஒருநாட்டின்

அரசியலமைப்பை உருவாக்கச் சென்ற காந்தியும் மாளவியாவும் சட்டநூல்கள் எதுவுமின்றிச் செல்வதைக் கண்டிக்காமல் மேற்குறித்த பத்திரிகைகள் விதந்து எழுதியிருப்பதை இங்கு விமர்சனமாக முன்வைக்கலாம்.

'மகாத்மா' என்ற கருத்துருவாக்கத்திற்கு அழகு சேர்க்கும் வண்ணம் அவரை 'ஏழ்மை' தோற்றத்திற்கு இப்பத்திரிகைகள் இழுத்துச் சென்றபோது, குடிஅரசு காந்தியை 'வருணாசிரமத்தின் பிரதிநிதி' என்றது. மாளவியாவை 'மண்ணுருண்டை மாளவியா' என நக்கலடித்தது. சு.மி. இத்துடன் நிற்கவில்லை. காந்தி இலண்டன் சென்று இறங்கும் வரை செய்தியைப் பிரசுரித்துக்கொண்டே இருந்தது. "மகாத்மா காந்தி கடலில் முதல் தினத்தை மிகுந்த குதூகலத்துடனும் மகிழ்ச்சியுடனும் கழித்தார்... குழந்தைகளுடன் விளையாடிவந்தார். பள்ளிக்கூடப் பையன்கள் முதன்முதல் தமாசாகப் பார்க்கச் செல்வது போலவே காந்திஜி நடந்துகொண்டார்" (செப்டம்பர் *6, 1931 / 3)* என எழுதியது. செப்டம்பர் *13* அன்று பிரிதொரு செய்தியை சு.மி. பதிவுசெய்திருக்கிறது. "4ஆம் தேதி ஒன்று நேர்ந்தது. ராஜபுடானாவின் காப்புனான எச்.மார்ட்டன் ஜாக் காந்தியைத் தமது வழக்கமான முழங்கால் துணியுடன் கப்பலோட்ட அனுமதித்தார். காப்டன் காந்திஜி பக்கதிலேயே நின்றுகொண்டிருந்தார். விசை சக்கரத்தை காந்திஜி திருப்பியபொழுது சிரித்துக்கொண்டே "நான் கப்பலைக் கவிழ்த்து எல்லோரும் மூழ்கிப் போகும்படி ஒன்றுஞ் செய்யவில்லையே" யெனக் காப்டனைக் கேட்டார் (செப்டம்பர் *13, 1931 / 3 - 4)*. சு.மி.யின் இரண்டு பதிவுகளிலும் மக்கள் நலன் ஏதாவது இருக்கிறதா? காந்திஜி மகிழ்வோடிருந்தார், வேடிக்கை பார்த்தார், கப்பலோட்டினார் என்ற பதிவுகளெல்லாம் காந்தி என்ற ஆளுமையை மக்கள் மனதில் வலுவாகப் பதிய வைப்பதற்கான சொல்லாடலாகும்.

ஆனந்த விகடனும் சுதேசமித்திரனும் தனது புகழ்மிகு சொல்லாடல் வழியாக காந்திக்கிருந்த மகாத்மா பட்டத்திற்கு அரண் சேர்த்தன. மகாத்மா என்றால் ஏழ்மை, கனிவு இருக்க வேண்டும் என இப்பத்திரிகைகள் கருதியிருக்கின்றன. சு.மி. ஒருபடி மேலே சென்று காந்தி குதூகலித்தார், மகிழ்ச்சியுடன் இருந்தார், அவருக்கு **200** தந்திகள் வந்தன என்பதின் வாயிலாக மகாத்மாவைத் தலைசிறந்த மனிதருக்கு நகர்த்தியது. இவ்விரு பத்திரிகைகளும் 'மகாத்மா' மகுடத்தைத் தாங்கிப் பிடிக்கவே தனது எழுத்துகளை விரயமாக்கின. குடிஅரசு தனது நேரடி எழுத்தின் வாயிலாக அப்படி ஒரு மகுடம் ஏதும் இல்லை என்பதற்குச் சிக்கன எழுத்தை வெளிப்படுத்தியது என்பதாக இங்கு சொல்லலாம்.

செய்தி தருதலின் அரசியல்

ஒரு பத்திரிகை குறிப்பிட்ட செய்தியை எந்த மொழியில் கையாள்கிறது என்பதிலிருந்து அந்தச் செய்தியின் முக்கியத்துவம் உணரப்படும். மொழிப் பயன்பாட்டின் ஊடே அந்தச் செய்தியின் முக்கியத்துவத்தைக் கட்டுரை வாயிலாகவும் தலையங்கங்கள் வாயிலாகவும் பத்திரிகைகள் முக்கியத்துவப்படுத்தும். இப்பகுதியில் தனித்தொகுதி குறித்தான காந்தியின் நிலைப்பாட்டை ஒட்டியும் வெட்டியும் தமிழகப் பத்திரிகைகள் எவ்வாறு வெளிப்படுத்தின என்பதைக் காணலாம்.

வட்டமேஜை மாநாடு

முதல் வட்டமேஜை மாநாட்டை விகடன் தனக்கேயுரிய விகட மொழியில் பிரசுரித்திருக்கிறது. வட்டமேஜை மாநாட்டில் தீராத தலைவலியாக இந்து - முஸ்லிம் பிரச்சினை இருந்திருக்கிறது. நமக்கெல்லாம் 'வினா' தெரிந்த காலம் முதல் இப்பிரச்சினை இருப்பதாக ஆனந்த விகடன் எழுதுகிறது. தொடர்ந்து "...கேவலம் வயிற்றுவலி, தலைவலி கூட வல்லவா மனிதனுடன் சிலகாலம் பழகிவிட்டால் பூரண சிநேகிதர்களாகிவிடுகின்றன? அப்படி இருக்க இவ்வளவு காலம், நெருங்கிப் பழகிய இந்து - முஸ்லிம் பிரச்சினை திடீரென்று தீர்ந்துவிடுவதாயிருந்தால் 'விகட'னுக்கு வருத்தமாயிராதா? அந்தப் பயம் இல்லை" **(1931 பி./ 75 - 76)** என விகட மொழியில் நக்கலடிக்கிறது. முதல் வட்டமேஜை மாநாட்டில் இந்து - முஸ்லிம் பிரச்சினை மட்டுமே நிகழ்ந்ததாக விகடன் கருதியிருக்கிறது. வட்டமேஜை மாநாட்டில் முதல்முதலாகத் தாழ்த்தப்பட்டோர் பிரச்சினை வலுவாக விவாதிக்கப்பட்டது. விகடனுக்கு இந்தச் சமயத்தில் தாழ்த்தப்பட்டோர் குறித்தான முக்கியத்துவம் தெரியவில்லை. அல்லது அப்படி ஒரு பிரச்சினை இருப்பதாகக் கூட எண்ணவில்லை. விகடனுக்குத் தெரிந்ததெல்லாம் இந்து - முஸ்லிம் பிரச்சினைதான். இந்தியாவில் இருந்தாலும் இலண்டன் சென்றாலும் ஆங்கில அரசு நியமித்திருக்கும் எண்பது பேரால் தீர்க்கமுடியாது. பின் யாரால் முடியும்? காந்தி ஒருவராலும் காந்தி என்ற தேசப் பக்த இயக்கத்தாலும் மட்டுமே தீர்க்க முடியும் என்பதை உள்ளுரையாக விகடன் கூறுகிறது.

மேற்குறித்த அனுமானத்தை விகடன் தனது பிறிதொரு செய்தியின் வாயிலாக உறுதிப்படுத்தும். இரண்டாம் வட்டமேஜை மாநாட்டில்

காங்கிரஸ் கலந்துகொள்ளப் போவதைப் பின்வரும் மொழியால் பதிவு செய்திருக்கிறது. "காங்கிரஸை அரசாங்கத்தார் இந்திய மகாஜனங்களின் பிரதிநிதி சபையாக அங்கீகரித்தனர். இந்தியாவுக்கு அளிக்கப்படப் போகும் சுயராஜ்யத்தின் தன்மைப் பற்றி அறுத்துப் பேசி முடிவு செய்த பிறகுதான் வட்டமேஜை மாநாட்டில் கலந்துகொள்ள முடியும் என்று காங்கிரஸ் செய்த பிடிவாதம் பலித்துவிட்டது" (மா. 1931 / 155) என விகடன் எழுதுகிறது. முதல் வட்டமேஜை மாநாட்டில் காங்கிரஸ் கலந்துகொள்ளவில்லை என்பதற்காகவே விகடன் நக்கல்தனமான எழுத்தை வெளிப்படுத்தியது என்பதை இப்பதிவிலிருந்து உறுதிப்படுத்தலாம்.

இரண்டாம் வட்டமேஜை மாநாட்டையொட்டி விகடன் தொடர்ச்சியாகச் செய்திகளை வெளியிட்டது. வட்டமேஜை மாநாட்டிற்குக் கிளம்பும் தருவாயில் காந்தியின் இரண்டு சொல்லாடல்களைப் பதிவு செய்திருக்கிறது. "இலண்டனுக்குப் போய் நாங்கள் பூரண சுதந்திரம் கொண்டு வரப்போகின்றோம் என்று எதிர்பார்த்து ஏமாந்து போகாதீர்கள், அத்தகைய வாக்குறுதி எதுவும் நான் கொடுக்கத் தயாராயில்லை" (ஏப்ரல், 1931 / 165) என்ற காந்தியின் சொல்லாடலைப் பதிவுசெய்திருந்தது. காந்தியும் காங்கிரஸும் 'பூரண சுயராஜ்யம்' எனும் கோசத்தோடே ஒத்துழையாமை இயக்கத்தைத் துவங்கியிருந்தனர். பூரண சுயராஜ்ய திட்டத்திற்கு ஆங்கில அரசு ஒத்துவராததாலேயே முதல் வட்டமேஜை மாநாட்டைப் புறக்கணித்தது. இவை இப்படியிருக்க, இரண்டாம் வட்டமேஜை மாநாட்டில் கலந்துகொள்வதற்கான நிபந்தனையாக 'இந்தியாவுக்கு அளிக்கப்பட போகும் சுயராஜ்யத்தின் தன்மைப் பற்றி அறுத்துப் பேசிய பிறகுதான் வட்டமேஜை மாநாட்டில் கலந்துகொள்ள முடியும் என காங்கிரஸ் செய்த பிடிவாதம் பலித்துவிட்டது' என மார்ச் மாதம் செய்தியை வெளியிட்ட விகடன், ஏப்ரலில் தான் வெளியிட்ட செய்திக்கு எதிர்மாறான காந்தியின் சொல்லாடலை எவ்வித விமர்சனமுமின்றிப் பதிவு செய்திருக்கிறது. இதையொட்டியே கராச்சி மாநாட்டில் காந்தி பேசிய பேச்சையும் வெளியிடுகிறது. "நாங்கள் இலண்டனிலிருந்து பூரண சுதந்திரம் கொண்டு வராவிட்டாலும், அடிமைத்தனத்தைக் கொண்டு வரமாட்டோம். தேசத்தைக் காட்டிக் கொடுத்துவிட்டு வரமாட்டோம்" (ஏப்ரல், 1931 / 165) என காந்தி பேசியிருக்கிறார். காந்தியின் மேற்குறித்த சொல்லாடலில் வட்டமேஜை மாநாடு சம்பந்தமான நல்லபிப்ராயம் ஏதும் இருப்பதாகத் தெரியவில்லை. நல்லபிப்ராயம் இல்லாததாலேயே காந்தி

வெறுங்கையாகச் சென்று இலண்டனை சுற்றிப் பார்த்து, ஆட்டுப்பாலை நிம்மதியாகப் பருகிவிட்டு நாடு வந்து சேர்ந்தார் போலும். நல்லபிப்ராயம் இல்லாவிட்டாலும் பரவாயில்லை. 'தேசத்தைக் காட்டிக் கொடுத்துவிட்டு வரமாட்டோம்' எனவும் பேசியிருக்கிறார். முதல் வட்டமேஜை மாநாட்டில் கலந்துகொண்டவர்கள் தேசத்தைக் காட்டிக்கொடுத்துவிட்டார்கள். இரண்டாம் வட்டமேஜை மாநாட்டிலும் காட்டிக்கொடுப்பவர்கள் வருகிறார்கள். நாங்கள், அதாவது காங்கிரஸும் காங்கிரஸின் ஒரே பிரதிநிதியான தானும் தேசத்தைக் காட்டிக்கொடுக்க மாட்டோம் எனும் உள்ளர்த்தம் மேற்குறித்த சொல்லாடலில் பயணிப்பதை உணர்ந்தே விகடன் காந்தியின் சொல்லாடலைப் பிரசுரித்திருக்கிறது.

காந்தியின் பேச்சை ஒட்டியே இரண்டு நிகழ்வுகளைத் தன்னிச்சையாக விகடன் பதிவு செய்திருக்கிறது. இதற்கு 'காங்கிரஸ் யாத்திரை' எனத் தலைப்பிட்டிருக்கிறது. மாநாட்டு வசதிகள் குறித்துப் பின்வருமாறு எழுதியிருக்கிறது. "இந்தக் காங்கிரஸில் உபசரணை சபையார் செய்திருந்த ஏற்பாடுகள் ஒப்புயர்வற்றவை என்று புகழாதவர்கள் இல்லை. காங்கிரஸ் நகரில் எல்லா ஏற்பாடுகளும் பூரணமாய்ச் செய்யப்பட்டிருந்தன. செருப்பு செப்பனிடுவதற்குச் செக்கிலியர்களும், செருப்புகளை வாங்கி வைத்துக்கொண்டு திரும்பக் கொடுக்க வேலைக்காரர்களும் கூட நியமிக்கப்பட்டிருந்தனர் என்றால், பின் மற்ற செய்திகளைப் பற்றிக் கேட்பானேன்" (ஏப்ரல் **14, 1931 / 229**). கராச்சி மாநாட்டின் தலைமைப் பதவியை சத்தியமூர்த்தி எவ்வாறு பெற்றார் என்பதையும் பின்வருமாறு எழுதுகிறது. "இரண்டாவது விசேஷம் என்னவென்றால்; இம்மாகாண மாநாட்டுக்கு ஸ்ரீமான் எஸ்.சத்திய மூர்த்தி அவர்கள் அக்கிராசனம் வகித்தது தான். ஓர் ஓட்டினால் ஸ்ரீமதி ருக்மணி லக்ஷ்மிபதி அம்மாளைத் தோற்கடித்து அந்தப் பதவியை அடைந்தார். 'சபாஷ்! சத்திய மூர்த்தி!' என்று விகடன் வாழ்த்துகிறது. மாகாண மாநாட்டுத் தலைமைக்கு ஆசைப்படும் படியாக இந்தப் பெண்களுக்கு இவ்வளவு தைரியம் வந்துவிட்டதா? நன்று நன்று! இப்படித்தான் இவர்களுக்கு நல்லபுத்தி கற்பிக்க வேண்டும். கடிதம் எழுதியோ, தூதர்களை அனுப்பியோ எப்படியாவது காரியம் முடிக்க வேண்டும்" எனவும் எழுதியது. விகடனின் இரண்டு பதிவுகளில் உள்ள பிராமணியத்தை இங்கு விமர்சனப்படுத்தலாம். காங்கிரஸ் மாநாட்டிற்குத் தாழ்த்தப்பட்டவர்கள் செருப்புத் தைத்துக் கொடுத்ததை 'ஒப்புயர்வற்றது' என்பதாக விகடன் புளங்காகிதம் அடைகிறது.

தாழ்த்தப்பட்டவர்கள் செருப்புத் தைக்க வேண்டும், பிராமணர்கள் தேசியம் குறித்துப் பேச வேண்டும். இதுதான் விகடனின் ஒப்புயர். பிராமணியம், தாழ்த்தப்பட்டவர்களை இழிவு கூற 'ஒப்புயர்' மொழியைக் கையாண்டது போன்று பெண்களுக்குக் கையாளவில்லை. ஒரு பெண் தலைமை பதவிக்குப் போட்டியிட்டிருப்பதை வெறுப்பிலான மொழியால் விஷம் கக்கியிருக்கிறது. கட்டுரையின் பொருளுக்கு இந்தப் பதிவுகள் பயன்படாது என்றபோதும் விகடனுடைய சமூகப் பொறுப்பின் தன்மையை வெளிக்காட்டவே இவை எடுத்தாளப்பட்டன என்பதைச் சொல்லி பொருளுக்குச் செல்லலாம்.

வட்டமேஜை மாநாட்டையொட்டி விகடன் சில தலையங்கங்களையும் சில கட்டுரைகளையும் எழுதியது. இந்து - முஸ்லிம் பிரச்சினை குறித்து 'முட்டுக்கட்டைகள்' எனும் தலைப்பில் ஒரு கட்டுரை வெளியிட்டது. சிறுபான்மையினர் தேச விடுதலையை நோக்கமாகக் கொள்ளாமல் சுயநலனில் செயல்பட்டனர். காந்தி ஒருவர்தான் தேச நலனோடு பாடுபட்டுவருகிறார் என்ற கருத்தமைவில் அக்கட்டுரை பயணமாகிறது. இதுவரை இசுலாமியர்களைக் குறித்து மட்டும் கவலைப்பட்டுவந்த விகடன், காந்தி - அம்பேத்கர் மோதல் வழி தாழ்த்தப்பட்டோர் பிரச்சினை வெளிப்பட்டதும் டிசம்பரில் 'மகாத்மா விஸ்வரூபம்' எனும் தலைப்பில் ஒரு தலையங்கம் எழுதியது: "மகான் அம்பேத்காரைப் பற்றி 'விகடன்' அதிகம் சொல்ல வேண்டியதில்லை. அவர் 'விகடன்' பேனா முனைத் தாண்டி அப்பால் போய்விட்டார். வட்டமேஜை மாநாட்டை குட்டிச் சுவராக்கிய புண்ணியத்தில் மிகப்பெரிய பங்கு இவருக்கு உண்டென்பதில் சந்தேகமில்லை. வளர்த்த கடா மார்பில் பாய்ந்ததென்பதற்கு உதாரணம் இவரைத் தவிர வேறு தேட வேண்டியதில்லை... மகாத்மாதான் தீண்டாவகுப்பாருக்குப் பெரிய பகைவர் என்கிறார் இந்தப் புண்ணிய ஆத்மா! இத்தகைய பெரியாரைப் பற்றி 'விகடன்' என்ன எழுத முடியும்" (டிசம்பர் *1 - 14.1931 / 806*).

தலையங்கத்தையொட்டி கல்கியின் 'கதம்பம்' எனும் தலைப்பிலான கட்டுரையை விகடன் பிரசுரித்துள்ளது. அக்கட்டுரையில் சேத்ஜம்னவால் பஜாஜ் என்பவர் இதுவரை 'மேல்' வகுப்பார் மட்டும் தண்ணீர் எடுக்கும் கிணற்றை தீண்டாதாருக்குத் திறந்துவிடப் போகிறாராம். "இலண்டனில் டாக்டர் அம்பேத்கர் அவர்கள் தீண்டாவகுப்பாருக்கென்று ஒரு புதிய கிணறு தோண்டிக் கொண்டிருக்கிறார். ஆனால் அது தீண்டாதார் தண்ணீர் எடுப்பதற்காக அல்ல; அவர்களைத் தலைகீழாய் விடுவதற்காக, அந்தக்

கிணற்றுக்குப் பெயர் தனித்தேர்தல் தொகுதி" (டிச. 1 - 14. 1931 / 869 - 870) என்பதாக அக்கட்டுரை முடிகிறது. விகடனின் தலையங்கமும் அதையொட்டிய கல்கியின் கட்டுரையும் பிராமணிய விஷம் கக்கும் சொற்கள் எனச் சொன்னால் அது மிகையல்ல. பொறுப்பற்ற சாதிவெறியர்கள் முற்போக்கு வேடத்தில் கக்கும் விஷச் சொற்களின் பொய்களுள் இதுவும் ஒருவகையாம். விகடனின் பேனா முனையோ கடைந்தெடுத்த பிராமணியப் பாசிச வகை கொண்டது. அந்த முனையைத் தாண்டித்தான் அம்பேத்கர் பயணித்தார் என்பதை இங்கு பதிலாக வைக்கலாம். தலையங்கத்தில் 'வளர்த்த கடா நெஞ்சில் பாய்கிறது' என எழுதியிருப்பதை இனி விமர்சிக்கலாம். யாரை யார் வளர்த்தது? தாழ்த்தப்பட்டவர்களை மனித இனமாக அங்கீகரிக்காத பிராமணியம், அவர்களை வளர்த்தது என்று சொல்லுவது கண்டிக்கத்தக்கது. அதே வேளையில் தாழ்த்தப்பட்டவர்களின் வளர்ச்சிக்கு பிராமணியச் சித்தாந்தம் எந்தவிதத்திலும் பயனளிக்கவில்லை. அதனாலேயே தாழ்த்தப்பட்டவர்கள் பிராமணியத்திலிருந்து நேரெதிர் முனையில் தங்களைத் தனித்த இனமாகக் கட்டிக்காத்து வளர்ந்துவந்தனர். தாழ்த்தப்பட்டவர்களின் பண்பாட்டு அடையாளத்திற்கும் பிராமணியப் பண்பாட்டிற்கும் எந்தவோர் உறவும் நிகழ்ந்ததில்லை. நிலைமை இவ்வாறு இருக்க விகடன் 'வளர்த்த கடா நெஞ்சில் பாய்கிறது' என எழுதியிருப்பதையும் இங்கு விமர்சனப்படுத்தலாம்.

வட்டமேஜை மாநாடுகளை விகடன் போன்று சு.மி. அதிக பக்கங்கள் கொடுத்துப் பிரசுரிக்கவில்லை. இதழின் மொத்தப் பக்கத்தில் உலக வர்த்தமானம், இந்திய வர்த்தமானம் எனும் தலைப்பில் நான்கு பக்கங்களை மட்டுமே அரசியல் நிகழ்வுகளுக்கு சு.மி. ஒதுக்கியிருந்தது. இப்பக்கங்களில், இந்திய சுதந்திரம் குறித்த, இந்து - முஸ்லிம் ஒற்றுமை குறித்த, 'தீண்டாமை விலக்கை முன்னெடுக்க இந்தியர்கள் ஆத்மசுத்தி உண்டுபண்ணியிருக்கிறார்கள்' என்பதான காந்தியின் உரைகளை அங்கங்கு வெளியிட்டது. சுதந்திர தாகம்; வகுப்பு ஒற்றுமை; தீண்டாமை விலக்கு ஆகியவற்றில் காந்தி ஒருவர்தான் கவனம் குவிக்கிறார் என்ற கருத்தமைப்பு இந்தப் பதிவுகளிலிருந்து வெளிப்படுகின்றன. சு.மி.யின் பதிவுகள் வழி காந்திக்கு ஒளிவட்டம் சேர்க்க இரண்டு செய்திகளை மேலும் பதிவு செய்திருக்கிறது. "சில விஷயங்களில் காந்திஜி ஏசுநாதரைப் போலவேயிருக்கிறார். ஏசுநாதர் எவ்வித இராணுவ பலமும், கட்டுப்பாட்டுப் பலமுமின்றி உலகில் முன்வந்து பல காரியங்களைச் செய்தார். இந்த மெல்லிய

ஹிந்து இங்கு தோன்றியிருப்பதில் ஏசுநாதரைப் போலவே ஒருவரை நாம் அனேகமாகப் பார்க்கிறோம்" ***(அக்.11, 1931 / 4)*** என்று இலண்டன் சிட்டி டெம்பிளைச் சேர்ந்த டாக்டர் நார்வுட் பாதிரியின் பேச்சை சு.மி. பதிவு செய்திருக்கிறது. 'தான் ஒருவன்தான் தாழ்த்தப்பட்டவர்களின் பிரதிநிதி' என்பதை காந்தி கூறிய தருவாயில் "இந்தியாவிலிருந்து பல தாழ்த்தப்பட்ட வகுப்புத் தலைவர்கள் காந்திக்குத் தந்தியனுப்பி காந்திஜியிடம் தங்களுக்கும் பூரண நம்பிக்கையிருப்பதாகவும், சிறுபான்மை கமிட்டியில் டாக்டர் அம்பேத்கர் பேசியதைத் தாங்கள் மறுப்பதாகவும் அறிவித்திருக்கின்றனர்" ***(அக்.18, 1931 / 4)*** என்ற செய்தியையும் பதிவு செய்திருக்கிறது.

மேற்குறித்த இரண்டு பதிவுகளையும் இங்கு விமர்சனத்திற்குட்படுத்துவோம். டாக்டர் நார்வுட், காந்தியை ஏசுவிற்கு ஒப்பிட்டுப் பேசியிருப்பது சற்று ஆச்சர்யமே - காந்தியின் வரலாற்றைப் படித்தால் ஏராளமான ஆச்சர்யங்கள் வந்து சேரும். மக்கள் நலன் ஏதுமின்றி ஆச்சர்யத்தை வெளிப்படுத்தியே 'மகாத்மா'வான ஒரே தலைவர் காந்தி என்று கூட சொல்லலாம் - ஏசுவின் உறவினரான அருளப்பர், ஏரோது அரசனால் படுகொலை செய்யப்படுவார். இச்செய்தி ஏசுவிற்குத் தெரிவிக்கப்பட்டது. அப்பொழுது ஏசுவுடன் ஆயிரக்கணக்கான மக்கள் இருந்ததாகவும், ஏசு அவர்களுக்காக ஜெபித்ததாகவும் பைபிள் கூறும். ஜெபம் முடிந்தபின் ஐந்து அப்பங்களையும் ஐந்து மீன்களையும் அய்யாயிரம் பேருக்குப் பங்கிட்டுக் கொடுத்ததாகவும் பைபிள் கூறும். ஏசுவைத் தெய்வாம்ச நிலைக்கு உயர்த்தியதால் பைபிள் அவ்வாறு கூறுகிறது. ஏசுவால் இதைச் செய்திருக்க முடியாது. பின் என்ன செய்தார்? உறவினரான அருளப்பர் இறந்ததால் ஏசு கோபாவேசத்தில் கூடியிருந்த மக்களிடம் உரையாற்றியிருப்பார். பின்னர் ஏசு நகரைச் சூறையாடியிருப்பார். அதையொட்டியே தூரத்தில் இருந்த உணவுக்கிடங்கையும் சூறையாடித் தன்னுடன் இணைந்து போராடிய மக்களுக்கு உணவாகக் கொடுத்திருப்பார். காந்தியோ சௌரி சௌரா விவசாயிகளைக் காட்டிக்கொடுத்தார்.

கோயிலுக்குள் விற்பனை செய்துகொண்டிருந்த பரிசேயர்களையும் சதிசேயர்களையும் 'என் தந்தையின் இல்லத்தை விற்பனைக் கூடமாக்காதீர்கள்' எனக் கூறி சவுக்கால் அடித்து ஏசு விரட்டினார். காந்தி, இந்திய நாட்டை விற்பனைக் கூடமாக்கி வாழ்ந்துவந்த ஆங்கிலேயர்களை அடித்து விரட்ட முயன்ற பஞ்சாப் மக்களை 'அக்கிரமக்காரரர்கள்' என்று கூறினார். ஏசு கெட்சமனி தோட்டத்தில் இருந்தபோது யூதப்படைகள் அவரைச்

சூழ்ந்துகொண்டன. யூதப்படை வீரன் ஒருவன் ஏசுவின் கன்னத்தில் அடித்துவிடுவான். அதற்கு ஏசு "நான் என்ன தவறு செய்தேன். என்னை ஏன் அறைந்தாய்" என வினா தொடுப்பார். காந்தி ஆங்கிலேயர்களால் கைது செய்யப்பட்டபோது 'என்னை ஏன் கைது செய்தீர்கள். நான் உங்களுக்கு எதிராக என்ன செயல் செய்தேன்' என்று ஒருதடவை கூட கேட்கவில்லை. ஆக, மக்கள் நலனில் அக்கறையோடு வரலாற்றில் வாழ்ந்து மறைந்த கலக நாயகன் ஏசுவுடன், மக்களைக் காட்டிக் கொடுத்து அரசியலைத் துவங்கிய காந்தியை ஒப்பிட்டு டாக்டர் நார்வுட் பேசினால் ஆச்சர்யம்தான் எழும்.

ஆச்சர்யங்கள் அப்படியே இருக்கட்டும். சு.மி. ஒரு தந்தி செய்தியைப் பதிவு செய்திருக்கிறது. காந்தி மீது தமக்குப் பூரண நம்பிக்கை இருப்பதாகவும், அம்பேத்கர் பேசியதைத் தாங்கள் மறுப்பதாகவும், தாழ்த்தப்பட்ட மக்கள் தந்தி அடித்திருப்பதாக ஒரு செய்தியைப் பதிவு செய்திருக்கிறது. சிறுபான்மையினர் கூட்டத்தில் பேசும்போது எந்தவொரு தந்தியும் தனக்கு வந்திருப்பதாக காந்தி கூறவில்லை. ஆனால், 'அம்பேத்கரும் சீனிவாசனும்தான் எங்களது ஒரே பிரதிநிதி' என்ற தந்தி செய்தியை ஆதாரமாகக் காண்பித்து சிறுபான்மையினர் கூட்டத்தில் அம்பேத்கர் பேசினார். பின்னாளில் காந்தியோ அல்லது புனா ஒப்பந்தம் குறித்து ஓரளவு பதிவு செய்திருக்கிற பட்டாபி சீதாராமையாவோ இப்படி ஒரு தந்தி செய்தியை எங்கும் பதிவு செய்யவில்லை. இது ஒருபுறமிருக்க, சு.மி. பதிவு செய்திருக்கும் தந்தியை எந்த அமைப்பு எந்த ஊரிலிருந்து அடித்தது என்றெல்லாம் கூறவில்லை. பொத்தாம் பொதுவான பதிவுகள் பெரும்பாலும் பொய்த் தரவுகளாகவே மாறும். நாம் முன்னரே சொன்னது போன்று சுதந்திரம், சமத்துவம், தீண்டாமை ஒழிப்பு முதலான பன்முகத்தன்மை கொண்ட பரிணாமம் மகாத்மாவிற்கு இருக்கிறது என்பதைக் காட்டவே இரண்டு தகவல்களை சு.மி. பதிவு செய்திருக்கிறது.

உண்ணாவிரதத் தருணம்

காந்தி உண்ணாவிரதம் இருந்த தருவாயில் விகடனால் ஒரேயொரு தலையங்கம்தான் எழுத முடிந்தது. அதற்குள் உண்ணாவிரத நாடகம் முடிவுற்று உடன்படிக்கை நிகழ்வு கையெழுத்தாகிவிட்டது. இந்தக் காலகட்டத்தில் விகடன் மாதம் இருமுறையாக வெளியானது. விகடனின் உண்ணாவிரதத் தலையங்கத்தைக் காண்பதற்கு முன்னர் வட்டமேஜை மாநாட்டின் முடிவு குறித்து 'குழப்பம் குழப்பம் ஏன்?' என்ற தலையங்கத்தை

முதலில் கவனப்படுத்துவோம். அதில், வகுப்புத் தீர்ப்பை அனைத்து வகுப்பாரும் கேட்கவில்லை. இசுலாமியர்கள் 'இத்தனாந்தேதிக்குள் முடிவு சொல்லாவிட்டால் கலகம் செய்வோம்' என மிரட்டியதாக விகடன் எழுதுகிறது. இந்தப் பதிவில் வகுப்புரிமை வரலாறு குறித்தான ஞானம் ஏதும் இல்லை என விகடன் தானாகவே பறைசாற்றியிருப்பதை நம்மால் அறிய முடிகிறது. வகுப்புரிமையை இசுலாமியர்கள் மட்டும் கோரவில்லை. சீக்கியர்கள்; இந்தியக் கிறித்தவர்கள்; தாழ்த்தப்பட்ட மக்கள் ஆகிய அனைவரும்தான் கோரினர். காந்தியால் கொணர முடியாத ஒற்றுமையை - ஏனெனில் காந்தி தாழ்த்தப்பட்டவர்களின் கோரிக்கையை ஏற்கக்கூடாது என ஏனைய சிறுபான்மையினரை நெருக்கியதாலேயே ஒப்பந்தம் ஏற்படவில்லை - சிறுபான்மை உறுப்பினர்கள் கூட்டாகக் கொணர்ந்தனர். காந்தியின் தவறை மறைக்கவே விகடனின் பேனா முனை தப்பான பக்கம் தலை வணங்கியது.

இத்தோடு விகடன் நின்றுவிடவில்லை. "என்னுடைய தீர்ப்பை ஒப்புக்கொள்வதாக எல்லோரும் கையெழுத்துப் போட்டுக் கொடுங்கள். தீர்ப்புச் சொல்கிறேன் என்றார் மக்னால்டு. ஆனால் அப்படியாரும் கையெழுத்துப் போட்டுக் கொடுக்கவில்லை" *(ஆக.15 - 30, 1932 / 1203)* எனவும் எழுதிச் செல்கிறது. அம்பேத்கர் தனது நூலொன்றில் பின்வருமாறு எழுதியிருக்கிறார். "வட்டமேஜை மாநாட்டின் இரண்டாவது அமர்வு கலைக்கப்பட்டபோது சிறுபான்மைக் குழுவுக்கான முக்கியப் பேராளர்கள் தலைமை அமைச்சரின் முன்மொழிவினை ஏற்றுக்கொண்டார்கள்; அதன்படி அவர்கள் வகுப்பு நலச்சிக்கல் குறித்து நடுவராகச் செயலாற்றி முடிவு சொல்லும் அதிகாரத்தை அவருக்கு வழங்குகிற வேண்டுகோளில் ஒப்பமிட்டுக் கொடுத்தார்கள். காந்தியார் உள்பட அனேகப் பேராளர்கள் இப்படிச் செய்தார்கள். நான் இப்படி எந்த வேண்டுகோளும் விடுக்கவில்லை. தீண்டாதவர்களின் கோரிக்கைகள் மிகவும் நியாயமானவை. அவற்றை நடுவர் தீர்ப்புக்கு விடத் தேவையே இல்லை என்று கருதினேன்" (அம்பேத்கர் / *90)* என எழுதியிருக்கிறார். மக்னால்டின் சொல்லுக்குச் செவிமடுத்த நவீன கால கிருஷ்ணரைக் காப்பாற்றவே விகடன் பொய்யுரையை மீண்டும் மீண்டும் உதிர்த்திருக்கிறது என்று இங்கு சொல்லலாம்.

விகடனின் வட்டமேஜை பொய்யுரை இவ்வாறு இருக்க வகுப்புத் தீர்வு வந்த அன்று 'அந்த நியாயத் தீர்ப்பு' என்ற தலைப்பில் தலையங்கம் எழுதியது. தலைப்பே நக்கல் வகைப்பட்டதாகும். "உலகம் ஒருநாள் அழியும். அன்று

கடவுளால் நியாயத் தீர்ப்பு வழங்கப்படும். நல்லவர்களை மோசேயின் கடவுள் ஆபிரகாமின் வலப்பக்கம் வீற்றிருக்கச் செய்து மோட்சத்துக்கு அழைத்துச் செல்வார். கெட்டவர்களை எண்ணெய்ச் சட்டியில் வறுக்க நரகத்திற்குள் தள்ளுவார்" என்பதான கருத்தமைவை 'நியாயத் தீர்ப்பு நாளுக்கு' கிறித்தவம் வழங்கியிருக்கிறது. கிறித்தவம் கட்டமைத்த 'நியாயத் தீர்ப்பு' எனும் சொல்லாடலை விகடன் தலையங்கத்திற்குச் சூட்டியிருக்கிறது. அதில் "...எல்லா மதத்தினருக்கும் எல்லாச் சாதியினருக்கும் சட்டசபைகளில் ஸ்தானங்கள் இருக்கும். ஆனால், 'இந்தியர்'களுக்கு மட்டும் இராது! அவர்கள் திருட்டுத்தனமாய் இடம் பார்த்துக்கொள்ள வேண்டியதுதான்" (செப். *1 - 15, 1932 / 1235*) என எழுதுகிறது. இங்கு விகடன் கூறும் இந்தியர்கள் யார்? பதில் லெகுவாக வெளிக் கிளம்பும். பிராமணர்கள்தான் இந்தியர்கள். ஆங்கிலக் கடவுள் நியாயத் தீர்ப்பு வழங்கியிருக்கிறார். அவர் வழங்கியிருக்கும் நியாயத் தீர்ப்பில் இந்தியர்களுக்கு இடம் இல்லை. அதாவது, பிராமணர்களுக்கு இடம் இல்லை. கிறித்தவம் நல்லவர்களை நியாயத் தீர்ப்பின் வாயிலாக மோட்சத்திற்கு அழைக்கும். ஆங்கிலக் கடவுளோ நல்லவர்களான பிராமணர்களுக்கு மோட்சத்தைத் தராமல் கெட்ட அசுரர்களுக்கு மோட்சத்தைத் தந்திருக்கிறது. பிரம்மாவே பிராமண நலனுக்கு எதிராகச் சென்றால் அவனை மீறலாம், அது பிராமண தர்மம். ஆங்கிலக் கடவுள் பிராமண நலனுக்கு எதிராகச் சென்றால் சும்மா இருப்பதா? திருட்டுத்தனமாக வேண்டுமானாலும் இடம் பிடித்துக்கொள்ள வேண்டியதுதான். அதாவது, அந்த நியாயத் தீர்ப்பை மீற திருட்டுத்தனத்தைப் பிராமணர்கள் கையாள வேண்டும் என்ற உள்ளுரை அடங்கிய எழுத்தை விகடன் இங்கு இலாவகமாகப் பயன்படுத்தியிருப்பதைக் கவனப்படுத்தலாம்.

இவையனைத்தும் இவ்வாறு இருக்க 'அந்த நியாயத் தீர்ப்பு' தலையங்கம் இடம்பெற்ற இதழின் கடைசிப் பகுதியில் ஒரு செய்தியை விகடன் பதிவு செய்திருக்கிறது. 'விகடன்' அச்சேறப் போகும் தருவாயில் மகாத்மாவின் பயங்கரமான கடிதத்தைப் பற்றிய செய்தி கிடைத்திருக்கிறது. "தனித்தொகுதி மூலம் தாழ்த்தப்பட்ட மக்களை ஹிந்து சமூகத்திலிருந்து பிரித்து வைப்பதற்குச் செய்யும் கொடிய முயற்சியை எதிர்க்கும் பொருட்டு, அடிகள் உண்ணாவிரதமிருந்து உயிர்விடத் தீர்மானித்திருக்கிறாராம்" (மேலது / *1373*). விகடனின் அடுத்த இதழ் அக்டோபர் ஒன்றாம் தேதி வருவதற்குள் உண்ணாவிரத 'பிளாக்மெயில்' முடிவுக்கும் வந்துவிட்டது, பாவம் விகடன். திக்கித் தவித்து 'யுகப் புரட்சி' எனும் தலைப்பில் செத்த

செய்தியை (Dead News) தலையங்கமாக்கியது. அத்தலையங்கம் பின்வருமாறு துவங்குகிறது. “அடுத்த இதழ் வெளியாவதற்கு முன், தேசத்தில் பல முக்கியமான காரியங்கள் நடைபெற்றிருக்கும் என்று விகடன் சென்ற இதழில் கை நடுக்கத்துடன் எழுதியது. அந்த முக்கியமான காரியங்களெல்லாம் நல்லதற்காயிருக்க வேண்டுமேயென்ற கவலையினால் கை நடுங்கிற்று. தெய்வத்தின் அருளால் அப்படியே முடிந்திருக்கிறது” (அக். 1 - 15, 1932 / 1442) என்பதாகத் தலையங்கம் தொடங்கும். தொடர்ந்து “...இங்கே மனம் மாற வேண்டியவர்கள் யார்? டாக்டர் அம்பேத்கர் கோஷ்டியும், யேர் - மாக்டனல்டு வகையறாப் பேர்வழிகளும்” (மேலது / 1443) என்றும், தொடர்ந்து “உபவாசம் தொடங்கிய ஆறாம் நாளே மகாத்மா அபாய எல்லைக்குள் வந்துவிட்டதாக வைத்தியர்கள் சொல்லிவிட்டார்கள். இன்னும் சில நாள் நீடித்திருந்தாலும் பாரதத் தாய் தன் அருமைப் புதல்வரை இழக்க நேரிட்டிருக்கலாம்” (மேலது / 1444) என்றும், “பிரிட்டீஷ் சர்க்காரும் அம்முடிவை அங்கீகரிக்கவே அடிகளின் விரதம் ஆரம்பித்த ஏழாவது நாளில் வெற்றியுடன் பூர்த்தி அடைந்தது. 26 அன்று இரவு மகாத்மா கனிரசம் அருந்தி உண்ணாவிரதத்தை முடிவு செய்தார்” (மேலது / 1444) என்றும் எழுதியிருக்கிறது.

இங்கு சில விசயங்களை மட்டும் விமர்சிக்கலாம். ‘இன்னும் சிலநாள் நீடித்திருந்தாலும் பாரதத் தாய் தனது அருமைப் புதல்வரை இழந்திருக்கும்’ என்று விகடன் எழுதுகிறது. இங்கு ஒரு கேள்வியை எழுப்பிப் பார்ப்போம். காந்தி உயிர்விடத் துணிந்தாரா, உயிர்விடத் துணிந்திருந்தால் காந்தி ஏன் ஏதோ ஒருவிதத்தில் தாழ்த்தப்பட்டவர்களுக்குச் சார்பான ஒரு முடிவில் உடன்பட்டார், காந்தியின் வகுப்புவாரி நோக்கமென்ன என்பவற்றை முதலில் காண வேண்டியிருக்கிறது. காந்தி எந்தவொரு தனி இடஒதுக்கீட்டையும் எதிர்க்கத்தான் செய்தார். ‘கலப்புத் தொகுதி வாயிலாகவே தாழ்த்தப்பட்ட மக்கள் தேர்ந்தெடுக்கப்பட வேண்டும். இந்துகளின் மனசாட்சியை அப்பொழுதுதான் தாழ்த்தப்பட்டவர்களால் தட்டி எழுப்ப முடியும்’ என்பதுதான் காந்தியின் நோக்கம். ‘கலப்புத் தொகுதிதான்; தனித்தொகுதியல்ல’ எனச் சொன்ன காந்தி உண்ணாவிரதமிருந்த நாளில் தனித்தொகுதி வாயிலான கலப்புத் தொகுதிக்குச் சரியெனக் கூறினார். சொன்னவர், உண்ணாவிரதத்தை 24ஆம் தேதி முடித்தாரா என்றால் அதுவும் இல்லை. அரசின் கெஜட்டில் வெளிவரும்வரை பொறுத்து 26ஆம் தேதி மாலை 5.30 மணிக்குதான் உண்ணாவிரதத்தை முடித்தார். விகடன்

இரவு உண்ணாவிரதத்தை முடித்தார் எனத் தவறாக எழுதியிருக்கிறது. இதிலிருந்து கிடைக்கும் பதில் இதுதான். காந்தி உயிர்விடத் தயாராகவில்லை. இதே பதிவை அம்பேத்கர் பின்னாளில் "திரு. காந்தி சாகும்வரை உண்ணாவிரதத்தை மேற்கொண்டாலும் அவர் இறக்க விரும்பவில்லை... உயிரோடு இருக்கவே அவர் பெரிதும் விரும்பினார்" (அ.நூ 10, ப.334) என எழுதியிருக்கிறார். 'பிளாக்மெயில்' வழியாகப் பொய்மையான இந்துச் சமூகத்தை காந்தி கட்டமைத்தார். விகடனோ இந்த நிகழ்வை 'அபாய எல்லை', 'தவப்புதல்வரை இழக்க நேரிட்டிருக்கும்' என்றெல்லாம் கருணை மொழியைப் பொழிந்து வழிந்திருக்கிறது. காந்தி 'அபாய எல்லையை' தாண்டினார் என்றால், ஏன் ஒப்பந்தம் ஏற்பட்ட அன்றே உண்ணாவிரதத்தை முடிக்க வேண்டும் என அரசு நிர்பந்திக்கவில்லை. காந்தி இக்காலகட்டத்தில் திடகார்த்த உடலுடனே ஒருவித கலக்கத்தில் இருந்தார். பாரதப் புதல்வன் பிளாக் மெயில் புதல்வனாக மாறிய நாடகத்தை விகடன் கருணை மொழி கொண்டு மறைத்திருக்கிறது என்றுதான் சொல்ல வேண்டும்.

அதே 'யுகப்புரட்சி' தலையங்கத்தில், "இலண்டனில் மகாத்மாவை உதாசீனமாய் பேசிப் பிரசித்தி பெற்ற அம்பேத்கர், இப்போது ஆறே நாளில் மகாத்மாவின் அந்தரங்கத் தோழராகிவிட்டார். உண்மை அன்பின் வலிமையை என்னவென்று சொல்வது?" (மேலது / 1444 - 45) என்றும், "ஹிந்து சமூகம் பிளவுபடாமல் காக்கப்படும். வகுப்புத் தீர்ப்பு ஹிந்து சமூகத்துக்கு ஒரு பெரிய அபாயத்தை ஏற்படுத்தியிருந்தது. தேசத்தில் மிகப்பெரிய பெரும்பான்மையோரான ஹிந்துக்களை அது ஏறக்குறைய சிறுபான்மையோராகச் செய்திருந்தது. இந்த அபாயம் நீங்கி ஒற்றுமைப் பட்டதுதான் ஹிந்து சமூகம் அடைந்திருக்கும் இலாபம். இது அற்புதமான ஒன்று" (மேலது/1447) என்றும் எழுதியிருக்கிறது.

விகடன் துவக்கத்தில் அம்பேத்கரை 'யேர் - மாக்டனல்டு வகையறாப் பேர்வழி' என விளித்தது. பின்னர் 'காந்தியின் அந்தரங்கத் தோழராகிவிட்டார். அது உண்மை அன்பின் வலிமை' என்று எழுதுகிறது. அம்பேத்கர் காந்தியின் அந்தரங்கத் தோழராக என்றும் இருந்ததில்லை. நவீனகால இந்தியாவில் காந்தி என்ற 'மகாத்மா' ஊடுருவ முடியாத ஆளுமையாக அம்பேத்கர் மட்டுமே இருந்தார். இதற்கு அம்பேத்கரின் எழுத்துகளே சாட்சியாக இருக்கின்றன. இத்தோடின்றி விகடன் முதல்முறையாக தாழ்த்தப்பட்டவர்களை 'இந்துச் சமூகம்' என்ற கட்டமைப்பிற்குள் வைத்து அடைக்கிறது. விகடனின் எழுத்துகளில் எங்கும் பதியப்படாத இந்துச் சமூகக் கட்டமைப்பு, புனா

ஒப்பந்த நிர்பந்தம் வழியாகப் பதியப்பட்டிருக்கிறது. விகடனின் பேனா முனையைத் தாண்டி இருந்த ஒரு சமூகத்துடன் நெருங்கிவர விகடன் தனது பிராமணியத்தைச் சற்று ஒதுக்கி வைத்திருக்கிறது என்பதாகக் கூட சொல்லலாம்.

'டெட் நியூஸ்'ஸிற்கு சு.மி. அதிக பக்கங்களைக் கொடுக்கவில்லை. மாறாக, வேறொரு பக்கம் தனது கவனத்தைக் குவித்தது. புனா ஒப்பந்தம் வழியாகத் தாழ்த்தப்பட்டவர்களின் அரசியல் கோரிக்கையைக் கபளீகரம் செய்ததைப் போன்று, இசுலாமிய, கிறித்தவ, சீக்கிய அரசியல் கோரிக்கையைக் கபளீகரம் செய்யத் துணிந்த நிகழ்வுகளைத் தொடர்ச்சியாக டிசம்பர் வரை பதிவுசெய்துவந்தது. இதற்கு 'ஒற்றுமை மகாநாடு' என அழகு மொழியில் தலைப்பிட்டது. இந்நிகழ்வு இரண்டாம் அத்தியாயத்தில் மிகவிரிவாக விவாதிக்கப்பட்டுள்ளது. எனவே, சு.மி. செயல்பாட்டை இத்தோடு நிறுத்திக்கொள்ளலாம்.

குடிஅரசுவின் பங்களிப்பு

"ஓர் இயக்கத்தின் வெற்றிக்குப் பிரச்சாரமும் இதழ்களும் வேண்டும்" (அ.மா.சாமி / 69) என பெரியார் ஒருமுறை கூறினார். தாழ்த்தப்பட்டவர்களின் அரசியல் கோரிக்கையான தனித்தொகுதி இயக்கத்திற்குக் குடிஅரசு இதழ் அரணாக இருந்தது. ஏராளமான தலையங்கங்களை எழுதியது. சு.மி. 'ஆதிதிராவிடர் கலகம்' என்பதாக ஒரு செய்தியைப் பிரசுரித்தது. "அம்பட்ட வாரா வழிக்கருகில் சிலர் தெருவில் கதருடுத்தித் தனியாகச் சென்ற சிலரை வழிமறித்து ஹிம்சித்து அவர்கள் போட்டிருந்த கதர் மேல் வேஷ்டியைக் கிழித்து தீக்கிறையாக்கினார்கள் என்று கூறப்படுகிறது" (நவ. 1, 1931 / 6) என்பதான செய்தியை சு.மி. பிரசுரித்தது. குடிஅரசு சென்னையில் தாழ்த்தப்பட்டவர்களின் கூட்டத்தில் கலவரம் செய்த காங்கிரஸ்காரர்களையும், பிற்படுத்தப்பட்டவர்களையும் கண்டித்துத் தலையங்கம் எழுதியது. சு.மி. அனுப்பப்படாத தந்தியைப் பிரசுரித்தது. குடிஅரசு தாழ்த்தப்பட்ட மக்களின் மாநாடுகளையும், தீர்மானங்களையும், தந்திகளையும் பிரசுரித்தது. சகஜாநந்தரின் கண்டனக் கூட்டத்தைக் குடிஅரசு ஒரு பக்கத்திற்குப் பிரசுரித்தது. அதைப் போன்று பெரியாரிடமிருந்து முரண்பட்டு நின்ற வரதராஜுலு அறிக்கையையும் பிரசுரித்தது. தாழ்த்தப்பட்ட மக்களின் தனிப் பிரதிநிதித்துவத்திற்காகத் தன்னுள் முரண்பட்டிருந்தவர்களின் கூட்டத்தையும், அறிக்கையையும் பிரசுரித்த

குடிஅரசு இதழின் செயல்பாடு வரவேற்கத்தக்கதே. நெருக்கடியான உண்ணாவிரதத்தின்போது குடிஅரசு 'காந்தி ஒரு பிளாக்மெயில்காரர்' என்ற கருத்தமைவு கொண்ட குருசாமியின் கட்டுரையைப் பிரசுரித்தது. 18.08.1932 நாள் கொண்ட குடிஅரசு காந்தியின் உண்ணாவிரதத்தை 'காந்தியின் வைதீகநெறி' என்ற தலையங்கத்தின் வாயிலாகக் கண்டித்தது. அத்தோடின்றி 'காந்தி தற்கொலை' என்ற குருசாமியின் கட்டுரை; "காந்தியின் உண்ணாவிரதமும் தாழ்த்தப்பட்டோர் தனித் தேர்தலும் சமதர்ம அபிப்பிராயம்" என்ற சிங்கார வேலனின் கட்டுரை; அப்பாத்துரை கட்டுரை ஆகியவற்றையும் பிரசுரித்தது. ஏறக்குறைய காந்தி எதிர்ப்பு இதழாக (18.08.1932, 25.08.1932 தேதியிட்ட) குடிஅரசு திகழ்கிறது என்று சொன்னால் அது மிகையல்ல.

சான்றாதாரம்

மூல இதழ்கள்

ஈ.வே.ரா.பெரியார் (ஆசிரியர்), ச.குருசாமி (1932ல் ஆ. பொ.)	குடிஅரசு 1931 - 1932 (வாரம் ஒருமுறை)
வாசன் (ஆசிரியர்)	ஆனந்த விகடன் 1931 - 1932 மாதம் இருமுறை
சுப்பிரமணியம் (ஆசிரியர்)	சுதேசமித்திரன் 1931 - 1932 (வாரம் ஒருமுறை)

துணை நூல்கள்

டாக்டர். பட்டாபி சீதாராமையா	காங்கிரஸ் வரலாறு (1935)
அம்பேத்கர்	அம்பேத்கர் நூல் தொகுதி 10
அம்பேத்கர்	காந்தியும் காங்கிரஸும் தீண்டத்தகாதவர்களுக்குச் செய்ததென்ன?
அ.மா.சாமி	திராவிட இயக்க இதழ்கள்

பகுதி - II

இரட்டை வாக்குரிமை:
தமிழக ஆய்வாளர்களின் மதிப்பீடு குறித்த விமர்சனம்

"தாழ்த்தப்பட்ட மக்களின் நலனுக்காகத் தங்களுடைய சொந்த உற்றார் உறவினர்களையும் எதிர்த்து நேரடியாகக் களத்தில் இறங்கிப் போராடச் சித்தமாக இருக்க வேண்டும்; அதற்கு அவர்கள் தயாராக இருக்கிறார்கள் என்பது நிரூபிக்கப்படும்வரை அவர்களது நேர்மை குறித்து தாழ்த்தப்பட்ட மக்கள் மனநிறைவு அடையமாட்டார்கள்" - அம்பேத்கர், நவம்பர் 4, 1932.

அடிமைகளாய், அனாதைகளாய், அபலைகளாய் வாடிய யூதர்களைப் பாலும் தேனும் பாய்ந்தோடும் கானான் தேசத்திற்கு மோயிசன் அழைத்துச் சென்றாராம். இது உண்மையோ, பொய்யோ தெரியாது. வாழ்வின் பெருந்துயரில் இருந்த, பிறப்படிமைகளாய்ச் சபிக்கப்பட்ட தலித்துகளை ஒருங்கமைத்தவர் அம்பேத்கர். பொலிவிழந்த கண்களுக்கு ஒளிக்கீற்றாய்த் தென்படும் அரசியல் உரிமை எனும் பதத்தை உருவாக்கிக் கொடுத்தார். அப்பதமே இரட்டை வாக்குரிமை. பாலும் தேனும் பொழியும் கானான் தேசமாக இல்லாவிட்டாலும் வாழ்வியல் தேவையைப் பூர்த்தி செய்யும் ஒரு நம்பிக்கையை இரட்டை வாக்குரிமை தரும் என நம்பினார். மோயிசன் அழைத்துச் சென்றபோது குறுக்கே நின்ற செங்கடலைத் தனது கோலால் தட்டி யூதர்களுக்கு விடுதலையைக் கொடுத்தார். அம்பேத்கருக்கு நேர்ந்த துரதிஷ்டம் அவர் கையில் 'புனிதக் கோல்' கிட்டவில்லை. அதனாலேயே உண்ணாவிரதம் என்ற 'காந்தி மாக்கடலை' தாண்டிச் செல்ல முடியாமல் போய்விட்டது.

இன்று மீண்டும் அரசியல் அரங்கில் இரட்டை வாக்குரிமை எனும் பதம் ஒலிக்கத் தொடங்கியிருக்கிறது. அம்பேத்கருக்கு முன்னர் நின்ற காந்தி எனும் மாக்கடலைப் போன்று இன்றும் பல கடல்கள் முன் நிற்கின்றன. சமூக மாற்றத்தைக் காண விழைபவர்களுக்குக் கூட இரட்டை வாக்குரிமை நம்பிக்கை அளிப்பதாகத் தோன்றவில்லை. 'இன்றைய காலகட்டத்தில் அது சாத்தியமா?', 'அம்பேத்கரே விட்டுவிட்ட அரசியல் ஆயுதம் அது' என மிகவும் அனுசரணையோடு நோக்கும் இடதுசாரிகள் உள்ளிட்ட பல தரப்பினரும் இச்சொல்லாடலை உதிர்க்கின்றனர். இது ஒருபுறமிருக்க, 'இரட்டை வாக்குரிமையில் அம்பேத்கர் சமரசம் செய்துகொண்டார்; இரட்டை வாக்குரிமை எனும் பதம் சுயமரியாதை இயக்கத்திலிருந்து அம்பேத்கருக்கு வழங்கப்பட்டது' என்பதான ஆய்வை தொ.பரமசிவமும், 'இரட்டை வாக்குரிமை விசயத்தில் பெரியாரின் பங்களிப்பை அம்பேத்கர் குறிப்பிடாமல் சென்றுவிட்டார்' என்ற வாதத்தை எஸ்.வி.ராஜதுரை - வ.கீதா இருவரும் முன்வைக்கின்றனர்.

இடதுசாரி வாதமும் பெரியாரிய வாதமும் சரிதானா என்பதை ஆராயப்புகும் தருணத்தில் இரட்டை வாக்குரிமை மீட்டெடுப்புப் பற்றிய சுருக்கமான வரலாற்றை அறிந்துகொள்வது நலம். 'இரட்டை வாக்குரிமை' எனும் பதத்தைத் தலித் எழுத்தாளர் ரவிக்குமார் மீட்டெடுக்கிறார். சில மாநாடுகளைக் கூட்டினார். அவரால் மீட்டெடுக்கப்பட்ட அரசியல் செயல்பாடு இன்று தலித் அரசியலின் மிக முக்கியத் திருப்புமுனையாக வளர்ந்திருக்கிறது. இரட்டை வாக்குரிமைக்கான தொடர் மாநாடுகளை விடுதலைச் சிறுத்தைகளின் பொதுச் செயலர் தொல்.திருமாவளவன் பல மாநிலங்களில் கூட்டிவருகிறார். புதிய தமிழகத்தின் நிறுவனர் டாக்டர். கிருஷ்ணசாமி அகில இந்திய அளவில் இரட்டை வாக்குரிமையை எடுத்துச் செல்லும் பணியில் இறங்கியிருக்கிறார். இத்தருணத்தில் கருத்தியல் தளத்தில் வெளிவந்த ஆய்வுகளை மட்டும் மதிப்பிடுவது தேவையாக இருக்கிறது. எனவே அதனை மட்டும் இக்கட்டுரையில் நான் முன்வைக்கின்றேன்.

I

இடதுசாரி ஆய்வாளர்களில் ஒருவரான கோ.கேசவன் இரட்டை வாக்குரிமை 'இன்றைய நிலையில் தேவையா?' எனும் கட்டுரையில், "...இக்கோரிக்கை குறித்து அவர் அதிகம் அக்கறைபட்டுக்கொண்டதாகக்

குறிப்புகள் இல்லை" எனத் தொடக்கத்திலேயே கூறியிருக்கிறார். "இது ஒரு விவாத்தின் தொடக்கமே, முடிந்த முடிவல்ல" என்பதையும் குறிப்பிட்டிருக்கின்றார். இக்கட்டுரையின் தளம் மார்க்சிய - லெனினியக் கோட்பாட்டில் அடங்கியிருக்கிறது. மாறாக, அம்பேத்கர் சட்ட வரைவுக் குழுவின் தலைவராக இருந்தபோது இரட்டை வாக்குரிமை குறித்து அவர் அதிகம் அக்கறை கொண்டதாகக் குறிப்புகள் இல்லை எனும் வாதம் சரியா என்பதை மட்டும் இங்கு காணலாம்.

காந்தியத்தின் உள்ளொளியால் காவு கொடுக்கப்பட்ட இரட்டை வாக்குரிமை, புனா ஒப்பந்தமாக மறுவடிவு கொண்டதென்பது தெரிந்ததே. 1937இல் நடந்த தேர்தல் முடிவுகளும் அமைச்சுப் பொறுப்புகளும் முகமது அலி ஜின்னாவைத் தனிநாடு நோக்கி நகர்த்தியது (முகமது அலி ஜின்னா நடவடிக்கையின் ஒரு பகுதிதானே ஒழிய இவையே முற்றும் முழுதான காரணமல்ல). அம்பேத்கர் 1935லேயே புனா ஒப்பந்தம் தோல்வியைத் தழுவியதாக அறிவித்தார். வாக்குரிமைக் குழுவில் சாதி இந்துக்கள் நடந்துகொண்ட 'வெட்கங்கெட்ட நிகழ்வுகளும்', காங்கிரஸின் சாதி ஒழிப்புப் போராட்டம் வெறும் கோயில் நுழைவு போராட்டமாகச் சுருங்கியதும் ஒரு காரணமாகும் (இவை குறித்து இன்னொரு சமயத்தில் விரிவாக விவாதிக்கலாம்). இதைப் போன்று 1937ஆம் ஆண்டு தேர்தலும் ஒரு காரணமாக இருந்திருக்க வேண்டும். 1937ஆம் ஆண்டு தேர்தலில் காங்கிரஸ் ஏழு மாகாணங்களையும் கைப்பற்றியது. மாகாண பிரதமர்கள் அனைவரும் பிராமணர்கள்; ஒரு தலித் கூட அமைச்சர் பதவியில் இல்லை. இந்நிலையில் அன்றைய மத்திய மாகாண பிரதமராக இருந்த டாக்டர் காரே தனது அமைச்சரவையை மாற்றிப் புது அமைச்சரவையை உருவாக்கிய தருணத்தில், திரு. அக்னிபோஜ் என்ற தலித்தை அமைச்சராக்கினார். 1938 ஜூலை 26ஆம் தேதி வார்தாவில் கூடிய காங்கிரஸ் நிர்வாகக் குழு காரேவைக் கண்டித்திருக்கிறது. "தீண்டப்படாதவர்களிடையே இத்தகைய ஆர்வ விருப்பங்களையும் அபிலாஷைகளையும் கிளர்த்திவிடுவது தவறென்றும்; இத்தகைய மோசமானத் தவறைச் செய்தமைக்காக உங்களை நான் ஒருபோதும் மன்னிக்க முடியாது என்றும் திரு.காந்தியே தம்மிடம் கூறியதாகவும் டாக்டர் காரே தெரிவித்தார்" (அ.நூ. 10 / 398). இந்நிகழ்வு அம்பேத்கரைப் பாதித்திருக்கிறது. எனவே, தனது நிலையிலிருந்து மாறி மீண்டும் தனித்தொகுதி முறையைக் கொணர்வதற்கான செயல்பாட்டில் இறங்கினார்.

1942 ஜூலை *18,19*ஆம் தேதிகளில் நாக்பூரில் கூடிய அகிய இந்திய ஷெட்டியூல்டு வகுப்பு மாநாட்டில் தீர்மானம் எண் *II*இல் உள்ள *5*ஆவது சரத்து பின்வருமாறு கூறுகிறது.

எல்லாச் சட்டமன்றங்களுக்கும் ஸ்தாபன அமைப்புகளுக்கும் ஷெட்டியூல்டு வகுப்பினரின் பிரதிநிதிகள் தனிவாக்காளர் தொகுதிகள் மூலம் தேர்ந்தெடுக்கப்படுவதற்குச் சட்டரீதியாக வழிவகை செய்யப்பட வேண்டும்.

இதைப் போன்று "*1944* செப்டம்பர் *23* அன்று சென்னையில் கூடிய 'அகில இந்திய அட்டவணைச் சாதியினர் கூட்டமைப்பு தனிவாக்காளர் தொகுதி கோரிக்கையை வலியுறுத்தி தீர்மானம் இயற்றியது (ரவிக்குமார் *1996, 2004* / தலித் என்ற தனித்துவம் முன்னுரை; வன்முறை ஜனநாயகம் / *155*). இவ்விரண்டு தீர்மானங்களில் முந்தையதை அம்பேத்கர் தனது 'திரு. காந்தியும் தீண்டப்படாதோரின் விடுதலையும்' நூலில் பதிவு செய்திருக்கிறார்.

*1942*இல் கொணர்ந்த தீர்மானத்தின் அடிப்படையிலேயே *1946*இல் இலண்டன் சென்று "இங்கிலாந்து பாராளுமன்ற உறுப்பினர்கள் மத்தியில் இரட்டை வாக்குரிமைக்காக ஆதரவு திரட்டினர். *1946* நவம்பர் *5*ஆம் தேதி இலண்டனில் 'ஹவுஸ் ஆஃப் காமன்'ஸில் ஒருமணி நேரம் அவர் உரையாற்றினார்" (ரவிக்குமார் *2004* / *56*). *1942*இல் தீர்மானம் கொணர்ந்து அதற்கான ஆதரவை *1946*இல் உருவாக்கிய அம்பேத்கரால் அரசியல் சட்ட அவையில் அதனை இணைக்க முடியாமல் போன செயல்பாடு ஆய்வுக்குரியது. என்றபோதும் அம்பேத்கர் தனித்தொகுதி கோரிக்கையைக் கைவிட்டுவிட்டார் என்று முற்று முடிவாகக் கூற முடியாது. அம்பேத்கர் தவிர்த்த தலித் உறுப்பினர்கள் அரசியல் சட்ட வரைவின் மீதான விவாதத்தின்போது தனித்தொகுதி குறித்தான கவன ஈர்ப்புத் தீர்மானம் கொணர்ந்ததற்கான தரவுகள் தற்போது வெளிவந்திருக்கின்றன. இதனை இன்னொரு சந்தர்ப்பத்தில் விரிவாகக் காணலாம். இங்கு பிறிதொரு சான்றையும் நாம் முன்வைக்கலாம். *1952*இல் நடந்த சுதந்திர இந்தியாவின் முதல் தேர்தல் முடிவுகளின் வெளிப்பாடாய் (இத்தேர்தல் புனா ஒப்பந்தத்தின் அடிப்படையில் நடைபெற்றது. பின்னர் வி.வி.கிரியின் மூலம் அம்முறை ஒழிக்கப்பட்டது. விரிவாகக் காண்க: வி.வி.கிரி வழக்கு பற்றிய கவர்ன்மெண்ட் நகல்) *1955*இல் கூடிய தாழ்த்தப்பட்டோர் கூட்டமைப்பின்

செயற்குழு அம்பேத்கரின் முடிவை வெளியிட்டது. "அதாவது, அரசியலில் பாராளுமன்ற, சட்டமன்றங்களுக்கு இடஒதுக்கீட்டு முறையை ஒழித்துவிட வேண்டும் என்று இக்குழு கேட்டுக்கொண்டது" (பெ.தங்கராசு / 8). ஆக, அரசியல் ஆயுதமான தனித்தொகுதி முறையை அம்பேத்கர் தன் வாழ்நாள் முடிய எதிர்பார்த்து அல்லது வேண்டும் என்ற நிலையில் இருந்தார் என்பதை மட்டும் இங்கு குறிப்பிடலாம். இம்முடிவில் இருந்து கேசவனின் கூற்றான "இக்கோரிக்கை குறித்து அவர் அதிகம் அக்கறை பட்டுக்கொண்டதாகக் குறிப்புகள் இல்லை" என்ற குறைபாட்டைப் பரிசீலனைக்கு உட்படுத்தலாம்.

II

திராவிட இயக்கப் பின்புலத்திலிருந்து ஆய்வை மேற்கொள்ளும் தொ.ப. 'புனா ஒப்பந்தம் ஒரு சோகக் கதை' என்பதான ஒரு கட்டுரையை எழுதியிருக்கிறார். கட்டுரையில் பெரும்பாலானவை புனா ஒப்பந்த நாட்களில் நடந்த அம்பேத்கரின் மனமாற்றச் செய்திகள், அதற்குப் பின்னர் புனா ஒப்பந்தம் நீதிமன்ற தீர்ப்பால் காவு கொடுக்கப்பட்டமை, அதனை எதிர்ப்பதற்கான "ஒரு வலிமையான இயக்கமோ தலைவரோ அப்போது இல்லை, தலித் தலைமை பின்னர் சோரம் போய் காங்கிரஸில் அய்க்கியமானது", என்பதாக இருக்கிறது. இங்கு இவை அனைத்திற்கும் பதிலிடுவது அல்லது இவற்றை விவாதத்திற்குட்படுத்துவது கட்டுரையின் நோக்கம் அல்ல. இங்கு இவை தவிர்த்த வேறொன்றை விவாதிக்கலாம்.

அக்கட்டுரையில் "தாழ்த்தப்பட்டோர் மட்டும் வாக்களித்துத் தங்கள் பிரதிநிதிகளைத் தேர்ந்தெடுக்க வேண்டும் என்ற கருத்து முதன்முதலில் திராவிடன் இதழிலேயே 1921இல் வெளிவந்தது. அந்தக் கருத்தை 11 ஆண்டுகள் கழித்து வட்ட மேஜை மாநாட்டில் அம்பேத்கர் முன்வைத்தார்" என தொ.ப. கூறுகிறார். 'புதிய காற்று' 2003 செப்டம்பர் இதழுக்குக் கொடுத்த பேட்டியில் "தலித் மக்களுக்கான தனி ஒதுக்கீடு என்கிற கோரிக்கையை 1932[1]இல் வட்டமேசை மாநாட்டில் அம்பேத்கர் முன்வைக்கிறார்.

---

1. 1932இல் இரண்டாம் வட்டமேஜை மாநாடு நடக்கவில்லை. 1931இல் தான் இரண்டாம் வட்டமேஜை மாநாடு நடைபெற்றது. 1932இல் புனா ஒப்பந்தம் ஏற்பட்டது.

அந்தக் கோரிக்கை இரட்டைமலை சீனிவாசனால் அவருக்கு எடுத்துத் தரப்பட்டது. இரட்டைமலை சீனிவாசன் அதைத் திராவிட இதழிலிருந்து எடுத்துக் கொடுக்கிறார்[2]. **1921**இல் திராவிட இதழில் ஜனத சங்கர கண்ணப்பன், தலித் மக்கள் மட்டும் வாக்களித்து, தங்கள் பிரதிநிதிகளைத் தேர்ந்தெடுக்கும் தேர்வு முறை வேண்டுமென்று எழுதினார். இதுதானே வரலாறு" என தொ.ப. கூறுகிறார்.

தொ.ப.வின் மேற்குறித்த சொல்லாடல்களை ஆராயப் புகுமுன் தலித்துகளுக்கான வகுப்புவாரி உரிமையை அறிந்துகொள்ளல் வேண்டும். இந்திய அரசியல் அரங்கில் சாதிவாரியான பிரதிநிதித்துவம் வேண்டல் என்பது ஆட்சிமுறை இந்தியாவிற்கு அறிமுகப்படுத்தப்பட்டதிலிருந்தே தொடங்கிவிட்டது. உள்ளூர் ஆட்சிமுறையில் இந்தியரின் பங்கு அதிகமாக இருக்க வேண்டும் என்பதற்காக ரிப்பன் பிரபுவால் **1882**இல் ஒரு புதிய முறை புகுத்தப்பட்டது. இம்முறையின் வாக்காளர் தகுதிகளாகச் சொத்து, கல்வி, வரிகட்டுதல் முதலானவை இருந்திருக்கின்றன. இம்முறையில் இருந்து இயல்பாகவே தலித்துகள் விலக்கப்படுகின்றனர். "இரட்டைமலை சீனிவாசன், பண்டிதர் அயோத்திதாசர் ஆகியோரின் முன்முயற்சியால் தொடங்கப்பட்ட திராவிட மகாஜனசபை **1.12.1981**இல் இயற்றிய தீர்மானம் இப்படிக் கூறுகிறது: எல்லா மாவட்டங்களிலும் உள்ள கிராமப் பஞ்சாயத்துகள், நகராட்சி மன்றங்கள் ஆகியனவற்றில் ஒடுக்கப்பட்ட வகுப்பாரின் குறைகளை எடுத்துரைக்கும் விதத்தில், ஒடுக்கப்பட்ட வகுப்பாரின் உரிய பிரதிநிதிகளை நியமிக்க வேண்டும்" (கோ.கேசவன் **1996 / 16**) என கோ. கேசவன் 'இரட்டை வாக்குரிமை இன்றைய நிலையில் தேவையா?' என்ற கட்டுரையில் குறிப்பிடுகிறார்.

2 "...சென்னையில் ஏற்பட்டு ஒரே ஒரு வருச காலமேயான சென்னை மாகாண தாழ்ந்த வகுப்பினர் சங்கம் மாத்திரம் தனக்கு தனிநியமனம் வேண்டுமென்றும்... மற்றவைகளெல்லாம் தனக்குத் தனித் தொகுதி வேண்டும் எனக் கேட்டிருந்தும்... சர்க்கார் அவைகளைக் கவனிக்காமல்... நியமனமேயிருந்தால் போதுமென்ற சென்னை ராவ்பகதூர். ஆர்.சீனிவாசனையும் தாழ்த்தப்பட்ட மக்களின் பிரதிநிதியாக வட்டமேஜை மாநாட்டிற்கு அனுப்பினது சிறிதும் நேர்மையான காரியம் ஆகாது" (மே.**24.1931.** கு.அ./8) என எம்.சி.ராஜா பேசியிருக்கிறார். தனித் தொகுதியின்பால் நம்பிக்கை வைத்திருந்த சீனிவாசன் திராவிடன் கட்டுரையைப் படித்து இரட்டை வாக்குரிமையை அம்பேத்கரிடம் சொன்னார் எனும் தொ.ப.வின் ஆய்வு முடிவு நம்பும்படியாக இல்லை என்பதை ராஜாவின் பேச்சு உணர்த்துகிறது என்பதை இங்கு கவனப்படுத்தலாம்.

இத்தீர்மானத்திலிருந்து ஒன்றை அறிந்துகொள்ள முடிகிறது. திராவிடனில் எழுதிய கே.எஸ்.கண்ணப்பர்தான் முதன்முதலில் தனித்தொகுதி முறையை எழுதினார் என்ற தொ.ப.வின் வாதம் தவறானது. இப்போது மீண்டும் வகுப்புரிமைக்கு வருவோம். 1882க்குப் பின்னர் அரசியலமைப்பில் மேலும் சில மாற்றம் செய்ய வேண்டி 1906இல் மிண்டோ - மார்லி குழு அமைக்கப்பட்டது. தலித்துகளுக்கான தனி ஒதுக்கீடுகள் வேண்டும் எனவும் அவர்களோடு இசுலாமியர்களுக்கும் தனி ஒதுக்கீடு வேண்டும் எனவும் அயோத்திதாசர் வாதிடுகிறார். "இராசாங்க ஆலோசனை சங்கத்துள் நூறு பெயர் நியமனமாக வேண்டுமானால் சாதிபேதமற்ற திராவிடர்களாம் இந்தியர்கள் 25 பெயரையும், ...மகமதியர்கள் 25 பெயர்களையும்... நியமித்து ஆலோசனைகளை நிறைவேற்றுவதானால் சகலகுடிகளும் சுகம் பெறுவார்கள்" (ஞான.அலாய்சியஸ் / 104; கோ.கேசவன் / 17) என அயோத்திதாசர் எழுதுகின்றார். பின்னர் இதனை இருபதாகக் குறைத்துக்கொள்கிறார் (மேலது / 106). இக்காலகட்டத்தில் இரட்டைமலை சீனிவாசன் தமிழ்நாட்டில் இல்லை. அயோத்திதாசரின் கோரிக்கைகள் நிறைவேறாத பட்சத்தில் மிண்டோ - மார்லி செயல்பாட்டைக் கண்டிக்கவும் தவறவில்லை. "லார்ட் மார்லியவர்கள் ஐரோப்பா.தேசக் குடிகளின் ஆரவாரத்தை அறிந்தவரேயன்றி, இந்துதேசத்தோர் இடியும் புடையும் அவர் கண்டறியார்" (மேலது / 155) என அயோத்திதாசர் எழுதுகிறார். 1919இல் வெளியான இரட்டை ஆட்சி முறையில்தான் தலித்துகளுக்கு நியமன உறுப்பினர் 10 என்ற எண்ணிக்கை இருந்தது. இதற்கு அயோத்திதாசரும் இங்கிலாந்து அரசர் ஏழாம் எட்வர்டும் காரணமாக இருந்தனர். ஏனெனில், "ஏழாம் எட்வர்டு மாகாண அவைகளில் தாழ்த்தப்பட்டோருக்கு நியமன ஒதுக்கீடு தரலாம் என்ற கருத்தை (4.11.1908)" (கோ.கேசவன் / 17) முன்வைத்திருக்கின்றார்.

1927இல் சைமன் கமிசன் இந்தியாவில் சுற்றுப் பயணம் செய்தபோது அம்பேத்கர் அதனில் சாட்சியம் அளிக்கிறார். "வயது வந்தோர்க்கு வாக்குரிமை வழங்கப்பட வேண்டும் எனவும் அவ்வாறு இல்லாவிட்டால் தனிவாக்காளர் தொகுதி தேவை" எனவும் வாதிடுகிறார். அதனடிப்படையில் 1930இல் சைமன் கமிசன் தலித்துகளுக்கான தனிவாக்காளர் தொகுதியை வேறு வடிவில் ஊர்ஜிதப்படுத்தியது. இவ்வறிக்கை குறித்த ஏற்பின்மை இந்திய கட்சிகளிடம் நிலவியது. இதன் விளைவாக வட்டமேசை மாநாடு கூட்டப்படுகிறது. இம்மாநாட்டிற்கு "இரண்டு பிரதிநிதிகளின் மூலம் தனித் தனியாகப் பிரதிநிதித்துவப்படுத்துவதற்காகத் தீண்டப்படாதவர்கள்

முதன்முதலாக அனுமதிக்கப்பட்டனர்" (அ.நூ. 16 / 64). டாக்டர் அம்பேத்கரும் இரட்டைமலை சீனிவாசனுமே அந்தப் பிரதிநிதிகள்.

முதல் வட்டமேஜை மாநாட்டின் மூன்றாம் துணைக்குழுவில் ஓர் அறிக்கையை இருவரும் சமர்ப்பித்திருக்கின்றனர். அவ்வறிக்கை பின்னிணைப்பு - Iஆக இணைக்கப்பட்டிருக்கிறது. அதனில் நிபந்தனை எண்: 4இல் 'சட்டமன்றங்களில் போதுமான பிரதிநிதித்துவம்' எனும் தலைப்பில் 2ஆவது பகுதி 'ஆ'வில் முதல் பத்தாண்டு காலத்திற்குத் தனிவாக்காளர் தொகுதி (*Separate electorate*) மூலமாகவும் தேர்ந்தெடுத்துக்கொள்ளும் உரிமை வழங்கப்பட வேண்டும் என்றிருக்கிறது. (விரிவாகக் காண: அம்பேத்கர் பேச்சும், எழுத்தும் தொகுதி - 5). முதல் வட்டமேசை மாநாடு, இரண்டாம் வட்டமேசை மாநாடு கடந்து காந்தியின் அபரிமிதமான குறிக்கீட்டையும் தாண்டி 1932இல் தனிவாக்காளர் தொகுதி ராம்சே மெக்புனால் அறிவிக்கப்பட்டது. இதுதான் தலித்துகளின் வகுப்புரிமை வரலாறாகும். இதனை நோக்கும்போது தொ.ப.வின் கூற்று உண்மைக்குப் புறம்பானது என்பது புலனாகும். இவை தாண்டிய வேறு விமர்சனம் இதற்குத் தேவையில்லை என்று தோன்றுகிறது.

III

எஸ்.வி.ஆர் - வ.கீதா ஆகியோரின் "பெரியார் சுயமரியாதை சமதர்மம்" எனும் நூலில் 'தாழ்த்தப்பட்டோர் தனிவாக்காளர் தொகுதியும் சுயமரியாதை இயக்கமும்' எனும் பகுதியில் இரட்டை வாக்குரிமை பற்றி விவாதித்துள்ளார்கள். இதல்லாமல் 810 பக்கம் கொண்ட நூலில் ஆங்காங்கே இரட்டை வாக்குரிமை பதிவாகியிருக்கிறது. இரட்டை வாக்குரிமை விசயத்தில் எம்.சி.ராஜா சோரம் போய்விட்டார் எனப் பல ஆய்வாளர்கள் திரும்பத் திரும்பக் கூறுகின்றனர். அம்பேத்கர் எம்.சி.ராஜாவை விமர்சனப்படுத்தியது இதற்கு ஒரு காரணம். அம்பேத்கர் அதோடு நிற்கவில்லை, "திரு. ராஜா புனா ஒப்பந்தத்தின் விளைவுகளைக் கண்கூடாகப் பார்த்த பிறகு, மாயையிலிருந்து மீண்டுவிட்டதாகத் தோன்றுகிறது. ... தாம் புனா ஒப்பந்தத்தின் பரம எதிரி என்பதைப் பகிரங்கமாகவே அவர் பிரகடனம் செய்துள்ளார்" (அ.நூ. 10 / 365) என எழுதுகிறார். அதோடு 1937ஆம் ஆண்டில் காந்திக்கும் அவருக்கும் இடையே நடந்த கடிதப்

போக்குவரத்துகளையும் ஆதாரமாகக் காண்பித்தார். "சமூக, மத சுதந்திரம் பெறும் எங்கள் முயற்சிக்குக் காங்கிரஸ் உண்மையிலேயே துணைபுரியும் என்ற முழு நம்பிக்கையில் நாங்கள் புனா ஒப்பந்தத்திற்கு உடந்தையாக இருந்தது விவேகமானதுதானா என்று இவை யாவும் என்னை மனஉளைச்சல் கொள்ளச் செய்கின்றன (மேலது / 367) என எம்.சி.ராஜா எழுதியிருப்பதை அம்பேத்கர் பதிவு செய்கிறார்.

அம்பேத்கருக்குப் பின்னர் வேறு ஆய்வாளர்கள் இதனைக் கண்ணோக்காமல் எம்.சி.ராஜா துரோகம் செய்தார் என்பதை மட்டும் வெளிப்படுத்திவந்த தருவாயில், எஸ்.வி.ஆர் - வ.கீதா ஆகியோர் அச்செய்தியோடு நிற்கவில்லை. "புனே ஒப்பந்தத்தில் கையெழுத்திட்டதற்காக அவர் எம்.சி.ராஜா, அதற்காகத் தன்னை ஒருபோதும் மன்னிக்கவேயில்லை என்று ஓர் அந்நிய வரலாற்றறிஞர் கூறிய அளவிற்கு அவர் தனது செய்கைக்காக வருந்தினார் (copley 81)" (ப.179) என்ற செய்தியையும் பதிவு செய்திருக்கின்றனர். இனி எஸ்.வி.ஆர் - வ.கீதா நூலில் உள்ள சில விசயங்களை நோக்குவோம். இரட்டை வாக்குரிமையை விவாதித்துவரும்போதே சில வரலாற்று இணைப்பையும் வலிந்து இவர்கள் மேற்கொள்கின்றனர். என்.சிவராஜ், மீனாம்பாள் சிவராஜ், ஜி.அப்பாத்துரையார், அன்னபூரணியம்மாள் ஆகியோரைப் பற்றி பின்வருமாறு எழுதுகிறார்கள்.

1. என்.சிவராஜ்:

"நீதிக்கட்சி உறுப்பினரும் சுயமரியாதை இயக்கத்தவரும் சட்டமன்ற நியமன உறுப்பினரும் தாழ்த்தப்பட்டோர் தலைவருமான என்.சிவராஜ்" *(178)*.

2. மீனாம்பாள் சிவராஜ்:

"அம்பேத்கர், தான் இந்து மதத்தில் இருந்து வேறு மதத்திற்கு மாறப் போவதாகக் கூறி வெளியிட்ட அறிக்கையைக் குடிஅரசு வரவேற்றது (கு.அ. 20.10.1935). அம்முடிவை ஆதரித்து 30.11.1935இல் எழும்பூர் ஏரியில் ஸ்பர்டாங் ஆதிதிராவிட சங்கத்தின் மாபெரும் பொதுக்கூட்டம் சுயமரியாதை இயக்கத்தின் ஆதரவுடன் நடந்தது. சுயமரியாதை இயக்கத்தைச் சேர்ந்த மீனாம்பாள் சிவராஜ் சிறப்புரையாற்றினார்" *(334 - 335)*.

3. ஜி.அப்பாதுரையார்:

"கோலார் தாழ்த்தப்பட்ட வகுப்பினர் தலைவரும், சுயமரியாதை இயக்க முன்னாள் வீரரும், பௌத்த சிந்தனையாளரும், அயோத்திதாசரின் மகன் பட்டாபிராமனுக்குப் பிறகு 'தமிழன்' பத்திரிகையை நடத்தி வந்தவருமான ஜி.அப்பாதுரையார்" (189).

4. அன்னபூரணி :

அன்னபூரணியம்மாளும் சுயமரியாதை இயக்க முன்னணி வீரர்களில் ஒருவர்.

இங்கு நாம் ஒன்றை நினைவில் கொள்ள வேண்டும். தலித் தலைமை என்பது தமிழக வரலாற்றில் 1880களில் இருந்தே தொடர்ந்துவந்திருக்கிறது. அதுவொரு தனித்துவமான தலைமை. 1881இல் அயோத்திதாசரும் இரட்டைமலை சீனிவாசனும் திராவிட மகாஜன சபையைத் தோற்றுவிக்கின்றனர். 1902இல் சாக்கிய புத்த சங்கத்தைத் தோற்றுவிக்கிறார் அயோத்திதாசர். 'திராவிடன்' என்ற கருத்தாக்கத்தை இதன் மூலம் அரசியல்படுத்துகிறார். திராவிடன் யார் என்பதை விவரிக்கும்போது சாதி பேதமற்ற தலித்துகளைத்தான் திராவிடன் என அடையாளப்படுத்துகிறார். சாதி இந்துக்களைச் சாதிபேதமுள்ள திராவிடர்கள் என்கிறார். தலித் பிரிவுகளில் ஒன்றான 'பறையன்' என்பதையே புறந்தள்ளுகிறார். ஒருவிதத்தில் சாதியத்தைச் சாதியத்தால் எதிர்கொள்ள முடியாது. அல்லது ஒழிக்க முடியாது. சாதியத்தை அதன் எதிர்நிலையில் இருந்துதான் வீழ்த்த முடியும் என்பது அவரது கருத்தாக இருக்கிறது. அவருக்குப் பின்னர் வந்த தலித் இயக்கங்களோ அல்லது சுயமரியாதை இயக்கமோ சாதியத்தைச் சாதியத்தால் வீழ்த்த முடியும் என இன்றுவரைக் கனாக் காண்கின்றனர். அதுவொரு கானல் நீர். ஆக, சாதியத்தை எதிர் திசையிலிருந்து வீழ்த்த முடியும் என்பதை தலித் தலைமையே முதன்முதலில் முன்வைத்தது.

அயோத்திதாசருக்குப் பின்னர் ஆதிதிராவிட ஜனசபை, அகில இந்திய அட்டவணைச் சாதியர் கூட்டமைப்பு (குறைபாடு இருந்தபோதும்) என்பதான அரசியல் இயக்கங்கள் தொடர்ந்து வந்திருக்கின்றன. ஆனால், சாதி இந்துக்களின் அரசியல் வருகை 1912க்குப் பின்னர்தான் உருவானது என்பது வரலாறு. இங்கு காலத்தால் முந்திய வரலாற்றுப் பாரம்பரியத்தைச்

சுயமரியாதை இயக்கத்துடன் இணைத்துப் பேச வேண்டிய அவசியம் என்ன? ஏன் சுயமரியாதை இயக்கத்தைத் தலித்துகளின் தலைமையோடு இணைத்துப் பேசவில்லை என்ற கேள்வி இயல்பாகவே எழுகிறது.

இவையனைத்தும் இவ்வாறு இருக்கட்டும். என்.சிவராஜ் பற்றி அன்பு பொன்னோவியம் இவ்வாறு எழுதுகிறார். "ஆதிதிராவிடர் - திராவிடர் ஒன்றாவதன் மூலம் தமிழ்நாடு சிறப்படையலாம்; தமிழ்ச் சமுதாயம் பெருமையடையலாம்; முன்னேறலாம் என்பது வாசுதேவ பிள்ளையவர்களின் கணிப்பாகும். ஆதிதிராவிடரும் திராவிடரும் பல நூற்றாண்டுகளாக வேற்றுமையுற்று வாழ்பவர்கள். இவர்களைக் குறுகிய காலத்தில் இணைத்துவிட முடியாது. திராவிடர்கள் ஆரியர்களுக்கு அடிமைகாளாக இருக்க இசைவார்கள். ஆதிதிராவிடர்களோடு இணைய விரும்ப மாட்டார்கள். அதற்குரிய அடிப்படை வழிகளோ, வாய்ப்புகளோ இல்லை என்பது சிவராஜ் அவர்களுடைய தொலை நோக்காகும்" (அறவுரை பி.மா. 1993).

சிவராஜ் தனித்துவத்துடன் செயலாற்றிவந்தார் என்பது மட்டும் இங்கு போதுமானது. மீனாம்பாள் சிவராஜை எஸ்.வி.ஆர் - வ.கீதா ஆகியோர் சுயமரியாதை இயக்கத்தவர் என்றே கூறிவிட்டனர். முதலில் இது தவறான வாதமாகும். மீனாம்பாள் தலித் இயக்கத்தின் தலைவர். அவர் ஒரு கூட்டத்திற்குச் செல்லும்போது, சுயமரியாதை இயக்கத்தினர் தலித்துகளை இழிவாகப் பேசினார்கள் என்ற செய்தி தெரிவிக்கப்படுகிறது. அதே கூட்டத்தில் 'தாழ்த்தப்பட்டவர்களை இழிவாகப் பேசியவர்களை விளக்குமாற்றால் அடிப்பேன்' என்று பேசியிருக்கிறார். பெரியாரிடம் இத்தகவல் சென்று அவர் சிம்லா கூட்டத்தில் இருந்த சிவராஜிடம் விளக்கம் கேட்டுக் கடிதம் எழுதியிருக்கிறார் (விரிவாகக் காண்க: அ.பொ. அறவுரை இதழ்). அவர் சுயமரியாதை இயக்கத்தவர் என்றால், ஏன் சுயமரியாதை இயக்கத்தவரை விளக்குமாற்றால் அடிப்பேன் என்கிறார் என்பதை எஸ்.வி.ஆரும் வ.கீதாவும்தான் விளக்க வேண்டும். ஜி.அப்பாதுரை, அன்னபூரணி ஆகியோரையும் சுயமரியாதை இயக்கத்துடன் இணைத்தே பேசுகின்றனர். ஏனைய தலித் இயக்கத்திற்கும் சுயமரியாதை இயக்கத்திற்கும் எதிர்த் திசையில் பயணப்பட்ட அயோத்திதாசர் பாரம்பரியத்தைச் சுயமரியாதை இயக்கத்தோடு இணைத்ததற்கான காரணத்தையும் எஸ்.வி.ஆர் - வ.கீதா கூட்டணி சொல்லத்தான் வேண்டும்.

இதற்கும் எடுத்துக்கொண்ட பொருளுக்கும் என்ன தொடர்பு என இங்கு வினவத் தோன்றும். மேற்குறித்த செயல்பாட்டை வரலாற்றுத் திரிபு எனக் கூறி, கட்டுரையின் பொருளுக்கு வருகிறேன். மேற்குறித்த வரலாற்றுத் திரிபை இவர்கள் தலித் தலைமையோடு நிற்காமல் போராட்டத்திற்கும் இழுத்துவருகின்றனர். 1931இல் இரட்டை வாக்குரிமை கோரி தலித்துகள் சென்னையில் போராடுகின்றனர். இக்காலகட்டத்தில் - எம்.சி.ராஜா இரட்டை வாக்குரிமை தேவை எனக் கூறுகிறார். அவர் தலைமையில் நடந்த மாநாட்டுத் தீர்மானத்தைப் பிரிட்டனுக்குத் தந்தி மூலம் தெரிவிக்கின்றனர் - கூட்டங்களைக் கூட்டுகின்றனர். இக்கூட்டத்தில் சுயமரியாதை இயக்கத்தவர் கலந்துகொண்டு ஆதரவு தெரிவிக்கின்றனர். ஏனெனில், சாதி இந்துக்கள் சென்னையில் பொருளாதார ரீதியில் தங்களையும் தலித்துகளோடு இணைக்க வேண்டும் எனக் கோரினர். இவர்கள் தலித் கூட்டங்களில் கலந்துகொண்டதற்கு இதுவும் ஒரு காரணம் (விரிவாகக் காண: அ.நூ. 10 தேவைப்படுவோர் பார்க்கவும்). ஆனால், சாதி இந்துக்களின் கோரிக்கையைத் தலித்துகள் நிராகரித்தனர் என்பது வேறு விஷயம்.

இவை அனைத்தும் நிற்க. தலித் தலைமையைச் சுயமரியாதை இயக்கத்தோடு இணைத்துவிட்ட பின் அப்போராட்டமும் சுயமரியாதை இயக்கப் போராட்டமாக மாற்றப்படுகிறது. அதாவது, தலித்துகளுக்கென்று தனித் தலைமையோ போராட்ட வடிவமோ இருந்ததில்லை. அவையனைத்தும் சுயமரியாதை இயக்கம் போட்ட பிச்சை என்ற தொனியில் இவ்வாய்வு இருக்கிறது. இதுதான் இவர்களின் நோக்கமோ என்று கூட எண்ணத் தோன்றுகிறது.

இதற்கு இன்னொரு சான்றையும் சுட்ட முடியும். பி & சி தொழிலாளர் வேலை நிறுத்தத்தின்போது சிங்காரவேலரின் சொல்லாடலைப் பதிவு செய்கிறார்கள். “இந்த ஆலைத் தொழிலாளர்களின் வேலை நிறுத்தம் நடந்துகொண்டிருக்கையில், ஆலை நிர்வாகம் சில பஞ்சமக் ‘கருங்காலி’களையும், தாழ்த்தப்பட்ட வகுப்பினரைப் பாதுகாக்கும் கடமை என்ற வண்ணம் பூசிக்கொண்ட தொழிலாளர் துறையால் திரட்டப்பட்ட வேறு பறையர்களையும் கொண்டு ஆலைகளை நடத்த முயற்சி செய்தது” (381) என்ற சொல்லாடலைப் பதிவு செய்து கீழே, “நீதிக் கட்சிப் பத்திரிகையான ‘திராவிடன்’ தாழ்த்தப்பட்ட சாதித் தொழிலாளர்களைப் ‘பறையர்கள்’, ‘பஞ்சமர்கள்’ என்று இழிவு குறிப்போடு எழுதியதாகச் சிலர் கூறுவதும் அதன் பொருட்டுக் கற்பனையான சில பத்திரிகையொன்றை ஆதாரம் காட்டுவதும் அடிப்படையில்லாதவை” என விளக்கம் கொடுக்கின்றனர்.

பி & சி ஆலைப் பிரச்சினை தனித்த ஆய்வுக்குரியது. இங்கு ஒன்றை மட்டும் எடுத்துக்கொள்வோம். ஆலைப் பிரச்சினையில் மிகவும் பாதிப்புக்குள்ளானதும், உயிர்பலியானதும் தலித்துக்கள் மட்டுமே. இதனால் தலித்துகள் ஓர் அணியாகத் திரண்டு போராடினர். தலித்துகள் பக்கம் எம்.சி.ராஜாவும், சாதி இந்துக்கள் பக்கம் திரு.வி.க, மறைமலையடிகள் போன்றோரும் நின்றனர். தியாகராஜர் இந்நிகழ்வில் சாதி இந்துப் பக்கம் நிற்கிறார். தலித்துகளை வசைபாடிவிட்டு அவர்களைச் சென்னையைவிட்டு அப்புறப்படுத்த வேண்டும். வேறு இடத்தில் குடியமர்த்த வேண்டும் என்பதான அறிக்கையை 'திராவிடன்' வெளியிட்டதாக 'ஆதிதிராவிடன்' எனும் பத்திரிகை குறிப்பிடுவதாக அ.பொ. வாதிடுகிறார். எஸ்.வி.ஆர் - வ.கீதா கூறுவது போல ஆதிதிராவிடன் கற்பனை பத்திரிகை அல்ல. அப்பத்திரிகை 1919 மார்ச் மாதம் இலங்கையிலிருந்து "தெய்வமிகழேல் சக்கரநெறிநில்; ஊக்கமது கைவிடேல்" என்ற ஔவை குரலுடன் வெளிவந்திருக்கிறது. அதனுடைய பத்திராபதியாக S.P.கோபால்சாமி இருந்திருக்கிறார். எஸ்.வி.ஆர் - வ.கீதா ஆகியோர் தியாகராஜரையும் நீதிக்கட்சியையும் பாதுகாக்க வேண்டி இப்பொய்யுரையை மெய்யுரையாக அடித்து எழுதுகின்றனர். அதனாலேயே அவர்களது செயல்பாடு வரலாற்றுத் திரிபுவாதத்தை நோக்கி நகர்ந்துவிட்டது என்பதை மட்டும் இங்கு குறிப்பிடலாம்.

IV

இங்கு விவாதத்திற்கு எடுத்துக்கொண்ட ஆய்வாளர்களில் கோ.கேசவன் தவிர்த்த -அவர் தலித்துகளின் வரலாற்றை நேர்மையோடு பதிவு செய்திருக்கிறார் - ஏனைய ஆய்வாளர்கள் இரட்டை வாக்குரிமைக்கான வரலாற்றை இருட்டடிப்புச் செய்திருக்கின்றனர். எஸ்.வி.ஆர் - வ.கீதா ஆகியோர் இரட்டை வாக்குரிமையை விவாதிக்கப் புகுந்து வரலாற்றுத் திரிபை மேற்கொண்டிருக்கின்றனர். சுயமரியாதை இயக்கம் ஒன்று இல்லாமல் போனால் புனா ஒப்பந்தத்தில் "அம்பேத்கருக்கும் சீனிவாசனுக்கும் ஓரளவு வெற்றி கூட கிடைத்திருக்காது" (244) என்பதை நிறுவுவதற்காகவும் இவ்வரலாற்றுத் திரிபை மேற்கொண்டிருக்கின்றனர். (சுயமரியாதை இயக்கத்தால்தான் அம்பேத்கருக்கு ஓரளவு வெற்றி கிடைத்தது என்பதை நான் இங்கு முழுமையாக மறுக்கிறேன்). அதைப் போன்று தொ.ப. இரட்டை வாக்குரிமை என்ற திட்டமே சுயமரியாதை இயக்கத்திடமிருந்து வந்தது எனக்கூறி பொய்யை மெய்யாக்க ஆய்வு செய்திருக்கிறார்.

இங்கு தொடக்கத்தில் குறிப்பிட்டிருக்கிற அம்பேத்கரின் சொல்லாடலைப் பொருத்திப் பார்ப்போம். மேற்குறிப்பிட்ட ஆய்வாளர்கள் (தொ.ப., எஸ்.வி.ஆர் - வ.கீதா) 'சொந்த உற்றார் உறவினர்களை எதிர்த்து' களத்தில் இறங்க வேண்டாம். அதற்கு மாறாக, தனது சொந்த இசத்தைவிட்டுச் சற்று நகர்ந்து தலித்துகளுக்கென்று தனி வரலாறு உண்டு என்பதை நிருபிக்கும்வரை அல்லது ஏற்கும்வரை அவர்களது ஆய்வு நேர்மை குறித்துத் தலித் ஆய்வாளர்கள் மனநிறைவு கொள்ளமாட்டார்கள்.

சான்றாதாரம்

மூலநூல்கள்

ஞான.அலாய்சியஸ் (தொ.ஆ)	அயோத்திதாசர் சிந்தனைகள் I
அம்பேத்கர்	திரு. காந்தியும் தீண்டப்படாதோரின் விடுதலையும்
அம்பேத்கர்	டாக்டர் அம்பேத்கர் நூல் தொகுதி 10
ரவிக்குமார்(தொ.ஆ.)	தலித் என்ற தனித்துவம்
ரவிக்குமார்	வன்முறை ஜனநாயகம்
எஸ்.வி.ராஜதுரை - வ.கீதா	பெரியார் சுயமரியாதை சமதர்மம்
பெ.தங்கராசு, கோ.கேசவன்	சாதி ஒழிப்பில் அம்பேத்கர் பெரியார்

மூல இதழ்கள்

அன்பு பொன்னோவியம் (சி.ஆ.)	அறவுரை
ஹாமீம் முஸ்தபா (நி.ஆ)	புதிய காற்று

பின்னுரை

நழுவிப்போன நம்பிக்கையும் தழுவி நிற்கும் கனவும்

இரட்டை வாக்குரிமை என்னும் கோரிக்கை தமிழக அரசியல் தளத்தில் கடந்த இரண்டு மூன்று ஆண்டுகளுக்கு முன் பரவலாகப் புழக்கத்திற்கு வந்தது. விடுதலைச் சிறுத்தைகள் இயக்கமும், புதிய தமிழகமும் இக்கோரிக்கையின் பேரில் கவனத்தை ஈர்த்தன. நாடாளுமன்ற அரசியலின் பொது வெளிக்குட்பட்டு இயங்குகிற அமைப்புகளாக இவை இருக்கின்றபோதிலும் தனியம்சமாக இரட்டை வாக்குரிமையைக் கோரியதானது சாதியின் வலிமையைக் காட்டுகிறது. தலித் பிரச்சினைகளையும் பொதுவான பிரச்சினைகளையும் ஒருசேர பேசுவது தலித் அமைப்புகளுக்குச் சவாலாக இருக்கிறது. இதில் எதனையும் அவை விட்டுவிட முடியாது. இத்தகைய சிக்கல் தலித் அமைப்புகளுக்கே உரியது. எனினும் அவ்வமைப்புகளும் தீர்க்கமான அரசியல் அடையாளங்களை உருவாக்கித்தான் ஆக வேண்டும். இரட்டை வாக்குரிமை கோரிக்கையை அவ்வப்போது அடையாளங்களாக மட்டுமே உச்சரித்துவிட்டு நகரக் கூடாது. வருங்காலத்தில் திரும்பிப் பார்க்கிறபோது வெற்றிடமே மிஞ்சும். என்றாலும் இரட்டை வாக்குரிமை போன்ற கோரிக்கைகளைத் தலித் அமைப்புகள் எழுப்பியதால் பயனேயில்லை என்று கூறிவிட முடியாது. பலரையும் தலித்துகளைக் குறித்துப் பொருட்படுத்திப் பேச வைத்துள்ளது. அன்றைக்கு காந்தியின் அரிஜன சேவையை முன்னெடுக்க வைத்தது முதல் சமீபகால இடதுசாரிகளின் கூடுதலான அக்கறை வரை நாம் வரிசைப்படுத்தலாம்.

இரட்டை வாக்குரிமை எழுப்பப்பட்ட அண்மைக் காலத்தில் கடுமையான அரசியல் எதிர்வினைகள் எழுந்தமையானது இக்கோரிக்கைக்கு இருக்கும் வலுவையே காட்டுகிறது.

இரட்டை வாக்குரிமை கோரிக்கையைக் காவு வாங்கிய தேசியக் காங்கிரஸ், பாஜக போன்ற கட்சிகளின் கருத்தைப் பற்றிச் சொல்லவே வேண்டாம். திராவிட இயக்கங்களுக்கு இதுபற்றிய அக்கறையே இருப்பதில்லை. மாறாக, திராவிட இயக்க அரசியல் அதிகாரத்தின் விளைவால் மிகுதியாகப் பாதிக்கப்பட்ட தலித்துகளின் குரலாகவே இக்கோரிக்கை எழுந்துள்ளது. அடுத்ததாக, இடதுசாரி வட்டாரங்களிலிருந்து கடும் மறுப்பு எழுந்தன. இவ்வாறு தலித் பிரச்சினைகளை நேர்மறையாகவோ எதிர்மறையாகவோ பேசுவதற்குப் பலரை இக்கோரிக்கை நிர்பந்திக்கிறது.

அவ்வகையில் அருணன் எழுதிய 'காந்தி - அம்பேத்கர்: மோதலும் சமரசமும்' என்னும் நூல் இரட்டை வாக்குரிமையை வரலாற்று ரீதியாகவும் சமூகவியல் ரீதியாகவும் மறுக்கிறது என்பதைவிட காந்தியை மதித்தும், அவரின் இந்து அபிமான நோக்கத்திற்குத் 'தேச அபிமானம்' என்று பெயரிட்டும் எழுதப்பட்டுள்ள மோசடி மிகுந்த நூலாகும். இரட்டை வாக்குரிமையை மறுக்க வேண்டுமென்பதற்காக காந்தியின் 'அரிஜன சேவை'யைச் சாதகமாகப் பார்க்கும் நிலைமைக்கு இடதுசாரிகள் தாழ்ந்துவிட்டனர். இடதுசாரிகளின் இப்போக்கு இந்தப் பிரச்சினையில் மட்டும் வெளிப்படவில்லை. இன்றைய இந்தியாவின் 'ஒரே பிரச்சினையாகக் கருதப்படும் மதவாதப் பிரச்சினையைக் கூட அப்படித்தான் அணுகுகிறார்கள். இந்திய தேசியம், சுதேசியவாதம் ஆகியவற்றின் தோற்றத்திலேயே இந்துத்துவத்தின் வேர் உருப்பெற்றது. ஆனால், அதுபற்றிய விமர்சனமில்லாமலேயே தேசியவாதம் போற்றிவந்த இடதுசாரிகள் இன்றைக்குத்தான் மதவாத அபாயம் திடீரென உதயமானதைப் போல இப்பிரச்சினையை அணுகுகின்றனர். ஆனால், தேசியத்தின் சாதி நோக்கத்தை விமர்சித்த அம்பேத்கர், பெரியார் உள்ளிட்டோர் பிரிட்டிஷ் விசுவாசிகளாகத் தூற்றப்பட்டனர். ஆனால், மதவாதத்தை எதிர்கொள்ள இவர்களின் கருத்துகளிடமே இடதுசாரிகள் இன்று தஞ்சமடைந்துள்ளனர்.

பொதுவாக இரட்டை வாக்குரிமை, புனா ஒப்பந்தம் பற்றி எழுதிய பலரும் குழப்பத்தோடும் / விவரப் பிழைகளோடும்தான் எழுதியுள்ளனர். அல்லது வரலாற்றையும் கருத்துகளையும் தங்கள் தங்கள் அரசியல் விருப்பத்திற்கேற்ப எழுதிவிடுகின்றனர் என்று சொல்லலாம். தலித்துகளின்

வலிகளை, போராட்டங்களை எழுத்தாக்குவதைக் காட்டிலும் அவர்களுக்காகத் தாங்கள் செய்த 'தியாகங்களை' முன்னிறுத்தவே சில வரலாற்று நூல்கள் எழுதப்பட்டிருக்கின்றன.

தமிழகத்தில் எழுச்சிப் பெற்றுப் பரவலாகியுள்ள தலித் இயக்கங்கள் இயக்கவியல் பண்பினைப் பெற்று வெளிப்பட முனைகின்றன. தேசிய / திராவிட / இடதுசாரி இயக்கங்களில் செயற்பட்ட பின்னணிகளோடு தலித்துகள் குறிப்பிட்ட சூழலில் தனி இயக்கங்களாயினர். தனி இயக்கங்களுக்கேற்ப தனித்துவமான கருத்தியல்களை உருவாக்கிக்கொள்ள விழைகின்றனர். கடந்த கால இயக்கங்களின் தலைவர்களின் அனுபவங்களை வரலாற்று ரீதியாகக் கணக்கில் கொண்டு கருத்தியல்களை உருவமைக்கின்றனர். இதுபோன்ற சூழ்நிலையில் மறைக்கப்பட்ட தங்கள் தலைவர்களை, செயற்பாடுகளைப் புதிதாகக் கண்டடைகின்றனர். வரலாற்றில் பலவாறாகத் தாங்கள் ஏமாற்றப்பட்டதையும் அழிக்கப்பட்டதையும் சந்திக்கிறார்கள். இத்தகு மோசடியில் கடந்த காலங்களில் தாம் நம்பியவர்களும் ஈடுபட்டிருக்கிறார்கள் என்பதையும் உணரத் தவறுவதில்லை. தலித்துகள் இன்றைக்குப் பிற அரசியல் இயக்கங்கள் மீது முன்வைக்கும் விமர்சனங்களை இப்படியும் புரிந்துகொள்ளலாம். இவ்வகை விமர்சனங்கள் பலவேளைகளில் வரலாற்று ஆதாரங்களுடனும் மறுக்கவியலாத தருக்கங்களோடும் வெளிப்படும். சில தருணங்களில் கோபமாகவும் மிகையாகவும் கூட வெளிப்படும். ஆனால், இவற்றின் மீதான அடிப்படை நியாயத்தை வரலாற்று ரீதியாகவும் சமூகவியல் ரீதியாகவுமே புரிந்துகொள்ள வேண்டும். இந்நிலையில் விமர்சனங்களைப் பொதுச்சூழல் எவ்வாறு எதிர்கொள்கிறது என்றறிவது அவசியமாகிறது.

விமர்சிக்கப்படும் தரப்பு, பதிலளிக்க முடியாத தன் இயலாமையைத் தனிப்பட்டப் பிரச்சினைகளாக மாற்றிவிடுவதில் கவனம் காட்டுகிறது. மறுபுறத்தில் பதிலளிப்பது போன்று பாவனை செய்துகொண்டு ஏராளமான எதிர்க் கேள்விகளைக் கேட்டுவிட்டு ஒளிந்துகொள்கிறது. தலித்துகளின் சாதி எதிர்ப்புப் போராட்ட வரலாற்றைத் தொகுக்க முனையும் யாரும் மூச்சடிக்கிக் கொல்லப்பட்ட மழலையொன்றின் பேச்சற்ற பிரேதமாக வெற்றிடத்தையே காண நேரிடுகிறது. விரும்பி நிகழ்த்தப்பட்ட மௌனமாக்கல், திரித்தல், புனைதல் போன்றவற்றால் கடந்தகாலத்தின் தொடர்ச்சி எதிர்காலத்தோடு இணைக்கப்படாமலேயே நின்றுபோயிருக்கிறது. இந்நிலையில், தேடிக் கிடைத்த செய்திகளின் அடிப்படையில் வரலாற்றைக் கொஞ்சம் கொஞ்சமாக எழுத வேண்டிய நிலைக்கு தலித்துகள் தள்ளப்பட்டுள்ளனர்.

இத்தகைய பின்னணியில் வைத்தே அ.ஜெகநாதனின் இந்நூலையும் புரிந்துகொள்ள முயற்சிக்கிறேன்.

தலித்துகளுக்கான பொற்காலமொன்றைக் கட்டுவதோ, பலங்களை மட்டும் தொகுப்பதோ வரலாற்று மறுகட்டுமானத்தின் நோக்கமல்ல. கார்ல் மார்க்ஸைப் போல் வரலாற்றுக்கு விஞ்ஞான முகத்தை அளிப்பதே தலித்துகளின் நோக்கமாகும். வரலாற்றை அணுகுவதில் இன்னும் படிக்க வேண்டியவர்களாய் இருக்கிறோம். வரலாற்றை அணுகுவதற்குப் பல எடுகோள்களும் செய்திகளும் தேவைப்படுகின்றன. படிக்க, தேட, சிந்திக்க இவ்வெடுகோள்கள் இயல்பாகவே புதிதாக உருக்கொள்ளும். அயோத்திதாசருக்கு அவரின் படிப்பும் சமூக அனுபவமுமே எடுகோள்களை உருவாக்கின. கடந்த காலத்திற்கும் நிகழ்காலத்திற்குமான வேரினைத் தொட்டுப் பேசுவதில் இந்திய சாதிமுறையை விளக்கும் பண்புக்கு மிகுதியும் இடமிருப்பதாகக் கருதுகிறேன். அம்பேத்கரும் அயோத்திதாசரும் இதுபோன்ற அணுகுமுறையினைக் கூட உள்ளடக்கியே வரலாற்றை ஸ்தாபிக்கின்றனர். ஆனால், இன்றைக்கு 100 வருட வரலாற்றைக் கூட அறிய வாய்ப்பில்லாத தீண்டப்படாத மக்கள் மேற்கண்ட முறையியலைப் பெறுவது எங்ஙனம்? வரலாற்றை அழித்துத் திரித்ததற்கும், சாதியை நிலைபெறச் செய்ததற்கும் நெருக்கமான தொடர்புண்டு. எனவே, சாதி ஒழிப்பு பணிக்கு வரலாற்றைத் தொகுப்பதும், எழுதுவதும், சரி செய்வதும் இன்றியமையாத வேலையாகும்.

20ஆம் நூற்றாண்டில் நவீன அரசியல் தளத்தில் தாழ்த்தப்பட்டோர் தொடர்பாக எழுந்த இரட்டை வாக்குரிமை என்னும் அரசியல் கோரிக்கை பற்றிய வரலாற்றை அ.ஜெகநாதன் விரிவாக எழுதத் துணிந்துள்ளார். அன்பு பொன்னோவியம், அ.ஜெய்சன் போன்றோர் புனா ஒப்பந்தம் பற்றி மட்டுமே எழுதியிருக்க, ரவிக்குமார் தொகுத்த 'தலித் என்ற தனித்துவம்' என்னும் நூலோ இக்கோரிக்கை தொடர்பான பலரின் கட்டுரைகளை உள்ளடக்கியிருக்கிறது. அக்கட்டுரை ஆசிரியர்களில் பலரும் அக்கோரிக்கையின் சரி / தவறு பற்றியும் அக்கோரிக்கையின் உரிமையாளர், அதற்காகப் பாடுபட்டோர் பற்றியும் பல்வேறு கருத்துகளைக் கொண்டுள்ளனர். இந்நிலையில் அ.ஜெகநாதனின் 'இரட்டை வாக்குரிமை குறித்தான சில ஆய்வுகள்' என்னும் இந்நூல் இரட்டை வாக்குரிமை x தனி வாக்காளர் தொகுதி x கூட்டுத் தொகுதி ஆகிய வகைகளின் வேறுபாடுகள், இரட்டை வாக்குரிமையின் வரலாறு, காந்தியின் இடையீடு,

ஊடகங்களின் பதில்கள், கோரிக்கை எழுந்தபோது சமகால இயக்கங்களின் எதிர்கொள்ளல்கள், நம் சமகால ஆய்வாளர்களின் மதிப்பீடு என்று விரிவாகவே பயணிக்கிறது. இரட்டை வாக்குரிமை தேவையா, சாத்தியமா எனும் உடனடி அரசியல் விவாதங்களுக்குள் செல்லாமல், அக்கோரிக்கை பற்றிய பலமுனை செய்திகளையும் இந்நூல் திரட்டியுள்ளது. நூலாசிரியரின் தேர்ந்த உழைப்பு பளிச்சிடுகிறது. வெறும் பெயராகவும் தகவலாகவும் அறியப்பட்டவை பலவும் விரிவாக எழுதப்பட்டுள்ளன.

II

'இரட்டை வாக்குரிமையும் தனித்தொகுதி முறையும்' என்னும் முதல் கட்டுரை விரிவாக எழுதப்பட்டுள்ளது. ஆங்கிலேய அரசு தொடங்கிவைத்த சீர்திருத்த முயற்சிகளின் ஊடே தலித்துகளின் மானமிகு வாழ்வுக்கான முயற்சியும் தொடங்கிவிட்டது. தலித்துகளுக்கான பஞ்சாயத்து சபை ஒதுக்கீடு பற்றி அயோத்திதாசரின் எழுத்துகளே ஆதாரமாகியுள்ளது. இக்கட்டுரையில் காந்தியின் தலையீடும், எம்.சி.ராஜா பற்றிய பகுதியும் முக்கியமானவையாகும். காந்தி தொடக்கத்திலிருந்தே எவ்வாறு திட்டமிட்டே இரட்டை வாக்குரிமையைக் காலி செய்தார் என்பதை அறிய முடிகிறது. அம்பேத்கர் இரட்டை வாக்குரிமை சார்பான கருத்திற்கு வர எம்.சி.ராஜாவின் நெருக்குதலே காரணம் (பக்: 7) என்னும் கூற்றை இன்னும் கூடுதலாக விளக்கியிருக்க வேண்டும். எம்.சி.ராஜா புனா ஒப்பந்தத்தின்போது காந்தியோடு உடன்பட்ட வரலாற்றுத் தவறை மட்டும் வைத்து அவரின் பிற மகத்தான பணிகளையெல்லாம் மறைத்துவிடும் பலரும், இன்றைக்கு இசுலாமிய நெருக்கம் (?) ஒன்றை மட்டும் கொண்டு காந்தியின் பிற மோசமான அம்சங்களையெல்லாம் மறைத்து நல்லவராக்கும் பணியில் ஈடுபட்டிருக்கின்றனர். உண்மையில் எம்.சி.ராஜாவும் பிற்காலத்தில் புனா ஒப்பந்தத்தையே எதிர்த்து இரட்டை வாக்குரிமையைக் கோரும் நிலைமைக்கு வந்தடைந்தார். அம்பேத்கருக்கு முன்னமே ஒடுக்கப்பட்ட மக்களின் முன்னேற்றத்திற்காகப் பாடுபட்டதோடு, இரட்டை வாக்குரிமையின் பிதாமகனாகவும் விளங்கிய எம்.சி.ராஜா மறைக்கப்பட்டமையானது அவரின் துரோகச் செயலால் மட்டும்தானா என்றும் அய்யம் எழுகிறது. தாழ்த்தப்பட்டோரின் இரட்டை வாக்குரிமைக் கோரிக்கைக்கு காந்தியோடு எல்லா சாதி, மதத்தவரும் கூட எதிராக நின்றதைச் சுட்டிக்காட்டும் நூலாசிரியர், இன்றைய பெரியார் மீதான விமர்சனத்தின்போதும் அப்போக்கு வெளிப்படுவதைக் காட்டுகிறார்.

தலித் அமைப்புகளில் ஒன்றான விடுதலைச் சிறுத்தைகளின் இயக்க இதழான தாய்மண்ணில் பெரியார் பற்றிய விமர்சனம் வெளியானதும் அது அவ்வியக்கத்தின் விமர்சனமாக அமைந்துவிடக் கூடாது என்று நாத்திக இந்துக்கள் படாதபாடு பட்டனர். கருத்து எனும் அளவில் கூட விளக்கமளிக்க இடமளிக்கப்படவில்லை. பெரியார் மீதும் திராவிட இயக்கத்தின் மீதும் எழுப்பப்பட்டுள்ள விமர்சனங்கள் வரலாற்று ரீதியான நியாயம் என்றே தோன்றுகிறது. யார் விமர்சனம் எழுப்ப வேண்டுமோ அவர்களே எழுப்பியுள்ளனர். இந்திய அளவில் எழுந்த பிராந்திய - மாநிலக் கட்சிகளின் அரசியல் பெரும்பான்மை என்பது அடிப்படையில் சாதிப் பெரும்பான்மையாகவே அமைந்துவிட்டதை அனுபவங்கள் காட்டுகின்றன. இத்தகைய விமர்சனம் வரலாற்றுக்கு நியாயம் சேர்க்கும் ஒன்றுதான். அடிப்படையில் இதுவொரு மிரட்டல் உத்தி. அதோடு, தலித்துகள் மீது பிராமண ஆதரவு எனும் மலின முத்திரையைக் குத்த முனைகின்றனர். உண்மையில் பிராமணர்களோடு பண்பாடு மற்றும் அரசியலதிகாரத் தளத்தில் இணைந்திருப்பவர்கள் பிராமணரல்லாத உயர்த்தப்பட்ட சாதியினரே. இடைநிலைச் சாதிகளின் ஒட்டுறவு இல்லாமல் பிராமணர்கள் இங்கு ஓரங்குலம் கூட நகர முடியாது. வரலாற்று ரீதியாகவே இதனை நாம் விளக்க முடியும். தமிழகத்தில் பக்தி இயக்கத்திலிருந்து திராவிட இயக்கக் காலம் வரை பிராமணரல்லாதார் கூட்டணி எனும் பெயரில் தாழ்த்தப்பட்டவர்களும் பிற்படுத்தப்பட்டவர்களும் இணைக்கப்பட்டனர். இருந்தும் நந்தன்கள்தான் எரிக்கப்பட்டனர் (பக். 10) என்று சரியாகவே நூலாசிரியர் இதனை விளக்குகிறார். மேலும், நந்தன்கள் எரிக்கப்பட்டதில் பிராமணர்கள், சூத்திரர்கள் கூட்டுதான் இருந்தது. வரலாறு முழுக்க அதுவே தொடர்ந்தது என்பதையும் இணைத்து வாசித்தால் நிலைமை மேலும் துலக்கமாகும்.

'புனா ஒப்பந்தமும் சிறுபான்மையினரும்' என்னும் இரண்டாவது கட்டுரைப் பற்றி கருத்துத் தெரிவிக்க உண்மையில் எனக்கு இன்னும் படிப்பு தேவைப்படுகிறது. இக்கட்டுரையை மேலும் பிரித்து எளிமையாகவும் விளக்கமாகவும் சொல்லியிருக்க வேண்டும். செய்திகளைப் புரிந்துகொள்வதில் அதீத கோவை தடையாக அமைகிறது. அதேபோல சிறுபான்மையினர் தரப்பை விளக்க அம்பேத்கர் நூலை மட்டுமே மூல நூலாகக் கொண்டிருப்பதில் குறைபாடு இருக்கலாம். ஆனால், இக்கட்டுரையில் இரட்டை வாக்குரிமை எனும் அரசியல் கோரிக்கையைப் பண்பாட்டுச் சொல்லாடலாகவும் பதிவு

செய்திருப்பதை முக்கியமானதாகக் கருதுகிறேன். சாதி தொடர்பான பிரச்சினை சமூகத்தின் பல அம்சங்களோடும் இணைந்ததேயாகும். இதனை தலித் முன்னோடிகள் தவிர்த்து யாரும் உணர்ந்துகொண்டதாகத் தெரியவில்லை. அம்பேத்கரின் பௌத்த மதமாற்றத்தில் பண்பாடு தொடர்பான விளக்கம் அதிக அழுத்தம் பெற்றிருந்தது என்பது குறிப்பிடத்தக்கதாகும். இசுலாமியர்களுக்கு அரசியல் சலுகை வழங்க அனுமதித்த காந்தியாரால் தலித்துகளுக்கு அதே உரிமையை அளிப்பதில் ஏற்பட்ட தயக்கம் என்ன? தலித்துகளை இந்துக்களாகக் கருதியதும், இசுலாமியர்களை ஆண்ட மரபினராகக் கருதியதுமே காரணம் என்று இக்கட்டுரைத் தொட்டுக் காட்டுகிறது. மதம் தொடர்பான பிரச்சினையில் அன்றைய அரசியல் சூழலும், இன்றைய அரசியல் சூழலும் ஒரே அணுகுமுறையையே கொண்டிருக்கின்றன. மதவாதம் X மதச்சார்பின்மை பேசுவதிலுள்ள எளிமையே இதற்குக் காரணம். மதப்பெரும்பான்மை மாறக்கூடியது, சாதிப் பெரும்பான்மை மாறாதது. இருந்தும் சாதிப் பெரும்பான்மையைக் கட்சிகள் எவையும் விமர்சிப்பதில்லை. காரணம், மதத்தைவிட சாதியையே ஓட்டுக்காக இக்கட்சிகள் நம்பியுள்ளன. இந்து மதமல்லாத கிறித்தவத்தையே சாதிமயமாக்கக் கூடிய அளவிற்குச் சாதியம் இங்கே வலுவாக இருக்கிறது. எனவே சாதிச் சார்பின்மை பேசுவதே புரட்சிகரமானது. இத்தகைய புரட்சிகரப் பாத்திரத்தை வகிக்கும் ஆற்றல் சாதி ஒழிப்பிற்கு முதன்மை தரும் இயக்கத்திற்கே உண்டு என்பதையும் இந்தப் பொருளிலேயே நாம் கூறுகிறோம்.

'தனித் தொகுதியும் சுயமரியாதை இயக்கமும்' என்னும் மூன்றாவது கட்டுரை, சுயமரியாதை இயக்கம் தனிவாக்களார் கோரிக்கைக்கு அளித்த ஆதரவை மதிப்பிடுகிறது. தமிழகத்தில் இரட்டை வாக்குரிமைக்கு ஆதரவாக, மிக உறுதியாகக் குரலெழுப்பிய இயக்கம் சுயமரியாதை இயக்கமே என்பதை ஆதாரப்பூர்வமான விவரங்கள் தெரிவிக்கின்றன. அந்த வரலாற்றை யாரும் மறுக்க முடியாது. சுயமரியாதை இயக்கத்தை ஆங்காங்கே கடுமையாக விமர்சிக்கும் இந்நூல் நேர்மறையாகவும் பதிவு செய்யத் தவறவில்லை. இந்த அளவில் இந்நூல் பாரபட்சமற்ற அணுகுமுறையை முறையியலாகக் கொண்டுள்ளது. என்றாலும் இரட்டை வாக்குரிமையைக் கோரிய தாழ்த்தப்பட்டத் தலைவர்களைப் பற்றிப் பேசுவதைக் காட்டிலும், ஆதரவளித்த காரணத்திற்காகச் சுயமரியாதை இயக்கத்தின் சேவையைப் பேசும் தமிழ் வரலாற்று நூல்களே அதிகம்.

உண்மையில் சுயமரியாதை இயக்கங்களுக்குத் தரப்படும் இம்முக்கியத்துவம் மிகையானது என்று கருதுகிறேன். இக்கட்டுரையில் கூட தாழ்த்தப்பட்ட மக்களின் போராட்டத்தைச் சுயமரியாதை இயக்கப் போராட்டமாக மாற்றியதையும், பெரியாரால் அனுப்பப்படாத தந்தி அம்பேத்கருக்குக் கிடைத்ததாக ஆதாரமில்லாமல் எழுதிவருவதையும் அ.ஜெகநாதன் சுட்டிக்காட்டியுள்ளார். 'தாழ்த்தப்பட்டோர் முதல் இந்துக்கள் வரை: புனா ஒப்பந்தம் பற்றிய சுயமரியாதை இயக்கத்தின் பார்வை' என்னும் கட்டுரையை (காலச்சுவடு செப். 2004) எழுதியுள்ள ஆ.நீலகண்டன், இரட்டை வாக்குரிமைக்கான சுயமரியாதை இயக்கத்தின் ஆதரவை மதிப்பிடுகிறார். இரட்டைமலை சீனிவாசனை குறிப்பிடும்போதெல்லாம் "சுயமரியாதை இயக்கத்தோடும் பெரியாரோடும் நெருங்கிய தொடர்புடையவர்" என்றே எழுதிச் செல்கிறார். புனா ஒப்பந்தத்தில் கையொப்பமிட்ட அம்பேத்கரின் நிலையை ஊசலாட்டம் என்றும், பெரியாரின் நிலையை உறுதியானது என்றும் மதிப்பிடும் நீலகண்டன், அதற்கான காரணத்தை விளக்காமல் இருவரையும் சமப்படுத்துவதாகப் பாவனை செய்து கட்டுரையை முடிக்கிறார். குறிப்பிட்ட சூழலொன்றில் பிரச்சினையின் மையத்திலிருப்பவர் எடுக்கும் நிலையை ஊசலாட்டம் என்றும், பிரச்சினையோடு தொடர்பற்றும் இதனால் எவ்வித பாதிப்பும் இல்லாதவர் அளிக்கும் ஆதரவை உறுதியானது என்றும் எழுதுவது எத்துணை நுண்ணறிவற்ற பார்வை! இதுபோன்ற மிகையான பார்வைகளை அகற்றி ஜனநாயகப் பிரச்சினையொன்றினைக் கவனமாகப் பார்க்க நம் வரலாற்றாளர்கள் தவறுகிறார்கள்.

நான்காவது கட்டுரையாக 'தனித்தொகுதியும் தமிழகப் பத்திரிகைகளும்' என்னும் தலைப்பு அமைந்துள்ளது. இத்தொகுப்பில் என்னை மிகவும் கவர்ந்த கட்டுரை இது. மொழி நடையும் சிறப்பாகப் பயின்றுவந்துள்ளது. சுதேசமித்திரன், ஆனந்த விகடன் போன்ற தேசிய இதழ்கள் மகாத்மா எனும் புனிதரை உருவாக்கியதை இக்கட்டுரை படம் பிடித்துள்ளது. தேசியப் பத்திரிகைகளின் சுதேசிய வாதம் சாதிய நலனை உள்ளடக்கியிருந்தன. அயோத்திதாசரின் பெரும்பாலான எழுத்துகள் சுதேசமித்திரன், பாரதியின் விஜயா போன்ற இதழ்களின் சாதிய நோக்கங்களைக் கட்டுடைத்தன. புனா ஒப்பந்த காலத்தில் அம்பேத்கரை வில்லனாகவும், காந்தியைக் கதாநாயகனாகவும் கட்டமைத்ததில் இந்தியப் பத்திரிகைகளுக்கே முக்கியப் பங்கிருந்தன. இது தொடர்பான சில உதாரணங்களையே ஆனந்த விகடன், சுதேசமித்திரன் இதழ்களை முன்வைத்து இக்கட்டுரை விளக்கியிருக்கிறது.

அதேவேளையில் காந்தி எதிர்ப்பில் முனைப்பாயிருந்த குடிஅரசு இதழ், புனா ஒப்பந்த காலச் செய்திகளை ஆதரவோடு பதிவு செய்ததையும் இக்கட்டுரை விளக்கியிருக்கிறது.

III

'இரட்டை வாக்குரிமை: தமிழக ஆய்வாளர்களின் மதிப்பீடு குறித்த விமர்சனம்' என்னும் இறுதிக் கட்டுரை இத்தொகுப்பின் முக்கியமான கட்டுரையாகும். தலித் ஆதரவு என்று பிராமணரல்லாத அரசியல் அபிமானம் என்னும் நோக்கில் எழுதப்பட்டுள்ள எழுத்துகளில் தலித்துகள் குறித்த சித்திரிப்பையும் நோக்கங்களையும் இக்கட்டுரை முன்வைக்கிறது. சம்பவங்களாக நடந்தவை ஒருபுறமிருக்க, அதனை வரலாறாக எழுதும்போது உருவாக்கப்படும் கட்டமைப்புப் பற்றி விரிவாக விவாதிக்க வேண்டிய நிலையில் இருக்கிறோம். அவ்வாறு வரலாறாக எழுதப்பட்ட எழுத்துகள் மீதான விசாரணையை இக்கட்டுரை மேற்கொண்டிருக்கிறது. இவ்விசாரணையில் நம்மால் நம்பப்பட்ட பலரின் அடையாளமும் உடைகின்றன. இக்கட்டுரையை மேலும் விரிவாகவே எழுதியிருக்கலாம் என்று தோன்றுகிறது. கோ.கேசவன், எஸ்.வி.ராஜதுரை, வ.கீதா, தொ.பரமசிவம் ஆகிய ஆய்வாளர்களின் இரட்டை வாக்குரிமை பற்றிய பதிவுகள் பரிசீலனைக்கு எடுத்துக்கொள்ளப்பட்டிருக்கிறது. இவர்களில் கோ.கேசவன் தவிர்த்த பிறர் திராவிட இயக்க அபிமானிகளாவர். இதில் தொ.பரமசிவத்தின் ஆய்வு மிகுதியும் விவரப் பிழைகள் உடையது. இந்த விவரப் பிழைகள் கருத்தியல் பிழைகளாக மாறிப் போயிருப்பதை ரவிக்குமார் போன்றோர் (போதி, ஏப். 2005) சுட்டிக்காட்டியுள்ளனர்.

பிராமண எதிர்ப்பு எனும் ஒற்றைத் தளத்திலேயே பயணப்பட்டுள்ள தொ.ப.வின் 'புனா ஒப்பந்தம் ஒரு சோகக்கதை' நூல், தனிவாக்காளர் முறை தலித்துகளின் சொந்தப் புத்தியில் பிறந்ததல்ல. அது 1921இல் நீதிக்கட்சியின் திராவிடன் இதழில் ஜே.எஸ்.கண்ணப்பர் எழுதி உருவாக்கித் தந்ததே என்கிறார். அக்கோரிக்கைப் பற்றி திராவிடன் இதழும் எழுதியிருக்கிறது. அவ்வளவுதான். அதில் எழுதப்பட்ட செய்தியையே தொடக்கமாகக் கொண்டுவிட்டார். மற்றபடி திராவிடன்தான் முதலில் எழுதியது என்பதற்கு எந்த ஆதாரமும் இல்லை. ஜே.எஸ்.கண்ணப்பரோ அல்லது தலித் தலைவர்களோ வேறெந்த இடத்திலும் அப்படிப் பதிவு செய்யவில்லை. தலித்துகளின் அரசியல் கோரிக்கைகளுக்குப் பிராமணரல்லாத

இயக்கத்தினைக் காட்டிலும் வயது அதிகம். இந்நிலையில் தொ.ப.வின். கூற்று வலிந்து சொல்லப்பட்டிருக்கிறது.

மேலும், தொ.ப.வின் இந்நூல், தலித் மக்களின் உரிமைகளுக்கு நீதிக்கட்சி உள்ளிட்ட பிராமணரல்லாத கட்சிகள் உறுதியாக இருந்ததைப் போலவும், தலித் தலைவர்கள் சோரம் போய்விட்டதாகவும் சித்திரிக்கிறது. ஆதரவளித்த இயக்கத்தையும் பிரச்சினையோடு போராடிய இயக்கத்தையும் ஒரே சமமாக நிறுத்தி வேறுபாடு கற்பிப்பது என்ன வகை நியாயம்? தலித் தலைவர்களைச் சுயசார்பற்றவர்களாகச் சித்திரிக்க அம்பேத்கர் பக்கம் நின்று பேசுவது போன்ற பாவனையை இதுபோன்ற ஆய்வாளர்கள் உருவாக்குகின்றனர். திராவிட இயக்கங்களின் சாதிய அரசியலை விமர்சித்து தலித் இயக்கங்கள் எழுச்சி பெற்று இரட்டை வாக்குரிமை மாநாடுகளை நடத்தும் இவ்வேளையில், 1994இல் வெளியான இந்நூலை 2005இல் மறுபதிப்பாக வெளியிட்டுப் பிராமணரல்லாத கட்சிகளுக்குத் தலித்துகள் விசுவாசமாக இருக்க வேண்டியதை வலியுறுத்துவதைப் போல பரப்புகின்றனர். "தாழ்த்தப்பட்டோர் தரப்பில் ஒரு வலிமையான இயக்கமோ, தலைவரோ அப்போது இல்லை" என்றெழுதும் தொ.ப., தலித் இயக்கம், தலைவர்கள் பற்றிய வரலாற்றை அறியாதவராகவே தெரிகிறார். திராவிட இயக்கம் செரித்துக்கொள்ளும் காலம் வரையிலும் தலித் இயக்கங்கள் போதுமான அளவிற்கு உருவாகியிருந்தன. பல்வேறு அரசியல் கோரிக்கைகளுக்காகத் தீவிரமாகப் போராடியும்வந்தன என்பது நிஜ வரலாறு.

அடுத்ததாக, எஸ்.வி.ராஜதுரை - வ.கீதா ஆகியோர் எழுதிய 'பெரியார் - சுயமரியாதை - சமதர்மம்' நூலில் 'தனிவாக்காளர் தொகுதியும் சுயமரியாதை இயக்கமும்' என்னும் தலைப்பில் எழுதியுள்ள செய்திகளை அ.ஜெகநாதன் பரிசீலனைக்கு உள்ளாக்கியிருக்கிறார். தலித்துகளின் போராட்டங்களைச் சுயமரியாதை இயக்கப் போராட்டமாக மாற்றியும், தலித் தலைவர்களைச் சுயமரியாதை இயக்க வீரர்களாகத் திரித்தும் எஸ்.வி.ஆர். எழுதியிருப்பதை ஆதாரப்பூர்வமாக அடையாளம் காட்டியிருக்கிறார். சுயமரியாதை இயக்கம் இல்லாமல் போயிருந்தால் புனா ஒப்பந்தத்தின்போது தலித்துகளுக்கு வேறுகதியே இருந்திருக்க முடியாது. பெரியார் இல்லாமல் போயிருந்தால் தலித்துகளுக்கு விடிவே இருந்திருக்காது என்று கருதுவதற்காக இவ்வாறான திரிபுகளை இவர்கள் மேற்கொண்டுள்ளனர். தலித்துகளின் தனித்துவத்தை நீர்த்துப்போகச் செய்வதன் மூலம் திராவிட இயக்க அரசியலைப்

பெருமிதப்படுத்துவதே எஸ்.வி.ராஜதுரையின் ஆய்வுப் பணியாக அமைந்திருக்கிறது. சிங்காரவேலரின் தனிவாக்காளர் உரிமைக்கான ஆதரவும் கூட சுயமரியாதை இயக்கத்தோடு இருந்த காரணத்தாலேயே வெளிப்பட்டது என்று எழுதுகிறார். இதுபோன்ற தவறான வரலாற்றைத் தலித்துகளையும் நம்பும்படிச் செய்திருப்பதுதான் இந்த ஆய்வாளர்கள் செய்திருக்கும் திரித்தல்வாதத்திற்குக் கிடைத்த வெற்றியாகும். புதிய தடம் (அக். 2000) இதழில் 'மறுக்கப்பட்ட வரலாறு - இரட்டைமலை சீனிவாசன்' என்னும் கட்டுரையை எழுதியபோது நீதிக்கட்சியைத் தலித் சார்பானதாகவும், தலித் தலைவர்களைத் துரோகிகளாகவும் எழுதியிருந்தேன். அப்படி நான் எழுதுவதற்கான வரலாற்றைத் தொ.ப. - எஸ்.வி.ராஜதுரையின் நூல்களிலிருந்தே பெற்றிருந்தேன். 'தலித் என்ற தனித்துவம்' நூலின் தொகுப்புரையைப் படிக்கும்போதுதான் ரவிக்குமாரையும் இம்மயக்கம் பீடித்திருந்தமையை அறிய முடிகிறது.

பெரியாருக்கு எதிரான கூற்றுகளை மறுக்க ஆதாரங்களைத் தேடித்தரும் எஸ்.வி.ராஜதுரை, தலித்துகளுக்காக அதுபோன்று செய்யவில்லை. அதோடு தலித்துகளுக்கான சுயமரியாதை இயக்கத்தின் ஆதரவுப் பேச்சுகளை எவ்வித பின்னணி குறித்த கேள்விகள் இல்லாமலும் விதந்தோதி எழுதிச் செல்கிறார். இரட்டை வாக்குரிமை கோரிக்கைத் தவிர மற்றெந்த தலித்துகளின் போராட்டங்களுக்கும் கோரிக்கைகளுக்கும் ஆதரவையோ நேரடியான போராட்டங்களையோ பெரியார் செய்ததில்லை. இந்நிலையில் இரட்டை வாக்குரிமைக்கு மட்டும் ஆதரவாகப் பேசியதன் நோக்கம் என்ன? உண்மையில் புனா ஒப்பந்தத்தின்போது பெரியார் வெளிநாட்டில் இருந்தார். நாடெங்குமிருந்து ஏராளமான மாநாடுகளும், கூட்டங்களும், தீர்மானங்களும், தந்திகளும் தாழ்த்தப்பட்ட அமைப்புகளால் அம்பேத்கருக்கு ஆதரவாகவும் காந்திக்கு எதிராகவும் முன்னெடுக்கப்பட்டன. சுயமரியாதை இயக்கமும் இப்படியான ஆதரவினை அளித்தது உண்மைதான். தாழ்த்தப்பட்டோர் ஏற்பாடு செய்த கூட்டங்களில் கலந்துகொண்டு ஆதரித்துப் பேசியதும் உண்மை. இக்காலத்தில் சுயமரியாதை இயக்கத்தைத் தாங்கிப் பிடிக்கும் தூண்களாகத் தாழ்த்தப்பட்டவர்களே ஏராளமாக இயக்கத்தில் சேர்ந்ததோடு, சுயமரியாதை இயக்கத்திற்கான பகுத்தறிவு கருத்தியலை உருவாக்குவதிலும் பங்கு கொண்டிருந்தனர். தாழ்த்தப்பட்டோரையும் சேர்த்து அரசியல் பெரும்பான்மைக்காக பிராமணரல்லாதோராக எண்ணத் தொடங்கிய இக்காலகட்டத்தில் தாழ்த்தப்பட்டோரின் பிரச்சினைகளுக்கு 'அவசியம்'

கருதி ஆதரவளிக்க வேண்டிய தேவை எழுந்தது. தலித்துகளையும் பிராமணரல்லாதோராகக் கருதிய பெரியார், பிராமணரல்லாதோர் என்ற அளவிலும் கூட தலித் பிரச்சினைகளுக்காகப் போராடியதே கிடையாது. பிராமணர் அல்லாதோரில் அடங்கிய தலித் அல்லாத சாதிகளுக்காகவே அவர் குரலெழுப்பியிருப்பதை அவர் எழுத்துகளிலேயயே நாம் காணமுடியும். அதோடு காந்தியை மறுத்த சுயமரியாதை இயக்கத்திற்கு இரட்டை வாக்குரிமை வாயிலான காந்தி எதிர்ப்பு, தங்கள் அரசியல் நியாயத்திற்கு வலுசேர்ப்பதாக அமைந்து போனது. சுயமரியாதை இயக்கத்தின் ஆதரவினை இந்தப் பின்னணியிலிருந்தும் நாம் மதிப்பிடலாம்.

பெரியாரின் இயக்கம், நடவடிக்கைகள் தொடர்பாக வ.கீதாவோடு இணைந்தும், தனித்தும் எஸ்.வி.ராஜதுரை எழுதியுள்ள நூல்கள் யாவும் காங்கிரஸிலிருந்து வெளியேறி பெரியார் சுயமரியாதை இயக்கம் தொடங்கியதையும், திராவிடர் கழகத்தைத் தொடங்கி நிறுவனமாக மாற்றியது வரையிலுமான 25 ஆண்டு காலத்தை மட்டுமே கணக்கில் கொண்டுள்ளன. இந்தக் காலகட்டத்தில் பெரியார் பல்வேறு முற்போக்கான கருத்துகளைப் பேசியிருக்கிறார். எஸ்.வி.ஆர் இந்தப் பேச்சுகளை வைத்தே பெரியாரை நியாயப்படுத்துகிறார். குறிப்பாக, 1930கள் என்பது பெரியார் கருத்தியல் ரீதியான வளர்ச்சியை எட்டத் துவங்கிய காலமாகும். தாழ்த்தப்பட்டோரின் பௌத்த பகுத்தறிவு மரபு, சிங்காரவேலர் தொடர்பு, ரஷ்யா உள்ளிட்ட மேலை நாடுகளில் பயணம், புதிய வகைப்பட்ட எண்ணங்கள் என்று வளமான சிந்தனை மரபோடு ஊடாடிய காலம் என்பதோடு தேர்ந்த சிந்தனையாளராகப் பரிணாமம் பெற்ற காலம் என்றும் கூறலாம். இக்காலகட்டத்தில் பெரியாரின் குறிப்பிடத்தக்க நடவடிக்கைகள் ஏதுமில்லை. மிகுதியாக மாநாடுகளையும் தீர்மானங்களையும் ஏற்படுத்தியபடி இருந்தார். 1938ஆம் ஆண்டு இந்திப் போரில் கூட பெரியார் பலரிலும் ஒருவர்தான். இக்காலங்களில் பேசிய பல்வேறு கருத்துகளை பெரியார் பிற்காலங்களில் பேசவில்லை, சிலவற்றைப் பேசினார். எனவே, இக்காலகட்ட கருத்துகள் மட்டுமே வைத்துக்கொண்டு பெரியாரின் முழுமை என்று கூற முடியாது.

1950க்குப் பிந்தைய காலகட்டத்தில் பெரியாரின் நடவடிக்கைகள் வேறுவிதமாக மாறியிருந்தன. திராவிடர் கழகமென இயக்கமாகி, திமுக பிரிந்த பின்னுமான இக்காலகட்டத்தில் பெரியாரின் நடவடிக்கைகள் அவரால் சுயமாகத் தீர்மானிக்கப்படாமல் திமுகவிற்கான எதிர்நிலையிலேயே

அமைந்திருந்தன. பெரியாரின் கருத்துகளை மறைக்கும் முகமாய் அவர் கருத்துகளே நிற்கின்றன. எல்லாவற்றிலும் முரண்பட்ட அவர், தன் கருத்துகளிலேயே முரண்பட்டுக்கொண்டிருந்தார். இத்தகைய குழப்பங்களை வரலாற்றுச் சூழல்களோடு விமர்சிப்பதற்குப் பதிலாகப் பலவீனங்களைப் பலங்களாக மாற்றிக்கொண்டிருக்கிறார்கள் பெரியாரியவாதிகள். இக்காலகட்டத்தில் பிராமணரல்லாத சூத்திரர்களைக் கட்சி வேறுபாட்டைக் கடந்து ஒரே வரிசையில் நிறுத்துவது தொடங்கி காமராஜரையும் பெரியார் ஆதரித்தார் என்று விளக்கப்படுகிறது. காமராஜர் - காங்கிரஸைக் காட்டிலும் ஒப்பீட்டளவில் திமுகவின் அரசியல்தான் பெரியாருக்கு நெருக்கமானது. இருந்தும் பெரியார் காமராஜரை ஆதரித்தது ஏன்? மேலும் காங்கிரஸ் இயக்கத்தோடான முரணை விளங்கிக்கொண்ட அவர், பொதுவுடமை இயக்க முரணை மாற்றிக்கொள்ள முடியாமல் இருந்தார். வெண்மணி வன்கொடுமையை ஒட்டி பொதுவுடமை இயக்கங்களை விரிவாகப் பேசினார். காங்கிரஸ் ஆதரவு, காமராஜர் பற்று, மொழியின் மீது மாநிலம் வேண்டாம் (08.01.1953 விடுதலை) என்று சொன்னமை, எல்லைப் போராட்டங்களை அவதூறு செய்தமை, பார்ப்பனர்களை ஆதரித்துத் தேர்தல் பிரச்சாரம் செய்தமை என்று பெரியாரின் நடவடிக்கைகளைப் பார்க்கலாம். தேர்தல் நிலைப்பாட்டினைக் கொண்ட கட்சிகளை விட மிகுந்த சமரசங்களைத் திராவிடர் கழகம் செய்திருந்தது. நிறுவனமாகிவிட்ட பின்பு இயல்பாகவே வாரிசு தொடர்பான சிக்கல்களும் எழுந்தன. இதன் பின்னணியில்தான் குத்தூசி குருசாமி போன்ற விசுவாசிகளும் இயக்கத்திலிருந்து வெளியேற்றப்பட்டனர். சாமி.சிதம்பரனார் எழுதிய 'தமிழர் தலைவர்' எனும் நூல், கோவை அய்யாமுத்து எழுதிய 'குறிப்புகள்' ஆகிவற்றில் உள்ள பெரியார் குறித்த கருத்துகள் அவரின் தொடக்கக் காலத்தை அடிப்படையாகக் கொண்டவையேயாகும். இதே காலகட்டத்தில்தான் தமிழர் / திராவிடர் எனும் வரையறைக்குள்ளிருந்து ஆதிதிராவிடர்களை விலக்கிய விளக்கங்களை அளித்தார். இடஒதுக்கீடு, தனி இயக்கங்கள் போன்றவற்றால் தலித்துகள் மீதும் கோபத்தில் இருந்தார். இந்தி எதிர்ப்புப் போராட்டத்திற்கு எதிரான நிலைப்பாட்டைப் பேசினார். பெரியார் இயக்கமாக மாறிவிட்ட காலத்தில் நடந்த இதுபோன்ற அம்சங்களைக் காட்டாமல், தமக்குத் தோதான பகுதிகளை மட்டும் வரலாறாக மாற்றியமைத்த பிரதிகளாகவே எஸ்.வி.ஆரின் நூல்கள் அமைந்துள்ளன.

இதுபோன்றே பிராமணரல்லாதார் இயக்கங்களுக்கும் தலித் தலைவர்களுக்கும் நடந்த முரண்கள் பலவற்றை மறைத்துள்ளார். ஒருவேளை அம்முரண்களைக் குறிப்பிட நேருமானால் தலித்துகள் தொடர்புடைய செய்திகளை அவதூறு என்ற ஒற்றை வார்த்தையில் மறுத்துச் செல்கிறார். இரட்டை வாக்குரிமை தொடர்புடைய வரலாற்றை மட்டுமல்ல தலித்துகள் தொடர்பான பதிவுகள் யாவற்றையும் தவறாகவும், கையேந்தி நிற்பவர்களாகவும் சித்திரிக்க எஸ்.வி.ராஜதுரை தயங்கவில்லை. அவர் தனித்து எழுதிய 'பெரியார்: ஆகஸ்ட் 15' என்னும் நூலில் இதுபோன்ற உதாரணங்களைக் காணலாம். தொண்டு வீராசாமியை பெரியார் கட்சியிலிருந்து நீக்கியதற்கு அவர் அம்பேத்கர் விழாவைக் கொண்டாடியதே காரணம் என்ற எல்.இளையபெருமாளின் கூற்றை (பக். 542) அபத்தமான அருவருக்கத்தக்கக் குற்றச்சாட்டு என்று மட்டும் பதிலாக எழுதிவிட்டு நகர்ந்துவிடுகிறார் எஸ்.வி.ஆர். 'இளையபெருமாள் போன்றோர் பொய் பேசியிருக்க முடியும், பெரியார் பேசியிருக்க முடியாது' என்பது அவரின் அனுமானம். எல்.இளையபெருமாளின் கருத்துப் பொய்யானது என்று நிறுவ எந்த ஆதாரத்தையும் அவர் சொல்லவில்லை.

இதே நூலில் ஷெட்யூல்டு வகுப்பினர் பேரவையை நோக்கி குத்தூசி சா.குருசாமி எழுதிய தலையங்கம் ஒன்று (பக். 555) காட்டப்பட்டுள்ளது. ஷெட்யூல்டு கேஸ்ட் பெடரேஷன் அன்றைக்கு பெரியார் இயக்கத்தின் சூத்திர அரசியலை விமர்சித்ததற்குப் பதிலாக 'பெரியார் கட்டளைக்கேற்ப' குருசாமி எழுதிய தலையங்கம் அது. நாட்டில் ஹரிஜனங்கள் கண்விழிக்க வழிகாட்டியோர் தாங்களே என்று எஜமான விசுவாசத்தைக் கோரும் தலையங்கத்தை குருசாமி எழுதியுள்ளார். அதைத் தன் கருத்தாக முன்மொழிந்துள்ள எஸ்.வி.ஆர், தாழ்த்தப்பட்ட வகுப்புத் தலைவர்களின் விமர்சனங்களை அவதூறு பிரச்சாரம் என்று ஒற்றை வரியில் வழிமொழிந்து எழுதியுள்ளார். தலித் அமைப்புகளைத் தின்று செரித்து ஆளான சுயமரியாதை இயக்கத்திற்கும், காங்கிரஸ் இயக்கத்திற்கும் தலித்துகளைக் கைத்தூக்கிவிட்டவர்களாகச் சொல்லிக்கொள்வதில் ஒரேவகையான நோக்கமே இருந்தது. அதேபோல அம்பேத்கர் அமைச்சர் பதவியை ராஜினாமா செய்ததின் பின்னணி பற்றி எழுதிய சா.குருசாமி, அம்பேத்கரை அமெரிக்க உளவாளியைப் போல எழுதியதை அப்படியே வழிமொழியும் எஸ்.வி.ராஜதுரை, அம்பேத்கர் குறித்துக் கிடைக்கும் எழுத்துகளைப் படித்துச் சரி செய்யாத போக்கை ஏற்கெனவே ரவிக்குமார் (தலித் இதழ் செப்.1998)

எழுதியிருந்ததையும் இங்கு இணைத்துப் பார்க்கலாம். உண்மையில் எஸ்.வி.ராஜதுரை அம்பேத்கரை முழுமையாகப் படித்திருப்பாரா என்னும் அய்யம் எழுவதில் தவறில்லை. பெரியார் இயக்கத்தின் மீது அவதூறு செய்தால்தான் அவர் அவசரமாக ஆதராங்களைத் தேடி அவதூறைச் சரிசெய்வார். மாறாக, தலித்துகள் மீதான அவதூறுகளை அவதூறுகளாகவே ஏற்பதற்குக் காரணம் பொய்யும் அவதூறும் தலித்துகளின் இயல்பாகவும், நேர்மை மட்டுமே பெரியாரியவாதிகளின் இயல்பாகவும் இருக்கும் என்கிறது எஸ்.வி.ஆரின் மூளை.

தலித் தலைவர்கள் பெரியார் இயக்கத்தோடு இருந்தபோது சித்திரிக்கப் பட்டதற்கும் தனி அமைப்புகளாக மாறிய பிறகு சித்திரிக்கப்பட்டதற்கும் வேறுபாடு இருக்கிறது. குறிப்பாக, தாழ்த்தப்பட்டோர் பெருமளவில் அய்க்கியமான ஷெட்யூல்டு கேஸ்ட் பெடரேஷன் பற்றி பெரியாருக்குப் பெரிய அளவில் மதிப்பிருந்ததாகத் தெரியவில்லை. சிவராஜ் அவ்வியக்கத்தின் தலைவரான பின்னர் பெரியார் இயக்கம் பழையபடியான உறவைத் தொடரவில்லை. தனித்துவமானவர்களாக மாறியபோது பொதுச்சமூகத்தைப் போலவே பெரியார் இயக்கமும் தலித்துகளை இழிவாகவே அணுகியிருக்கிறது. ஷெட்யூல்டு கேஸ்ட் பெடரேஷனோடு ஆலோசிக்காமல் **1925**இல் தான் ஒழிக்க விரும்பிய காங்கிரஸ் இயக்கத்தை **1954**இல் திடீரென ஆதரித்த பெரியார், குடியாத்தம் இடைத்தேர்தலில் காமராஜரைப் பச்சைத் தமிழராகப் பார்த்தார். அதே தேர்தலில் போட்டியிட்ட பெடரேஷனின் பள்ளிக்கொண்டா கிருஷ்ணசாமியை அப்படிப் பார்க்க முடியவில்லை. அதே காலகட்டத்தில்தான் “மற்ற திராவிட மக்களுக்கு ஆதிதிராவிடர்களால் ஆக வேண்டியது ஒன்றும் இல்லை. ஆனாலும் நாம் எவ்வளவோ செய்தோம்” (**21.09.1956** விடுதலை) என்றும், அம்பேத்கரிடம் பார்ப்பனர்கள் உடன்பாடு செய்து அவர் மக்களுக்கு மட்டும் வழிசெய்துவிட்டார். அம்பேத்கரும் வழித்தேடிக் கொண்டார் (**22.09.1951** விடுதலை) என்றும் பெரியார் பேசியிருந்தார் என்பதை மறந்துவிட முடியாது.

பிராமணாள் கபே என்னும் சாதி இழிவுப் பெயரை அழித்ததில் காட்டிய அக்கறையை அதேபோன்று தலித்துகள் மீது சுமத்தப்பட்டிருந்த செத்தமாடு எடுத்தல், பறை அடித்தல் போன்ற இழிவுகளை அகற்றுவதில் காட்டவில்லை. பெடரேஷன் போன்ற அமைப்புகளே இப்போராட்டங்களை நடத்தின. போராட்டத்தை முன்னெடுக்காதது மட்டுமல்லாமல் அதைப் பற்றிப்

பேசுவதையும் பெரியார் தவிர்த்துவந்தார். பிராமணரல்லாத சாதியினரை எதிர்த்துதான் இழிவு மறுப்புப் போராட்டங்களைத் தாழ்த்தப்பட்டோர் தொடங்கியிருந்தனர். இச்சூழலில்தான் பெரியார் தன்னுடைய அரசியல் இலக்கான பிராமணரல்லாத சாதியினரை எதிர்த்துப் பேசாமல் மவுனம் காத்தார். கீழ்வெண்மணி பிரச்சினையில் கூட பெரிய அளவில் ஒன்றும் செய்யாமல் போனமைக்கும் இதுவே காரணம். மற்றபடி தலித்துகள் குறித்தும் அம்பேத்கர் குறித்தும் சாதகமாகப் பேசியதெல்லாம் பெரியாரிடம் உண்டுதான். என்றாலும் அதற்கான விளைவுகள் ஏதுமில்லையே? சாதிய ஆதிக்கத்திற்குப் பிராமணர்களையே முழுப் பொறுப்பாக்கிய விதத்தில் இயல்பாகவே பிராமணரல்லாத சாதியினரை பெரியார் காப்பாற்றிவிட்டார். இந்த அரசியல் திட்டத்திற்கு எதிராக தலித் தலைவர்களோ, பிறரோ பேசியபோது பெரியாரின் முகமும் குணமும் வெளிறியது. ஷெட்யூல்டு கேஸ்ட் பெடரேஷன் மீதான சா.குருசாமியின் மேற்கண்ட தலையங்கம் இதுபோன்ற சூழலில் எழுதப்பட்ட ஒன்றுதான். இவ்வாறு நிறுவனப்பட்ட இயக்கமாக மாறிய பின்பு பெரியாருக்கும் அவர் இயக்கத்திற்கும் வரையறை உருவானது. அவ்வரையறை சாதியை முற்றாக மறுக்காத தன்மை பட்டதே ஆகும்.

இதேபோல 'பெரியார் ஆகஸ்ட் - 15' நூலில் திராவிடஸ்தான் போல ஹரிஜனங்களுக்காக ஆதிதிராவிடஸ்தான் தனியாக வேண்டும் என்று வி.ஐ.முனுசாமிபிள்ளை கூறியதைப் பற்றிய விடுதலை தலையங்கம் காட்டப்பட்டுள்ளது (பக். 564). "திராவிடர், திராவிடம் என்பவை சரித்திர சான்றுகளைக் கொண்ட சொற்கள். ஆதிதிராவிடம் என்ற சொல்லுக்குச் சரித்திர ஆதாரம் இல்லை" என்று கூறும் அத்தலையங்கத்தின் நோக்கம் ஆதிதிராவிடர்களின் சரித்திரத்தைக் கேள்விக்கு உள்ளாக்குவதாகும். இதனை அப்படியே ஏற்று விதந்து முன்வைக்கிறார் எஸ்.வி.ராஜதுரை. உண்மையில் திராவிடம் என்ற சொல்லே தலித்துகளுக்குரியதுதான். அச்சொல்லால் அரசியல் அமைப்பினையும் பஞ்சமர்களையும் முதலில் அழைத்தவர்கள் அம்மக்களே. திராவிடர், தமிழர் என்னும் சொற்களைக் குழப்பமில்லாமல் கையாண்ட தமிழ்ச் சிந்தனையாளர் அயோத்திதாசரே ஆவார். அச்சொற்களைக் குழப்பியது பெரியார்தான். தலித்துகளிடமிருந்து இச்சொல்லைக் கபளீகரம் செய்துகொண்டவர்களே இன்றைய திராவிடர் என்போர். மேலும், அத்தலையங்கம் தலித்துகள் இந்துமதத்தை விட்டு

வெளியேற வேண்டுமென அறிவுரை பகருகிறது. 19ஆம் நூற்றாண்டின் கடைசியிலும், 20ஆம் நூற்றாண்டின் மத்தியிலும் சுயமாக முடிவெடுத்து மதம் மாறியவர்கள் தலித்துகள் மட்டுமே. தலையங்கத்திற்குச் சொந்தகாரர்கள்தான் அன்று முதல் இன்றுவரை இந்துக்களாகவே இருக்கிறார்கள். இவைபோன்ற கேள்விகளை இவ்விடங்களில் எழுப்ப பெரியாரிய மதம் மண்டைக்குள் புகுந்து தடையாகிவிடுகிறது போலும்.

எஸ்.வி.ஆர். போன்ற பெரியாரிய அறிஞர்களின் பிழைகளைச் சுட்டிக்காட்டினால் பிராமண ஆதரவு எனும் விலை போகும் பழியைச் சுமத்திவிடுகின்றனர். எஸ்.வி.ஆரின் ஆய்வை விமர்சித்த காரணத்திற்காக கோ.கேசவன் செய்த தகவல் பிழையைச் சாக்காகக் கொண்டு வறுத்து எடுக்கப்பட்டார். விமர்சிப்பவர்கள் மீது இதுபோன்ற ஆய்வாளர்கள் ஆத்திரம் கொள்ள காரணமே தங்கள் ஆய்வும், அதனால் ஈட்டிய புகழும் காலியாகிவிடும் எனும் அச்சத்தில்தான். இந்தி எதிர்ப்புப் போரில் உயிர்விட்ட முதல் தியாகியான தாழ்த்தப்பட்ட தோழரான தாளமுத்து என்றெழுதிய கோ.கேசவனைக் கடுமையாக மறுத்து கவிதாசரணில் எழுதினார் எஸ்.வி.ஆர். கேசவனின் பெயர் மாற்றம் மறுப்புக்குரியதுதான். ஆனால், முதலில் இறந்த தியாகி தாழ்த்தப்பட்டவர் என்பது பொய்யில்லையே. கேசவனை மறுத்த எஸ்.வி.ராஜதுரையின் கட்டுரையில் முதலில் இறந்த தியாகி தாழ்த்தப்பட்டவரா, இல்லையா என்பது மட்டும் பதிலளிக்கப்படாமல் மறைக்கப்பட்டது. பிராமணரல்லாத சூத்திரர்களை விமர்சித்த காரணத்தாலேயே கேசவன் மீது கடும் ஆத்திரமடைந்து எழுதியிருந்தார். ஆனால், தலித்துகள் பற்றிய எஸ்.வி.ராஜதுரையின் திரிபுகளுக்கு நாம் ஆத்திரப்படவில்லை. ஆதாரப்பூர்வமாகவே மறுப்பை முன்வைக்கிறோம். ஆனால், இதுபோன்ற மறுபரிசீலனையாளர்களை ஆத்திரத்தோடு கோயபல்சுகள் என்று வர்ணிக்கவும் அவர் தயங்கவில்லை. இதே போல பிராமணர் + பிரமணரல்லாதார் + தலித்துகள் என்னும் முக்கோண எதிர்வை தமிழவன் எழுதியபோது கடுமையான சொற்களால் எஸ்.வி.ராஜதுரை எதிர்கொண்டார் என்பதை மறுக்க முடியாது. 1969இல் வெளியான பெரியவர் எல்.இளையபெருமாள் தலைமையிலான அகில இந்திய SC/ST மக்களின் பொருளாதார வளர்ச்சி, கல்வி முன்னேற்றம் பற்றிய ஆய்வுக் குழுவின் பரிந்துரையின் பேரிலேயே தமிழகத்தில் அனைத்துச் சாதியினரும் அர்ச்சகராகும் சட்டத்தை திமுக அரசு கொணர்ந்தது. இந்த

அறிக்கையைத் தன் ஊகமாக பெரியாரின் அறிவுரைப்படி அண்ணாதுரை அமைத்த குழு என்று எழுதியிருந்தார் (தினமணி, 18.12.2000), (ஆதாரப்பூர்வமாக கி.வீரமணி சுட்டிக்காட்டிய பிறகு மாற்றிக்கொண்டார்). முற்போக்கானது எதுவாய் இருந்தாலும் அதனை உடனே பெரியாருக்குச் சொந்தமாக்கிவிடும் நோய்தான் இப்படி எழுத காரணமாகியது. இதுபோன்ற போக்கினைத்தான் பெரியார் குறித்த நூலெங்கும் செய்துள்ளார். சான்றாக, தலித் தொழிலாளர்களை நீதிக்கட்சியின் திராவிடன் இதழ் இழிவோடு எழுதியதைச் சுட்டிக்காட்டிய ஆதிதிராவிடன் என்னும் இதழையே கற்பனை பத்திரிகை என்று எழுதியதை அ.ஜெகநாதன் எடுத்துக்காட்டி ஆதாரத்தோடு எஸ்.வி.ராஜதுரையின் கூற்றுதான் கற்பனையானது என்று நிறுவியுள்ளார். ஆதிதிராவிடன் என்னும் பத்திரிகை பற்றியும் அவ்விதழில் வெளியான தொழிலாளர் போராட்டம் பற்றியும் ஆ.இரா. வேங்கடாசலபதி எழுதி தலித் இதழில் (2004 ஜூலை, ஆகஸ்ட்) வெளியாகியிருப்பது குறிப்பிடத்தக்கது. இந்த இடத்திலும் பிராமணல்லாதோர் மீதான அபிமானமும் தலித்துகள் தரப்பில் பொய் வெளிப்படுகிறது என்னும் குறிப்பும் எஸ்.வி.ஆரிடம் வெளிப்படுவதைக் காணலாம்.

தமிழ் சினிமா கதாசிரியர், நாயகன் பாத்திரத்தை உருவாக்கும்போது நாயகன் எதைச் செய்வதாக இருந்தாலும் அதனை நல்லதாகவே சித்திரித்து கதை எழுதுவார். எஸ்.வி.ராஜதுரையும் பெரியார் என்னும் நாயகனை வைத்து எழுதிய கதையில் அவர் செய்த யாவற்றையும் நியாயப்படுத்தும் முகமாக ஒற்றைத் தன்மையையே படமாக்கியிக்கிறார். இதே போன்று பெரியாரின் காலகட்டத்தை ஆய்வுசெய்வது ஒருபுறமிருக்க, 1990களுக்குப் பிறகு முன்னெடுக்கப்பட்ட பெரியாரிய மீட்புவாதங்களைப் பரிசீலிப்பது மறுபுறமாக அவசியப்படுகிறது.

இறுதியாக, பெரியார் பேசினார், செயற்பட்டார் என்று காட்டுவதைக் காட்டிலும் ஒட்டுமொத்தமாக ஏற்பட்ட விளைவு என்னவாயிற்று என்று ஆராய்வதே வரலாற்று அணுகுமுறையாயிருக்க முடியும். பெரியாரை, திராவிட இயக்கத்தினைப் பற்றி எஸ்.வி.ராஜதுரை உள்ளிட்ட யாரும் விளைவுகளைப் பேசியதில்லை. அவ்விளைவுகளைப் பேசி அவற்றின் பலவீனங்களைப் பேச அவர்கள் விரும்பவில்லை. ஆனால், இன்றைய தலித் அறிவாளர்களின், தலித் இயக்கங்களின் திராவிட இயக்கம் / பெரியார்

மீதான விமர்சனங்கள் யாவும் பெரியார் உழைத்ததின் விளைவுகளையும், விளைவுகளால் சமூகத்தில் உருவாகியுள்ள சாதிய மேட்டிமைகளையும் கவனத்தில் கொண்டே முன்வைக்கப்படுகின்றன. இதுபோன்ற பல்வேறு கட்டுடைப்புகளைச் செய்ய அ.ஜெகநாதனின் முயற்சிகள் வழிகாட்டுகின்றன.

அதுபோல அ.ஜெகநாதன் இரட்டை வாக்குரிமை கோரிக்கையை அம்பேத்கர் மீண்டும் எழுப்பியதை நினைவுபடுத்தியிருக்கிறார். இத்தகவல் ஏற்கெனவே தெரிந்தது என்றாலும் மீண்டும் மீண்டும் சொல்ல வேண்டிய நிலையில் இருக்கிறோம். ஒருவேளை இந்த உண்மையைத் தெரிந்துகொண்டுதான் தெரியாதவர்கள் போல பாவனை செய்கிறார்களோ என்றும் அய்யம் எழுகிறது. என்றாலும் அதற்கு ஆதாரமாக அம்பேத்கரின் எழுத்துப் போன்ற தரவுகளை நூலாசிரியர் வைத்திருக்கலாம் என்று தோன்றுகிறது. இரட்டை வாக்குரிமை பற்றிய வரலாற்றைக் கூறும் முதல் கட்டுரையில் கூட இரட்டை வாக்குரிமையை அம்பேத்கர் மீண்டும் எழுப்பியதற்கான பின்னணியினை எழுதியிருந்தால் பொருத்தமாயிருந்திருக்கும். வரலாற்றை வரிசைப்படுத்திச் சொல்லுவதோடு நின்றுவிட்ட அ.ஜெகநாதனுக்குப் பின்னணியினை எழுதுவது சாத்தியமாயிருக்கக் கூடிய ஒன்றேயாகும். காந்தியாரைப் பற்றிய பதிவுகள் அவரின் நிஜ அடையாளத்தை வெளிப்படையாக இந்நூலெங்கும் அம்பலமாக்குகிறது. எம்.சி.ராஜாவை வரலாற்று ரீதியாகக் காலிசெய்துவிட்ட நம் அறிவுஜீவிகளில் பலரும் காந்தியை இன்று விதந்தோதுபவர்களாக மாறியுள்ளனர். இந்து மதத்தையும் பழைய நம்பிக்கைகளையும் இறுகப் பற்றியிருந்த காந்தியாரைப் பலவகைகளில் சாதகமாகக் கருதும் இடதுசாரி அறிவாளிகள் உள்ளிட்ட பலரும் அம்பேத்கரை சாதியைப் பற்றிப் பேசும்போது மட்டும் மேற்கோள்களாகப் கையாள்கின்றனர். உண்மையில் அம்பேத்கரை தலித் தலைவர் என்பதற்கு மேலாக மறைமுகமாகவோ நேர்முகமாகவோ வலியுறுத்த யாரும் முன்வருவதில்லை. அ.ஜெகநாதனின் எழுத்து முறையைப் பற்றிப் பேச வேண்டுமானால் அவர் ஆதாரங்களைச் சொல்வதில் அடைந்துள்ள தேர்ச்சியை, அதனைத் தம் சொந்த சொற்களில் விளக்குவதில் அடையவில்லை என்று சொல்லலாம். எனினும் அத்தேர்ச்சியும் அவருக்குச் சாத்தியமே என்னும் பகுதிகளும் இந்நூலில் காணப்படுகின்றன. செய்திகளை ஒன்றோடொன்று இணைப்பதில் அவர் கவனம் செலுத்த வேண்டிய தேவையிருக்கிறது.

மற்றபடி இந்நூல் முக்கியமான பங்களிப்பு என்பது என் கருத்து. மேலும் பல்வேறு விவாதங்களையும் விமர்சனங்களையும் நம் சூழலில் உருவாக்க வேண்டும் என்பதே நம் விருப்பம். எந்தத் தரப்பினரைப் பற்றியும் தாட்சண்யம் காட்டாமல் விமர்சித்த அளவில் இந்நூல் துணிச்சலான முயற்சிதான். துணிச்சலைக் காட்டியதற்காகவே பேசாமல் மௌனமாகிவிடும் அறிவுச் சூழல் அபாயமும் இங்கிருக்கிறது என்பதை மறந்துவிட முடியாது. எனினும் சனநாயகத்தின் மீது நம்பிக்கை கொண்டவர்களை நாம் நம்புகிறோம். யாரும் எதுவும் விமர்சனத்துக்கு அப்பாற்பட்டதில்லை என்னும் இயங்கியல் பார்வையை ஏற்பவர்களே இல்லை என்று சொல்லிவிட முடியாது. தலித் வாசகர்களைப் பொறுத்த அளவில் தலித்துகளின் போராட்டங்களும் தலைவர்களும் பற்றி தொகுக்கப்படாததின், சொல்லப்படாததின் காரணமாகவே பிறர்மீது தலித்துகள் வைக்கும் விமர்சனங்களைப் புரிந்துகொள்ள மறுக்கின்றனர். அவ்வகையில் தலித்துகளின் குறிப்பான போராட்டம் ஒன்றைப் பற்றிய பதிவாக இந்நூல் வெளியாகியுள்ளது என்று சொல்ல வேண்டிய அவசியமேற்பட்டுள்ளது. தலித்துகள் பலரும் இதுபோன்ற பணிகளில் ஈடுபட வேண்டியுள்ளது.

20ஆம் நூற்றாண்டில் தலித்துகளின் அரசியல் நம்பிக்கையாக முன்னெடுக்கப்பட்ட இரட்டை வாக்குரிமை கோரிக்கை மழலையிலேயே பரிதாபமாகக் கொல்லப்பட்டது. தாழ்த்தப்பட்டவர்கள் பிரச்சினைகளைத் தாழ்த்தப்பட்டோரே பேச முடியும். அவ்வாறு பேச அம்மக்களாலேயே நியமிக்கப்படும் பிரதிநிதிகளாகவே அவர்கள் இருக்க வேண்டும். பிறரால் கட்டுப்படுத்தப்படும் போக்கு இதிலிருக்கக் கூடாது என்று கருதியே அம்பேத்கர் இக்கோரிக்கைக்காகப் போராடினார். இரட்டை வாக்குரிமை இன்று வழக்கில் இல்லை. அம்பேத்கர் எதனைச் சொன்னாரோ அதுவே இன்றைய தனித்தொகுதி முறையில் நடக்கிறது. எனவே, இரட்டை வாக்குரிமை கேட்பதற்கான நியாயம் அப்படியே இருக்கிறது. அந்த நியாயத்தை வலியுறுத்தும் நிர்பந்தத்தை இச்சமூகமே தருகிறது. அவ்வரசியல் கனவு தலித்துகளின் நினைவுகளில் இன்னமும் மீந்து நிற்கிறது.

இடம்: திருப்பத்தூர்

நாள்: 20.08.2006 ஸ்டாலின்ராஜாங்கம்

துணை நூல் பட்டியல்

1. அம்பேத்கர் — காந்தியும் காங்கிரஸும் தீண்டத்தகாதவருக்கு செய்ததென்ன
   தலித் சாகித்ய அகாடமி, சென்னை.

2. அம்பேத்கர் — டாக்டர் அம்பேத்கர் சைமன் குழுவுடன் (தொ.4)

3. அம்பேத்கர் — வட்டமேஜை மாநாடுகளில் அம்பேத்கர் (தொ.5)

4. அம்பேத்கர் — தொ.10 ---- - -

5. அம்பேத்கர் — பாகிஸ்தான் அல்லது
   இந்தியப் பிரிவினை (தொ. 15)

6. அம்பேத்கர் — தீண்டப்படாதவர்களுக்கு------ (தொ. 16)

7. அம்பேத்கர் — திரு காந்தியும் தீண்டப்படாதாரின் விடுதலையும் (தொ. 17)

8. அம்பேத்கர் — கோரிக்கை மனுக்கள் கடிதங்கள்,
   டாக்டர். அம்பேத்கர் பவுண்டேசன், நல அமைச்சகம்,
   இந்திய அரசு (தொ.19)

9. அலாய்சியஸ். ஞான.(தொ.ஆ), — அயோத்திதாசர் சிந்தனைகள்,
   நாட்டார் வழக்காற்றியல் ஆய்வு மையம்,
   சாவேரியரியார் கல்லூரி, பாளையங்கோட்டை.

10. ஆனைமுத்து.வே. — ஈ.வே.ரா 1, 2,
    சிந்தனையாளர் கழகம்,
    தெப்பக்குளம், திருச்சிராப்பள்ளி - 2.

11. கேசவன். கோ,	சமூக விடுதலையும் தாழ்தப்பட்டோரும், சரவண பாலு பதிப்பகம், 4/117ஏ, இந்திரா நகர், விழுப்புரம்.
12. சாமி.அ.மா. பதிப்பதகம்,	திராவிட இயக்க இதழ்கள், நவமணி 3சி ஜமால் அப்பாட்மெண்ட், 44, எல்டோம்ஸ் சாலை, சென்னை - 18.
13. தங்கராசு. பெ. - கேசவன்.கோ	சாதி ஒழிப்பில் அம்பேத்கர் பெரியார்.
14. தனஞ்செய்கீர்	அம்பேத்கர் வாழ்க்கை வரலாறு, 5, லால்பேகம் தெரு, திருவல்லிக்கேணி, சென்னை.
15. திருநாவுகரசர்.க	திராவிட இயக்கம் தலித்துகளுக்கு எதிரானதா?, நக்கீரன் பதிப்பகம், 76, கற்பகம் அவென்யூ, இராச அண்ணாமலைபுரம், சென்னை.
16. டாக்டர். பட்டாபி சீதாராமையா	காங்கிரஸ் வரலாறு, சுதந்திர சங்கு, காரியாலாயம், திருவல்லிக்கேணி, சென்னை.
17. ரவிக்குமார் (தொ.ஆ.)	தலித் என்ற தனித்துவம், தலித் விழா குழு, 2 வடக்கு சிமிட்டித்தெரு, வட்டம் 9, நெய்வேலி - 1.
18. ரவிக்குமார்	வன்முறை ஜனநாயகம், லாஸ் பேட்டை, பாண்டிச்சேரி.
19. ராஜதுரை.எஸ்.வி.	பெரியார் ஆகஸ்டு 15, விடியல் பதிப்பகம், 3, மாரியம்மன் கோயில்தெரு, உப்பிலிப்பாளையம், கோவை.

20.	ராஜதுரை. எஸ்.வி.-கீதா.	பெரியார், சுயமரியாதை, சமதர்மம், வ. விடியல் பதிப்பகம், 3,மாரியம்மன் கோவில் தெரு,
21.	வீரபாண்டியன்.சுப	பெரியாரின் இடதுசாரித் தமிழ்த் தேசியம், தமிழ் முழக்கம், 345, அண்ணாசாலை, சென்னை-6.

இதழ்கள்

1.	அன்பு பொன்னோவியம் (சி.ஆ)	அறவுரை
2.	எஸ்.ஆர். சுந்தரம் (கண்ணன்)	காலச்சுவடு (மாதமொருமுறை)
3.	குருசாமி.எஸ். (ஆ.பொ)	குடி அரசு, 1932
4.	சுப்பிரமணியம்	சுதேசிமித்திரன்
5.	பார்த்தசாரதி.ஆர்.	உங்கள் நூலகம் (இரு திங்களிதழ்)
6.	வாசன்	ஆனந்த விகடன்
7.	ஹாமீம் முஸ்தபா (நி.ஆ.)	புதிய காற்று